முதல் தனிமை

முதல் தனிமை

ஜே.பி. சாணக்யா (பி. 1973)

கடலூர் மாவட்டம் முடிகண்டநல்லூர் கிராமத்தில் பிறந்தார். பெற்றோர் எம். அப்பாதுரை, எம்.கே. தெய்வக் கன்னி. இருவரும் ஓய்வுபெற்ற ஆசிரியர்கள்.

அண்ணாமலைப் பல்கலைக்கழகத் தமிழிசைக் கல்லூரியில் வாய்ப்பாட்டு பயின்ற இவர் ஓவியருங்கூட.

தமிழ்த் திரைப்படத் துறையில் பணிபுரிந்து வருகிறார்.

இவரின் முந்தைய கதைத் தொகுப்புகள் 'என் வீட்டின் வரைபடம்' (2002), 'கனவுப் புத்தகம்' (2005).

ஜே.பி. சாணக்யா

முதல் தனிமை

காலச்சுவடு பதிப்பகம்

அன்பார்ந்த வாசகருக்கு,

வணக்கம்.

காலச்சுவடு நூலை வாங்கியமைக்கு நன்றி.

நூலின் உள்ளடக்கம், உருவாக்கம், அட்டைப்படம் இன்ன பிற அம்சங்கள் பற்றிய உங்கள் கருத்துகளையும் ஆலோசனைகளையும் காலச்சுவடு வரவேற்கிறது. தகவல், எழுத்து, வாக்கியப் பிழைகள் தென்பட்டால் கட்டாயம் தெரிவித்து உதவுங்கள். நூல் தயாரிப்பில் கடும் குறைபாடு இருப்பின் மாற்றுப் பிரதி உங்களுக்குக் கிடைக்கக் காலச்சுவடு ஏற்பாடு செய்யும்.

மின்னஞ்சல்: publisher@kalachuvadu.com

காலச்சுவடு நாகர்கோவில் அலுவலகத்திற்குக் கடிதம் அனுப்பலாம்.

தங்கள்
எஸ். ஆர். சுந்தரம் (கண்ணன்)
பதிப்பாளர் — நிர்வாக இயக்குநர்

முதல் தனிமை ◆ சிறுகதைகள் ◆ ஆசிரியர்: ஜே.பி. சாணக்யா ◆ © ஜே.பி. சாணக்யா ◆ முதல் பதிப்பு: டிசம்பர் 2013, எட்டாம் பதிப்பு: டிசம்பர் 2023 ◆ வெளியீடு: காலச்சுவடு பப்ளிகேஷன்ஸ் (பி) லிட்., 669 கே. பி. சாலை, நாகர்கோவில் 629001

mutal tanimai ◆ Short Stories ◆ Author: J.P. Sanakya ◆ © J.P. Sanakya◆ Language: Tamil ◆ First Edition: December 2013, Eighth Edition: December 2023 ◆ Size: Demy 1 x 8 ◆ Paper: 18.6 kg maplitho ◆ Pages: 232

Published by Kalachuvadu Publications Pvt. Ltd., 669 K.P. Road, Nagercoil 629001, India ◆ Phone: 91-4652-278525 ◆ e-mail: publications @kalachuvadu.com ◆ Printed at Clicto Print, Jaleel Towers, 42 KB Dasan Road, Teynampet Chennai 600018

ISBN: 978-93-82033-23-3

12/2023/S.No. 561, kcp 4892, 18.6 (8) uss

அன்புடன்
சுந்தர ராமசாமி அவர்களின் நினைவுக்கு

பொருளடக்கம்

என்னுரை	11
முதல் தனிமை	15
பூதக்கண்ணாடி	37
முத்தத்தைப் போல் எங்கள் மரணம்	62
மாறுவேடம்	82
ஏழு மாதங்களும் ஒரு நாளும்	97
உயர்திரு. காளியம்மாள் அவர்கள்	108
வீடு திரும்பும் கலை	117
ராயல் ஸ்டுடியோவில் நடைபெறும் சோக நாடகங்கள்	132
அம்மாவின் காதல் கடிதம்	158
சித்திரச் சாலைகள்	193

என்னுரை

அன்பிற்குரிய வாசகர்களுக்கு,

ஏழு வருட இடைவெளிக்குப் பிறகு மூன்றாவது கதைத் தொகுப்பு வெளிவருகிறது. இடைவெளி களை நிரப்பும்முகமாக இக்கதைகள் இல்லை. ஏனெனில் பிழைப்புக்கான வேலைகளில் மூழ்கி யிருந்தேனே ஒழிய இலக்கியத் தரத்தை மேம் படுத்திக்கொள்வதற்கு எடுத்துக்கொண்ட இடை வெளி இல்லை.

இவை எனது இருத்தலுக்கான சின்னஞ்சிறிய வெளிப்பாடுகள். பூனை மியாவி விடுதலைப் போல நாய் குரைப்பதைப் போல. ஒரு பெரிய வெளிப் பாட்டுக்குப் பிறகு கதைகளைப் படைப்பதில் நான் சீரடைவேன் என்ற நம்பிக்கை இருக்கிறது.

'சித்திரச்சாலைகள்' கதைக்கான சம்பவத்தை எனக்குச் சொன்னவர் திரு. ரவிக்குமார். நான் படித்த கல்லூரியிலேயே அவை நிகழ்ந்திருந்த தால் மிகவும் தூண்டப்பட்ட மனநிலையிலிருந்து எழுதினேன். அவருக்கு என் நன்றியைத் தெரிவித்துக்கொள்கிறேன். கதையில் வரும் ஓவியக் கல்லூரியின் முதல்வரின் மாணாக்கரிடம் (திரு.கலியபெருமாள்) நான் மாணவனாக இருந்திருக்கிறேன். 'சித்திரச்சாலைகள்' கதையின் முதல் படிவத்தைப் புதுச்சேரி ஓட்டல் ஒன்றில் ஐந்து நாட்கள் அறையெடுத்துத் தங்கி எழுதினேன். இக்கதையும் 'அம்மாவின் காதல் கடிதம்' கதை யும் கிட்டத்தட்ட ஒன்றரை வருடங்களை எடுத்துக்

கொண்டன. (காலம் அதிகமாக எடுத்துக்கொண்டதால் படைப்பு ரீதியாக மேன்மை அடைந்தது என்ற மனோபாவத்தில் சொல்லவில்லை. இக்கதைகள் தங்களை வெளிப்படுத்திக் கொள்வதற்கு எடுத்துக்கொண்ட இயற்கையான காலத்தைக் கூறுகிறேன். பொதுவாக அனைத்துக் கதைகளுமே சில நாட்களிலேயே வாசகர்கள் விரும்பி வாசிக்கும் அளவுக்கு தங்களின் உடல்களை வெளிப்படுத்திக்கொள்கின்றன. ஆனால் அதன் ஆன்மாவைக் கைப்பற்றுவதில்தான் எனக்குக் கால தாமதங்கள் ஏற்படுகின்றன.)

'அம்மாவின் காதல் கடிதம்' கதை, லண்டனில் மனோதத்துவ விஞ்ஞானிகளால் தொடங்கப்பட்ட *(1890) Society for Psychical Research* வெளியிட்ட ஆவிகளுக்கான விஞ்ஞானப்பூர்வமான முடிவுகளின் அடிப்படையில் எழுதப் பட்டது. (இக்கதையை இதழில் வாசித்துவிட்டு, நாவலாக விரித்து எழுதும்படி பா. வெங்கடேசன் சொன்னார். அதற் கான அடுத்த பாகங்களை எழுதிக்கொண்டிருக்கிறேன்.) இக்கதையைப் பிரசுரிப்பதற்கு முன்பே ஏழெட்டு முறை படித்துவிட்டு என்னிடம் உற்சாகமாகப் பேசியவர் நண்பர் திரு. ஜோஸ் அன்றாயின். அவருக்கு எனது நன்றி. பேய்க் கனவுகளில் சிக்கிக்கொள்ளக் கூடாது என்பதற்காகவே இக் கதையைப் பகல் நேரங்களில் மட்டுமே எழுதினேன். இதனாலேயே இக்கதையை முடிக்கும் காலமும் நீண்டு போனது. (ஆவி அனுபவங்கள் குறித்து குன்னூர் புளூஹில்ஸ் ஓட்டலில் பேசிக்கொண்டிருக்கும்போதும் இரவு நேரங்களில் இவற்றைப் பேசுவதைத் தவிர்ப்பதற்குப் பெரும் முயற்சி செய்தேன்.)

'முதல் தனிமை' ஏழு வருடங்களாக என்னைப் பின் தொடர்ந்து வந்த கரு. ஒவ்வொரு வருடத்தின் கடைசியிலும் நான் எழுதிய குப்பைகளைக் கிழித்து எரிக்கும் வழக்கம் இன்றும் உள்ளது. தொடர்ந்து ஏழு வருடங்கள் இக்கதை (நான்கு பக்கக் கையெழுத்துப் பிரதியில் வைத்திருந்தேன்) கிழிப்பதற்கான வரிசையில் அடுக்கப்பட்டுக் கடைசியாகப் பரிசீலனை வரிசையில் வந்து சேர்ந்துகொண்டிருந்தது. பிறகு அதன் ஜீவன் எங்கோ என்னை ஆட்கொண்டது. தொடர்ந்து நான்கு மாத காலத்திற்குள் எழுதிமுடிக்க முடிந்தது.

'முதல் தனிமை' கதையைக் கல்குதிரையில் பிரசுரிப்பதற் காக வாசித்த கோணங்கி, அதை அவர்கள் பிராந்தியத்தில் 'கன்னிச் சோடை' என்று கூறுவார்கள் என்றார். 'நீயும் வெங்கடேசனும் கூட்டுக் களவாணிங்க. கன்னிச் சோடையி

லேர்ந்து தப்பிச்சிப் போய்ட்டீங்க' என்றார். அண்ணன் திரு. கோணங்கி அவர்களுக்கு எனது அன்பும் நன்றியும். 'முதல் தனிமை' கதையை – நான் அனுப்பிய அனைத்து versionகளையும் – வாசித்து விமர்சன ஆலோசனைகளைக் கூறியவர் திரு. பா. வெங்கடேசன். அவருக்கு எனது மனமார்ந்த நன்றிகளும் அன்பும்.

'முத்தத்தைப் போல் எங்கள் மரணம்' கதை எனக்கு வந்த கனவுகளின் தொகுப்பு. 'உயர்திரு. காளியம்மாள் அவர்கள்' கதை நான் நேரில் பார்த்த சம்பவம். 'ராயல் ஸ்டுடியோவில் நடைபெறும் சோக நாடகங்கள்' கதை உண்மைச் சம்பவத்தை அடிப்படையாக வைத்து எழுதப்பட்டதுதான். இச்சம்பவத்தை நிறைய நபர்கள் பத்திரிகையிலேயே வாசித்திருக்க முடியும். மற்ற கதைகள் (ஜி. நாகராஜன் பாணியில் சொல்வதென்றால்) 'கண்டதும் கேட்ட'தையும் வைத்து எழுதப்பட்டவைதாம்.

கடந்த மூன்று வருடங்களாக இக்கதைத் தொகுதியைக் கொண்டுவரும் திட்டங்கள் முஸ்தீபாகத் தொடங்கப்பட்டு கதைகளில் திருப்தி இல்லாமல் கிடப்பில் போட்டுக் கொண்டிருந்தேன். இக்கதைகளிலிருந்து வெளியேறா விட்டால் புதிய கதைகளே எழுதாமல் போய்விடும் அபாயத்தை யும் உணர்ந்துகொண்டு வந்தேன். ஒருவகையில் என்னை நானே எனது கதைகளிலிருந்து வெளியேற்றிக்கொள்ளுவது தான் இக்கதைத் தொகுதி.

இத்தொகுப்பில் 'பூதக்கண்ணாடி', 'சித்திரச்சாலைகள்' ஆகிய இரு கதைகளும் இதழ்களில் வெளிவந்த காலத்திலேயே திரு. நஞ்சுண்டன் அவர்களால் (எழுத்துப்பிழைகள், இலக்கணப் பிழைகள், வாக்கியப்பிழைகள்) சரிபார்க்கப்பட்டன. 'சித்திரச் சாலைகள்' கதையைப் பிரசுரத்திற்குப் பின்பும் எடிட் செய் தேன். கடைசிப் பகுதி திருத்துவதற்கான லாயக்கைப் பெற்றிருந்தது.

இக்கதைகளை எழுதி எடிட் செய்வதற்காக நண்பர் ஹரி, ஒரு மடிக்கணினியைக் வருடக்கணக்கில் கொடுத்து உதவினார். இதற்கு ஏற்பாடு செய்தவர் அரவிந்தன். ஹரி அவர்களுக்கு எனது நன்றியினையும் அன்பையும் தெரிவித்துக்கொள்கிறேன்.

தனது வாழ்க்கையினூடாக எனது வாழ்க்கைப் பிரச்சினை களையும் இழுத்துப்போட்டுக்கொண்டு உண்மையான அக்கறையோடு உதவிக்கொண்டிருப்பவர் அரவிந்தன். கடந்த ஆண்டுகளில் வருடங்களாக என் வாடகைக்கான பணத்தை

மனச்சுணக்கம் இல்லாமல் பகிர்ந்துகொண்டவர். இவரைப் போலவும் சில மனிதர்கள் இருக்கத்தான் செய்கிறார்கள். இக்கணத்தில் எனது அன்பையும் நன்றியையும் அரவிந்தனுக்குத் தெரிவித்துக்கொள்கிறேன்.

தூரத்திலிருந்தே எனக்கான நல்ல வாய்ப்புகளை உருவாக்கி ஒரு எழுத்தாளராக என்னை மேம்படுத்திக்கொள்வதில் அக்கறை கொண்டிருக்கும் *காலச்சுவடு* கண்ணனுக்கு எனது அன்பும் நன்றியும் உரித்தாகின்றன.

இக்கதைகளை வெளியிட்ட அனைத்து இதழாசிரியர்களுக்கும் எனது நன்றி.

சென்னைக்கு வந்த புதிதில் நான் வாசித்த முதல் இலக்கிய புத்தகம் 'ஜே.ஜே.: சில குறிப்புகள்'தான். கதையும் கதைக்கான தொழில்நுட்பமும் சரியாக இணைந்த இலக்கிய வடிவங்களாக சுந்தர ராமசாமியின் படைப்புகளை நான் காண்கிறேன். ஒரு எழுத்தாளரின் முழுமையான பிம்பமாக அவர் என்னில் நிறைந்திருக்கிறார். இக்கதைகளை அவருக்குச் சமர்ப்பிப்பதில் கொஞ்சம் நிறைவுகொள்கிறேன். "போக வேண்டியவர்கள் இடத்தைத் தேய்த்துக்கொண்டிருக்க, இருக்க வேண்டியவர் ஏன் போனார் என்று தெரியவில்லை."

அம்மாவுக்கு எப்படி நன்றி சொல்வது. அவள் கடன் திருப்பி அடைக்க முடியாதது. எப்போதும் அவருக்கு என் அன்பும் மரியாதையும்.

சென்னை
12.09.2013

அன்புடன்
ஜே.பி. சாணக்யா

முதல் தனிமை

நகரத்தை விட்டு சுமார் நூறு கிலோ மீட்டர் தாண்டி மீனவர்களின் கிராமத்தை ஒட்டியிருந்த, குளிர்ந்த உப்புக்காற்று வீசும், அந்தக் கடற்கரை மது விடுதிக்குச் சென்றிருந்தபோதுதான் கிட்டத் தட்ட முப்பது வருடங்களுக்குப் பிறகு நான் ஹஸீன் பாயை மீண்டும் சந்தித்தேன். எங்களுக்கே தெரியாத இந்தச் சந்திப்பு, இருவருக்குமான ஒரு ரகசிய அழைப்புதான். எனக்கே நம்புவதற்குச் சற்றுச் சிரமமான அபூர்வமான நிகழ்வுதான் அது. காலத்தில் தொக்கி நிற்கும் சில விஷயங்களுக் காகக் காலமே செய்து கொடுக்கும் ஏற்பாடு என்று நான் இதைக் கருதிக்கொள்வேன். அல்லது எங்களின் பழங்கால எதிர்பார்ப்பின் பூர்த்தி யின்மை என்று சற்று சாதாரணமாகவும் குறிப் பிடலாம். எப்படியும் காலத்தின் பங்களிப்பை மறுத்துவிட முடியாது.

கீழே பெருமணலும் மேலே பனையோலை களின் குடில்களுமாக அழகுற போடப்பட்டிருந்த அந்த மது விடுதியில், பழங்காலத்து அலுவலகங் களை நினைவுறுத்தும் மரமேசைகள், அந்த நண்பகல் நேரத்தில் அநேகமாகக் காலியாக இருந்தன. மேல் நோக்கிச் செல்லும் கண்கூசச் செய்யும் அந்நேரத்து சூரியனால் பனையோலைக் குடிசைகளின் முழு வட்டங்கள் அறைவட்ட நிழல்களாக மேசைகள் மீது படிந்து நழுவி, கலைந்த காலடித் தடங்கள் மிகுந்த மணல் தரையில் விழுந்திருந்தன.

வெய்யலும் நிழலும் சமபங்கு வகித்திருந்த அந்நேரத்தில் மனிதர்கள் கரைந்துபோவது தவிர்த்து வேறு சுய வண்ணங்களுக்கான தனித்துவம் அழிக்கப்பட்டிருந்தது. அவர் ஒரு வெய்யலைப் போலவோ நிழலைப் போலவோ உள்ளே நுழைந்தார். முதலில் அது அவர்தான் என்று ஊர்ஜிதமான பிறகு அவர் என்னைப் பார்ப்பதைத் தவிர்த்தேன். நான் அவரைச் சந்தித்திருந்த காலத்தில் அவருக்கு ஏற்பட்ட என் மீதான நம்பிக்கையின்மையால் உருவான, இன்னும் மீதமுள்ள சிறு அதிருப்திதான் அது. தொடர் அலைகளின் சப்தம் கடலின் மூச்சுக்காற்றைப் போல் அவ்விடத்தை நிறைத்திருந்தது. அவரின் பின்புறம் அவரது கால்களில் இருந்து தொடங்கிய, மணலில் படுத்திருந்த அவரது நிழலை, அவர் தன் காலடியில் மிதித்துக்கொண்டிருந்தார். கீற்றுத்தட்டிகளில் சீழ்க்கை ஒலியோடும் மழையை நினைவுறுத்தும் சப்தங்களோடும் மோதிக்கொண்டிருந்தது காற்று. மறுபக்கத்தில் வெள்ளை ஒளி வீசும் பகலுக்கான தடுக்கப்பட்ட தட்டியின் இருட்டில் நான் அமர்ந்திருந்தேன். அப்போது அவருக்கான எனது முகம்: எதையோ அவரது கடந்தகால அனுபவம் அசரீரி போல் உளறியிருக்கலாம். அவர் தேர்ந்தெடுக்க வேண்டியது நிழல் அல்லது வெயில். அதை அவர் உடனடியாக உணர்ந்திருக்க வேண்டும். என்னிடமிருந்து வெளிப்பட்ட அதிகாரமற்ற, எளிமையான, அவரிடமிருந்து அல்லது எல்லோரிடமிருந்தும் துண்டித்துக்கொண்டு நான் அமர்ந்திருக்கும் தனிமையை அவரது இத்தனை ஆண்டுகால வாழ்க்கை உணர்த்தியிருக்கலாம். அவர் என்னைப் பார்த்ததும் அருகில் வருவார் என்று நினைத்தேன். அவர் இரண்டு மேசைகள் தள்ளி வேறு மேசையைத் தேடிக்கொண்டார். அவர் என்னை மறந்திருக்கலாம். ஒரு தலைமுறையின் வேறுபாட்டைக் குறிக்கப் பயன்படும் முப்பது வருடங்கள் வாழ்க்கையில் அத்தனை சாதாரண கால எண்ணிக்கைக் கிடையாது. அச்சமயத்தில் நான் வழக்கத்திற்கு மாறாக எதையோ உணர்ந்தேன். காரணமற்று சிறிது உற்சாகம் என்னைத் தேடி வந்திருந்தது. அல்லது அதை என்னால் புரிந்துகொள்ள முடியவில்லை. ஈரத்தின் உள்வாங்கலில் மரமேசையில் பூத்திருந்த பூஞ்சைகளை அவர் உற்றுப் பார்த்தபடி அமர்ந்தார். முழுதாய் நரைத்துவிட்ட தலைமுடி. மீசை. மேலே சாம்பல்நிற பருத்தி ஆடையும் கீழே நாலு முழ வேட்டியும் எளிமையைக் காட்டும் அலங்காரமற்ற தோல் செருப்பும் அணிந்திருந்தார். அவர் கண்ணாடி போட்டு இப்போதுதான் பார்க்கிறேன். அறுபதைத் தாண்டிக்கொண்டிருக்கும் முகம்; அதுவும், எல்லா மனிதர்களின் முகங்களின் பின்னிருக்கும்

கதைகளைப் பிரதிபலிக்கும் இந்த உலக வாழ்வின் ஏதோ ஒன்றினைப் பற்றிய ஆதாரத்தைப் போலதான்.

நான் அவரிடம் எழுந்து சென்று பேசும் ஆர்வத்தை, அவரை கவனித்துக்கொண்டிருப்பதினூடாகவே, சமன்படுத்திக் கொண்டிருந்தேன். சிறிது நேரம் நினைவுபடுத்திக்கொள்ள முடியாதவாறு காலத்தில் மறைந்துவிட்டிருந்தது. அவரே அந்த நேரத்திற்குப் பிறகு என்னிடம் சிகரெட்டைப் பற்றவைப் பதற்கு எழுந்து, ‘எக்ஸ்கியூஸ்மீ’ என்றபடி வந்தார். வேடிக்கை தான். அவருக்கு என்னை அடையாளம் தெரியாமல் போன தால் எழுந்த அசட்டுச் சிரிப்புடன் ‘எனக்கு சிகரெட் குடிக்கும் பழக்கம் இல்லை’ என்றேன். ‘மன்னித்துக்கொள்ளுங்கள்’ என்றபடி நகர்ந்த அவரை நான் ‘ஹசீன் பாய்’ என்று கூப்பிட்டேன். அவர் எதிர்பார்க்காததுதான். திடுக்கிட்டுத் திரும்பினார். நான் அவரைப் பார்த்துப் புன்னகைத்துக் கொண்டிருந்தேன். அவருக்கு இன்னும் என்னை அடையாளம் தெரியாததனால் நானும் அது அவர்தானா என்று குழம்பிய நேரத்திலேயே உறுதிசெய்தேன். ‘ஓட்டல் ராஜராஜனில் உங்களுக்கும் கீழே வேலை செய்துகொண்டிருந்தேன்.’ அவர் மனம் சுருக்காகக் கடந்த காலத்தைத் தொட்டுத் திரும்பியது. சட்டென முகப் பிரகாசத்துடன் வியந்து என்னைப் பார்த்தார். பிரியத்தை கெட்டவார்த்தைச் சொல்லி முரட்டுத்தனமாக வெளிப்படுத்தியபடி சிரித்துக்கொண்டு என் அருகில் வந்தார். நான் எழுந்தேன். பிரிவின் வருடங்களைச் சரியாக ஆனால் தோராயத்தின் மதிப்பீட்டில் குறிப்பிட்டு என்னைக் கட்டிக் கொண்டார்.

வெளியே சிறிது தூரத்தில், தேசிய நெடுஞ்சாலையில், வாகனங்களின் சக்கரங்கள் தார்சாலையில் உளறிச்செல்லும் தேய்மான சப்தங்களில், ரீட்றேட் செய்யப்பட்ட – ஒரு லாரியோ, பேருந்தோ – சக்கரத்தில் ஒட்டப்பட்டப் பிரிவை சாலையில், ‘டப் – டப்’ என அடித்துச் சப்தமெழுப்பிச் சென்றுகொண டிருந்தது. நாங்கள் முன்பு சந்தித்த சிறுநகரத்தில் தற்போது இடிக்கப்பட்டுவிட்டத் திரையரங்கங்கள், கார் ஸ்டாண்டாக மாற்றப்பட்டுவிட்ட பழைய குதிரைவண்டி லாயங்கள் போன்றவற்றை நினைவு கூர்ந்தபடி உற்சாகம் பெற்று மது அருந்தினோம். வெயிலில் கறுப்புச் சிறகுகள் மினுமினுக்க இரண்டு சவுக்குக் குச்சிகளில் வந்து அமர்ந்த இரண்டு காகங்கள் தாகவறட்சியில் எங்கள் உரையாடலைக் கத்திக் குறுக்கிட்டன.

நிமிடங்களுக்குள் மதுவருந்தும் செயலின் பின்னே நாங்கள் குறிப்பிடப்பட்ட கடந்த காலத்தில் இருந்தோம். அவர் முகத்திலும்

மார்பிலும் வெயில் சற்றே நிழலால் நகர்ந்தது. அவர் தற்போது இன்னும் தஞ்சாவூரின் ராஜராஜன் ஹோட்டல் பிரிவில் கௌரவ மேலாளராகப் பணிபுரிந்து கொண்டிருப்பதாகச் சொன்னார். ஒரு மனிதனாக எனது நடவடிக்கை புதிதாகவோ பழையதைப் போலவோ அல்லது சாதாரணமாகவே இருக்கிறதா என்று அவருக்குள் ஒரு ரகசிய விசாரணை ஓடிக்கொண்டிருந்தது. நான் அவரைக் கவனிக்காத நேரமாகப் பார்த்து என்னை அவ்வப்போது உற்றுப் பார்த்துக்கொண்டிருந்தார். நான் சில காலம் மனநல மருத்துவமனையில் இருந்தது அவருக்கு நெருக்கமாகத் தெரியும். அது குறித்து நான் முழுதும் சரியாகி விட்டேனா என்ற சந்தேகம் – வெளிக்காட்டாத அச்சம் – அவரிடம் உள்ளுக்குள் தோன்றியிருக்கலாம். வெளிப்படையாக அவர் சகஜமாகத்தான் இருந்தார். ஆனாலும் நான் நினைத்தது சரிதான். நாங்கள் பேசுவதற்கான அடுத்தத் தலைப்புகள் கிடைக்காத தடுமாற்றத்தில் வார்த்தைகள் தீர்ந்ததுபோல் பேச்சற்று மதுவருந்திக்கொண்டிருந்தோம். அவரின் கேசம் கடற்காற்றில் அலையாடிக்கொண்டிருந்தது. வேறு வழியின்றியும் மிகச் சரியாகவும் பழங்காலமும் நிகழ்காலமும் இணையும் ஒரு அர்த்தம் பொதிந்தப் புள்ளியில் இணைக்கப்பட்டோம். ஏனெனில் நாங்கள் அந்தப் பழையச் சம்பவத்தோடுதான் பிரிந்திருந்தோம்.

அவருக்குச் சிறிது போதை வந்திருக்கலாம். நான் பணிபுரியும் தற்போதைய ஊரை விசாரித்தார். திருமணமாகிவிட்டதா? என்று கேட்டார். எனது மகன் மகள் பெயரைச் சொன்னேன். 'நல்லது. கடவுள் உன்னை செம்மைபடுத்திவிட்டார்' என்றார். 'ஆமாம்; அப்படித்தான் இருக்க முடியும்.'

சில வினாடிகளுக்குப் பிறகு அவர் என் கண்களைப் பார்த்து சொன்னார்: 'என்னை மன்னித்துவிடு. நான் அப்போது அந்த விஷயத்தைச் சாதாரணமாக எடுத்துக்கொண்டேன். நீ அன்று ஓட்டல் குளியலறையில் பார்த்தது எதுவுமே எனக்குச் சரியாகத் தெரியாததால் நான் அதைக் கேலிசெய்தேன். பிறகு உனது நடவடிக்கைகள் என்னைப் போன்ற ஒரு நபருக்கு மிகவும் விசித்திரமாகவும் புரிந்துகொள்ள முடியாததாகவும் இருந்தன. உனக்குத் தெரிந்திருக்கலாம். நீ அந்தச் சம்பவத்திற்குப் பிறகு வேலைக்குப் போகாமல் மாடி அறைக்குள்ளேயே இருந்தாய். உன்னை எங்களால் எழுப்ப முடியவில்லை. உன் சன்னல்களை ஆணிவைத்து அறைந்து மூடிவிட்டாய். ஆனால் எல்லோரும் தூங்கியபிறகு நள்ளிரவுக்கு மேல் எழுந்து அடிக்கடி படிக்கட்டில் நடந்துகொண்டிருந்தாய். பின்பக்கத்து அறைச்

சாவியை எடுத்துச் சென்று குளியலறையை நோட்டமிட்டாய். நீ சொன்னவற்றை அலட்சியம் செய்ததால் பின்னாளில் எனக்கு மனரீதியாகப் பெருத்த சங்கடம் உருவாகிக்கொண் டிருந்தது. நாங்கள் உனது அறையைத் தட்டிக்கொண்டிருந்தோம். உள்ளே குளிக்கும் சப்தம் கேட்டுக்கொண்டிருந்தது. வெகுநேரம் காத்திருந்தும் சிறிது இடைவெளிக்குப் பிறகு மீண்டும் குளிக்கும் சப்தம் கேட்கத் தொடங்கியது. தண்ணீர் கதவு வழியே வெளியே வழிந்து வரவே கதவை உடைத்துத் திறக்கச் சொன்னார் கரீம்பாய். நீ அங்கே நடு அறையில் தண்ணீர் நிரம்பிய வாளியிலிருந்து நீர் மொண்டு ஊற்றியபடி நிர்வாணமாகக் குளித்துக்கொண்டிருந்தாய். நாங்கள் உண்மையிலேயே பயந்து விட்டோம். பிறகுதான் உன் அம்மாவை வரவழைத்தோம். உன்னை மருத்துவமனையில் நானும் கரீம் பாயும் வந்து பார்த்தபோது உனக்கு உன் அம்மாவைத் தவிர வேறு யாரையுமே நினைவிலில்லை. நீ குளியலறையில் பார்த்ததை முழுதாய்ச் சொல்லாமல் எதையோ மறைத்துவிட்டிருக்கலாம் என்று கரீம்பாய் சொன்னார். நானும் அதை ஆமோதித்தேன். என் கண் முன்னால் இப்படி ஒன்று நடந்தது என் வாழ்விலே இதுதான் முதலும் கடைசியுமாகும். நீ மருத்துவமனைக்குச் சென்ற பிறகு நான் ராஜராஜனில் ஒன்றரை வருடங்கள் இருந்தேன். பிறகு சென்னையில் 'இம்பாலா' ஓட்டலில் சில வருடங்கள் இருந்தேன். மீண்டும் நான் தஞ்சாவூருக்கே போய் விட்டேன்.'

எல்லாவற்றிற்காகவும் நான் அவரைப் பார்த்துப் புன்னகைத்தேன். அதற்குள் எங்களுக்கான அனைத்தும் பொதிந் திருந்ததை அவர் வயதை மீறி கண்களால் ஏற்றுக்கொண்டார்; காலம் கடந்த ஒரு மன்னிப்பைக் கோருவதைப் போல. அனுபவம் வயதால் மட்டும் உருவாவதில்லை நிகழ்பவைகளாலும் உருவாவது என்பதை அவர் உணர்ந்திருக்க வேண்டும்.

அவர் சிறிது நேரம் மௌனமாக இருந்தார். 'நீ அன்று உண்மையிலேயே குளியலறையில் எதைப் பார்த்தாய்?' என்றார். 'இதை அறிந்துகொள்ளும் ஆர்வத்தினால் அல்ல; எனது அசட்டுத் தனங்களிலிருந்து என்னை மீட்டுக்கொள்ளத் தான் கேட்கிறேன்' என்றார். நான் இதனால் சற்று ஆர்வமானேன். அந்நாட்களைச் சற்று விரிவாக நினைவுகொள்ளும் தருணம் கொஞ்சம் மயக்கத்தை ஊட்டுவதுதான். யாரிடமும் சொல்லப் படாத அது எப்போதும் புதுமையானதுதான். நான் கொஞ்சம் மதுவருந்திவிட்டு அவரிடம் சொல்லத்தொடங்கினேன்:

உங்களுக்குத் தெரியும்; அது ஒரு மார்கழி மாதம். சிறு நகரத்துக் கட்டடங்கள் அதிகாலைப் பனியில் மூழ்கிக் கிடந்தன. எனக்குப் பதினேழு வயது தொடங்கியிருந்தது. தரமான போர்டிங் லாட்ஜிங்கான நமது ராஜராஜனில் நம்முடைய முதலாளிகள் என்னை ஓட்டலின் மொட்டை மாடியில் ஆஸ்பெஸ்டாஸ் கூரையிட்ட அந்தச் சிறிய அறையில் தங்குவதற்கு அனுமதித்தார்கள். குளியலறையின் இணைப்புடன் இருந்த அந்தச் சிறிய அறை பொருட்களற்ற எனக்குக் கச்சிதமாக இருந்தது. தங்கத் தொடங்கிய மூன்று மாதங்களில் எனக்கு அது புதிய அறை என்பதும் ஓட்டல் ஊழியர்களின் கும்பல்களின் நெருக்கடிகளில் உறங்கியது தவிர்த்தும் பெரிய மாறுதல்கள் எதுவுமில்லை.

இப்போதும் சொல்கிறேன்; நான் நிதானமான போதையில் பேசுவதாக நினைத்து விஷயத்தின் தூய்மையை நீங்கள் தயவுசெய்து சந்தேகிக்கக் கூடாது. பக்ரித் பண்டிகை விடுமுறை விடப்பட்ட அன்று, அதிகாலையில் எழுந்து குளித்துவிட்டு எனது அறைச் சன்னலைத் திறந்த எனக்கு, என் வயதுக்கு ருசிகரமான சம்பவம் ஒன்று நடந்தது. ஆனால் இப்போது அதன் முழுமையான தாக்கத்தை உணர்ந்து சொல்கிறேன். அது முழுக்க முழுக்கத் துன்பகரமானது. முதிர்ச்சியடையாத இளைஞர்கள் காணக் கூடாதக் காட்சி. கேட்பதற்கு முட்டாள்தனமாகக் கூட இருக்கலாம். ஆனால் என்னைப் போன்ற ஒரு மனிதனின் தனிமையில் அது அதிக மூர்க்கமான செல்வாக்கு செலுத்தக் கூடியது.

நம் ஓட்டலின் கீழ்ப் பகுதியில், அந்தக் காலை வேளையில், இருபத்தைந்து வயதைக் தொட்டுக்கொண்டிருக்கும் அந்தப் பெண், குளிப்பதற்காக தோளில் இட்ட மாற்றுத் துணிகளுடன் குளியலறைக் கதவைத் திறந்தபடி உள்ளே சென்றாள். அப்போது சிதறிக் கலைந்த மேக மூட்டத்தைப் போல் பரவியிருந்த மார்கழி மாதத்தின் மூடுபனியால், அவள் சற்று மங்கலாகத் தெரிந்தாள். பார்ப்பதற்கு நம்மைப் போலவே இருந்த அவள், கதவைத் திறந்து துணிகளைக் கதவிலிட்டு சாத்தினாள். பிறகு மெல்லத் திறந்து ஏதோ ஒரு உணர்வில் என்னுடைய சன்னல் பக்கம் நிமிர்ந்துபார்த்தாள். அவள் முகம் நான் இருக்கும் சன்னலைத் தாண்டி எங்கோ பார்ப்பது போலிருந்தது. அவள் ஆகாயத்தைப் பார்த்திருக்கலாம். ஆனால் அதைச் சட்டென விளங்கிக்கொள்ள முடியவில்லை. பெண்களின் சுயப் பாதுகாப்பு உணர்வே அவர்களுக்கு எதிராகவும் பாதுகாப்பாகவும் எத்திசையில் யார் நின்றாலும் அவர்களைக் காட்டிக் கொடுத்துவிடும் என்பது எனக்குப் பின்பு யூகிக்க முடிவதாய் இருந்தது.

எனக்குச் சிறு உதறல் வந்தது. ஆனால் உடனடியாக எனக்கு நானே சமாதானமும் செய்துகொள்ள முடிந்தது. நான் அதுவரை எதையும் பார்க்கவில்லை; கொஞ்சம் நாகரிகம் இழந்தேன் என்பதைத் தவிர்த்து. ஆனாலும் நான் மீண்டும் அந்தக் கதவைப் பார்க்க ஆர்வம் கொண்டிருந்தேன். அனேகமாக அது தாழிடப் பட்டிருக்கும் என்று நினைத்தபடி.

நீங்கள் அந்த மாதம்தான் மேலாளர் வேலைக்கு தஞ்சாவூரி லிருந்து வந்திருந்தீர்கள் என்று நினைக்கின்றேன். ஓட்டலின் முடிந்துவிட்ட தடுப்புச் சுவருக்குப் பின்னால் அந்தக் குளியலறை, அப்போது கீழ்த் தளத்தின் சுற்றுச்சுவரை ஒட்டி, கட்டடத்தைவிட்டு தள்ளிச் சிறிய தனிமையில் இருந்தது. நமது இரண்டாவது முதலாளி வெளிநாட்டுக்குச் சென்று தங்கிவிட்டதால் அவரின் உபயோகத்திற்காகக் கட்டப்பட்டிருந்த அப்பகுதியை இடித்துவிட்டு பின் பகுதியை நீட்டிக்கும் திட்டத்தில் முதலாளிகள் இருந்தார்கள் என்பது உங்களுக்குத் தெரிந்திருக்கும். எப்போதும் பூட்டிக் கிடக்கக்கூடிய அதற்கு, கீழ்த்தளத்தின் சாவி இல்லாமல் செல்ல முடியாது என்பது எனக்குத் தாமதமாகவே தோன்றியது. யாராவது முதலாளிகளின் உறவினர்கள் வந்திருக்கலாம் என்று நினைத்தேன்.

மதிய சாப்பாட்டிற்கு நம் பெரிய முதலாளி வீட்டிற்குச் செல்ல வேண்டும். அதுவரை அறைக்குள் இருப்பதா? வெளியே சென்றுவிடுவதா? என்ற குழப்பத்தில் இருந்த நான், என்னைக் கவனித்தே அவள் தாழிட்டிருக்க வேண்டும் என்ற எண்ணத் தினால் பதற்றத்திற்குள்ளும் இழந்த இன்பத்திற்குள்ளும் ஊசலாடிக்கொண்டிருந்தேன். வேறு எந்த அறையிலிருந்தும் அந்தக் குளியலறையைப் பார்க்க முடியாது என்பதை மதியத் திற்கு மேல்தான் பார்த்துத் தெரிந்துகொண்டேன்.

குளியலறைக்குள் தண்ணீர், விறைப்பாய் வாளியில் கொட்டிக்கொண்டிருக்கும் சப்தமும் தண்ணீரை மொண்டு ஊற்றிக் குளிக்கும் சன்னமான ஒலிகளும் செயலற்றதாக அமைதிகாக்கும் அந்தக் கணங்களும் அந்த வயதில் எனக்குப் பரவசத்தைக் கொடுத்தன. குளியலறைக் கதவு திறக்கும் சப்தம் கேட்டபோது, சற்றுத் துணிச்சலாகவும் தவறான நோக்கமற்ற தாகவும் என் பார்வையை மாற்றிக்கொண்டு எட்டிப்பார்த்தேன். அவள் புதிய ஆடைகளை அணிந்திருந்தாள். ஈரத் துணிகளை உதறி கொடியில் உலர்த்திவிட்டு, நிமிர்ந்து மீண்டும் ஆகாயத்தைப் பார்த்துவிட்டு உள்ளே சென்றாள். நாம் பார்ப்பது போல் தட்டையாகவோ ரசிப்பிற்காகவோ நேரத்தைக் கணக்கிடவோ அதை அவள் பார்க்கவில்லை என்று எனக்குப் பிற்பாடுதான்

யூகிக்க முடிந்தது. அவள் யாரையோ எதிர்பார்த்துக் கொண்டிருந்தாள்.

சரியாகப் பன்னிரெண்டு மணிக்கு நான் எழுந்து முதலாளி வீட்டை நோக்கி நடக்கத் தொடங்கினேன். பக்ரித்தைத் தொடர்ந்து மூன்று நாட்கள் ரெஸ்டாரெண்ட் விடுமுறை விடப்பட்டிருந்தது எனது துரதிருஷ்டம்தான். திரும்பியபோது கீழ்த் தளத்து வரவேற்புக்கான ஹாலில் அன்றைய தினசரி களைப் புரட்டிவிட்டு மாடிக்குச் சென்றேன். நீங்கள் அப்போது அறைகளின் சாவிகளுக்கான புதிய ஸ்டாண்டினைப் பொருத்துவது பற்றி ஆசாரியிடம் பேசிக்கொண்டிருந்தீர்கள். அப்போது நானும் கூட அந்தப் பெண்ணைப் பற்றி எதையும் யாரிடமும் விசாரிக்க முடியாத ஒரு சாதாரண புதிய வேலைக்காரன்தான்.

சாயங்காலம் நடராஜர் கோவிலிலும் இரவு புளூ டைமண்ட் தியேட்டரில் ஒரு திரைப்படமுமாகப் பொழுதின் முக்கிய நேரங்களைக் கழித்தேன். மறுநாள் காலை குளியலறைக் கதவு திறக்கப்படும் சப்தமும் வாளியில் விரைப்பாய் நீர் கொட்டும் சப்தமும்தான் என்னைத் தூக்கத்திலிருந்து எழுப்பின. பழக்கப்பட்டவனைப் போல் சட்டெனப் போர்வையை உதறி ஒழுக்க உணர்வைப் புறக்கணித்து, துடுக்குத்தனத்துடன் சன்னலில் எட்டிப்பார்த்தேன். நான் அதுவரை என் வாழ்நாளில் எதையும் ஞாபகம் வைத்துக்கொள்ள முடியாதபடியும் ஒரு பைத்தியத்தைப் போலும் தன்நிலை மறந்தும் நிற்கத் தொடங்கினேன்.

அவள் குளியலறைக் கதவைச் சற்று அகலமாகத் திறந்து வைத்து யாருமற்ற காட்டில் சுதந்திரமான குளியலை அனுபவிப் பவளைப் போல் ஆடைகளை நிதானமாக அவிழ்த்து கதவில் போட்டுக்கொண்டிருந்தாள். நீங்கள் இன்னும் கூட நம்பு கிறீர்களா என்று தெரியவில்லை! ஆனால் என் கண்களை நானே எப்படிச் சந்தேகிக்க முடியும்? கொண்டையாக முடியப் பட்டிருந்த அவளுடைய அடர்ந்த கூந்தலைச் சிறு நளினமான அலட்சியத்துடன் அவிழ்த்துவிட்டாள். அது சிறிய பாறை மீதிருந்து முதன் முறையாய்க் குதிக்கும் கறுப்பு நீர் வீழ்ச்சி யைப் போல் கீழே நழுவிச் சென்றது. சில வினாடிகள்தான். ஆனால் அது கணக்கிட முடியாத ஒரு சூன்யமான காலத் திற்குள் நீண்டுகொண்டிருந்தது. உயிர்த்துடிப்புள்ள ஒரு ஜீவனைப் போல் குதிகாலைத் தொட்டு அசைந்து கொண் டிருந்த கூந்தலால் அவளின் பின்புற உடலே கறுப்புத் திரையால்

மறைக்கப்பட்டது போல் இருந்தது. அவள் முகம் காட்டு ரோஜாவைப் போல் மாசற்றிருந்தது. இளம் வெயிலில் தங்கத்தைப் போல் ஒளி பெற்றிருந்த மிருதுவான அவளின் மார்புகள் மீது சின்னஞ்சிறிய பட்டாம்பூச்சிகள் எங்கிருந்து தோன்றி மறைகின்றன என்று கண்டுபிடிக்க முடியாதபடி பறந்தமர்ந்துகொண்டிருந்தன. பட்டாம்பூச்சிகளின் சிறகு களின் வழியே ஊடுருவும் காலை ஒளி எண்ணிவிட முடியாத வண்ணங்களில் அவள் மார்புகளை ஒளிவீசச் செய்துகொண் டிருந்தன. கீழ் ஒடுங்கிச் சரிந்த அவளின் வயிற்றுப் பகுதியின் கீழே கால்களின் பிளவின் மேலே தேனீக் கூட்டைப் போல் மயிரடர்ந்த யோனியில் இளம்பச்சை ஒளிவீசும் மின்மினிப் பூச்சிகள் மெல்லப் பறந்தமர்ந்தபடி இருந்தன. உண்மையில் அது ஒரு மயக்கமூட்டும் கனவைப் போல் முழுமையாக யதார்த்தத்திலிருந்து துண்டிக்கப்பட்டிருந்தது.

நான் இப்படி ஒரு பெண்ணை எந்த ஒரு கதையிலும் கேட்டதில்லை. ஏன், எனக்கு அப்படி ஒரு கனவோ கற்பனைகூட வந்ததில்லை. ஒரு இளம் பெண்ணின் முழுமையைத் தருவிக்கும் புதுமையும் வினோதமும் கொண்டிருந்த அக்காட்சி – அத்தகைய நிர்வாணம் – காமத்தைத் தோற்றுவிப்பதற்குப் பதில் எனக்கு நடுக்கத்தையும் பயத்தையும் தோற்றுவித்தது. அவள் எந்தப் பயமும் பாதுகாப்பு உணர்ச்சியுமற்று தரைமேல் பரவிய கேசத்தைப் பின்தள்ளி மண்டியிட்டு நிதானமாகக் குளிக்க ஆரம்பித்திருந்தாள். தண்ணீர் அவள் உடலில் தாமரை இலைமேல் உருண்டோடுவதுபோல் தழுவியோடிக்கொண் டிருந்தது. பட்டாம்பூச்சிகளும் மின்மினிப் பூச்சிகளும் அவளுடன் சேர்ந்து விளையாடிக் குளிப்பதுபோல பறந்தமர்ந்து கொண்டிருந்தன.

இச்சமயத்தில் அவர் ஒரு மிடறு மதுவருந்தி கடந்த காலத்தில் தோய்ந்து போயிருந்தார். பின்பு அவர் மதுவை தண்ணீர் ஊற்றிக் கொஞ்சம் கலந்துகொண்டார். அவர் இதை நம்பவில்லையெனில் இது அப்போதே முடிந்துவிட்டிருக்கும். நான் அவர் நம்பிக்கைக்காக உறுதிப்படுத்தும் சான்று ஒன்றைச் சொன்னேன்: 'பழங்காலச் சிற்பங்களில் நாம் காணும் ஆண் மற்றும் பெண்ணுடலின் முழுமையை நடைமுறையில் இப்போது பார்க்க முடியவில்லை. அந்த விதைகள் காலத்தில் அழிந்து விட்டன. அல்லது அவை அபூர்வமாக இடம் மாறியிருக்கலாம்.' என்றேன். புதியதான ஒன்றைக் காண்பதுபோல் என் கண்களை அவர் பார்த்தார்.

முதல் தனிமை 23

என்னுடைய அதுவரைக்குமான வாழ்க்கையை இது பிற்பாடு சுக்கலாக்கிவிட்டிருந்தது நீங்கள் அறிந்ததுதான். நான் பார்த்தது குறித்து எனக்கு எழும்பிய சந்தேகத்தை யாருடனும் நிவர்த்தி செய்துகொள்ள முடியாதபடி அது மிகுந்த தனித்துவம் பெற்றிருந்தது. வெளியில் எழுந்து செல்ல பயந்தேன். திறக்கப் படாத அக்கதவின் பின்னே அனுமதியின்றி நுழைந்திருக்கும் அப்பெண் ஒரு தேவதையாக இருந்திருக்கலாம் என்று எனது முப்பதாவது வயதில் யூகித்தேன். ஏனென்றால் என் பாட்டி அடிக்கடி சிறுவயதில் சொன்னக் கதைகளில் சபிக்கப்பட்ட தேவதைகள் தரையிறங்கி வந்து வாழ வேண்டிய தண்டனைக் காலம் முடிந்த பின்பு சென்றுவிடுவதாகச் சொல்லியிருந்தாள். அது உண்மையற்றதாகவும் இருக்கலாம். ஆனால் காட்சியின் உண்மையை எப்படிப் புறக்கணிப்பது. உண்மையில் அப்படி நினைத்த பிறகு நான் அடைந்த விடுதலை உணர்வுக்கு எல்லை யில்லை. பின்னாளில் நான் என் வாழ்க்கையில், கதைகளில் கேட்டிருந்த ஒரு தேவதையை நேரில் பார்த்துவிட்டதாகவே நினைத்துப் பெருமிதம் அடைந்தேன்.

வான வெளியும் நானும் அவளும் தவிர்த்து அவளின் குளியலை யாரும் பார்த்திருக்கவில்லை. உலகிலேயே உள்ள ஒரே ஒரு அற்புதப்பெண் இவளாகத்தான் இருக்க முடியும் என்றெண்ணி அந்தச் சமயம் இனம்புரியாத நடுக்கத்துடன் அவள் மேல் எல்லையற்ற விருப்பம் கொண்டேன்; அந்நினைவு ஒரு கணம்தான். ஆனால் மாயங்கள் நிறைந்த அவ்வுடலின் முன் நான் கற்பனையிலேயே சுருங்கிப்போனேன். பிறகு அந்தக் காதலுணர்வு மறக்கடிக்கப்பட்டிருந்தது.

அவள் குளித்தபடியே திறந்திருக்கும் எனது சன்னல் பக்கம் பார்க்காமல் அதற்கும் சற்றுத் தள்ளி ஆகாயத்தை நிமிர்ந்து பார்த்தாள். காலத்தின் ஆழத்தில் நிறைவுகொள்ளாத பயணத்தினூடாகத் தெரியும் அவள் கண்கள் மருண்ட மானைப் போலக் கலங்கியிருந்தன. காத்திருப்பின் காலத்தைத் தாண்டிய பரிதாபம் என்று இப்போது சொல்கிறேன். அப்பழுக்கற்ற ஒரு குழந்தையைப் போலிருந்த அப்பார்வை என்னை அலைக் கழித்தது. இப்போதைய நிதானம் எதுவும் அப்போது இருக்க வில்லை. நான் தலையை உள்ளிழுத்துக் கொண்டேன். நிச்சயம் பார்த்திருக்க வேண்டும். எனக்குப் படபடப்பு ஓங்கியிருந்தது. என்னுடைய நம்பமுடியாமை என்னை மீண்டும் எட்டிப் பார்க்க வைத்தது. அவள் நிதானமாகக் குளித்துக்கொண் டிருந்தாள். எனது பயம் ரகசிய சொற்களால் விலக்கிக் கொள்ளப்பட்ட அந்தக் கணமே தன்னிச்சையாக அது நடந்தது.

என் உடலில் எதுவோ நுழைந்து என்னை ஆக்கிரமிப்பது போல் கிட்டத்தட்ட நான் ஒரு குழந்தையைப் போலும், முழு ஆண்மகன் போலும், நிதானம் தவறும் குடிகாரன் போலும், உடல்நிலை சரியில்லாத வயதானவனைப் போலும் தாங்க முடியாத வலியுடன் மனதளவில் நிமிடங்களின் வேறுபாடு களில் மாறிக்கொண்டிருந்தேன். எனக்குப் பழக்கமில்லாத சில சொற்களை நான் அந்த வலியால் உச்சரித்தேன்.

நிகழ்தலில் ஏற்படும் மாற்றங்கள் நிலைபெற்றுவிடாத வண்ணம் நான் அக்காட்சியை ஏன் பார்த்தேன் எனும்படி உள்ளுக்குள் போராடிக்கொண்டிருந்தேன். ஒரு தலைச்சுற்றலைப் போல என்னை அது ஆக்கிரமித்தது. வாந்தியின் உணர்வு மேலோங்கி உப்புச் சுவையுடன் வாயில் உமிழ்நீர் சுரந்தது. முதன்முதலாக அப்போது அந்தப் பயங்கரம் நிரம்பிய எண்ணம் தோன்றியது. சாவை விரும்பி அருந்துவதுபோல, நிறைவேறவே முடியாத கனவைப் போலிருந்த அந்தக் காட்சியால் அவளை நினைத்து நான் உடனடியாக மாடியிலிருந்து விழுந்து தற்கொலை செய்துகொள்ள வேண்டுமென்று நினைத்தேன். திகில் நிரம்பிய அப்புதிரை அவிழ்க்க முடியாத போராட்டத்தின் முடிவு, விதியின்படி அதுவாகவே இருக்கலாம். ஆனால் என் அம்மா செய்திருந்த நல்லவை என்னைக் காப்பாற்றிவிட்டிருந்தன. அச்சமயத்தில் நான் மயக்கம் போன்ற தூக்கத்திலிருந்தேனா அல்லது அப்படியே அமர்ந்திருந்தேனா என்று என்னால் இப்போதுகூட சரியாகச் சொல்ல முடியவில்லை. வேறுலகத்திற்கு இடமாற்றம் செய்யப்பட்டதுபோல், நமது சிறு நகரத்தில் கேட்க முடியாத சில ஒலிகளைக் கேட்டேன். மகிழ்ச்சியை வெளிப்படுத்தும் பறவைகளின் கூட்டொலிகளும் பெண்களின் கூட்டுச்சிரிப்பும் ஒலித்தன. இவையனைத்தும் சில வினாடிகள் தான். தரை இறக்கப்பட்டதுபோல் நகர சாலையில் செல்லும் வாகன இரைச்சல்களைக் கேட்டேன். சிறிது நேரத்திற்குப் பிறகு என்னால் பழையபடி நடக்க முடிகிறதாவெனப் பரிசோதித்தபடியே படிக்கட்டில் இறங்கிச்சென்றேன். மனம் தடை உணர்ச்சிகளாலும் அறிந்துகொள்ள முடியாத களைப் பிலும் மூழ்கியிருந்தது. கீழ்த் தளத்தில் கார்கள் நிறுத்துமிடத்தின் பின்னால் தொடங்கும் அந்தக் கம்பிக்கேட்டைப் பார்த்தேன். சிறிது எதிர்பார்க்கப்பட்ட அதிர்ச்சியால் நான் மனம் குழம்பிப் போனேன். அந்த கேட் பூட்டப்பட்டிருந்தது. கீழ்தளத்துப் பணியாளர்கள் எதையும் அறியாது பணிபுரிந்துகொண் டிருந்தார்கள். உங்களை அப்போது அங்கே காணவில்லை. என்னைப் பிற்பாடு உங்களைப் போன்ற பிறரிடம் நிரூபிக்கும் சூழலை அந்நேரத்தில் உணராமலே ஆனால் அதற்காகவும்

குருட்டாம் போக்கான ஒரு துணிச்சலில் நான் சாவியை எடுத்துக்கொண்டு அந்தக் கேட்டைத் திறந்து நடந்தேன். அதை நான் செய்திருக்கக் கூடாது. அபாயகரமான மனிதர்கள் பதுங்கியிருக்கும் பகுதிக்குச் செல்லும் பயத்துடன் தயக்கமாக குளியலறைப் பக்கம் சென்றேன். அச்சம் கலந்த ஏதோ ஒரு வசீகரம் என்னைப் பிடித்து இழுத்துக்கொண்டிருந்தது. ஈரம் பதிந்த பாதங்களின் அடையாளங்கள், கிட்டத்தட்ட காய்ந்து முடிந்த தன்மையில் மூடியிருக்கும் தோட்டத்துக் கதவின் படிக்கட்டில் சென்று முடிந்திருந்தன. அதிசயத்தைத் தாங்கும் மனோதிடம் இல்லாமல் பேதலிப்பான மனநிலையில் அதை அப்படியே பார்த்துக்கொண்டிருந்தேன். பாசிமுத்தான் ஓடையில் கலக்கும் காய்கறி மார்க்கட்டின் அழுகலும் வெளிச் சாக்கடைகளும் நிரம்பிய பின்பகுதிக்கு எதிராக, அப்போதுதான் பிளக்கப்பட்டது போன்ற கனிந்த பழத்தின் போதையூட்டும் வாசனை அங்கே நிரம்பியிருந்தது. அது அவளின் நடவடிக்கை களுக்காக இயற்கை தரும் நறுமணமாகவும் இருக்கலாம். சுய உணர்ச்சி வந்த சிறு நிதானத்திற்குப் பிறகு குளியலறைக் கதவைத் திறந்தேன். இன்னவகையான பூவின் மணம் என்று அறிய முடியாத வாசனை என்னை மூர்க்கமாகத் தாக்கியது. பின்பு அது பழத்தின் வாசனை அல்ல குளியலறையிலிருந்து பரவி வந்த வாசனைதான் என்று உணர்ந்தேன். காணக்கூடாத ரகசியங்களைக் கண்ட மனிதன் அகப்பட்டுக்கொள்ளும் சூன்யத்தால் பீடிக்கப்பட்டு அங்கேயே நின்றுகொண்டிருந்தேன். நீராடப்பட்டத் தண்ணீரின் ஈரம் குளியலறையில் உருவம் பிறழித் தெரியும் அளவுக்குக் காயாமல் இருந்தது. எனக்கு வாழ்க்கையின் யதார்த்தத்தின் மீதான நம்பிக்கை நழுவிக் கொண்டிருந்தது. நான் தற்காலிகமாகப் பேசும் சக்தியை இழந்திருந்தேன்.

சாவியைத் திரும்பவும் வைப்பதற்கு வந்தபோதுதான் உங்களைத் தேடினேன். நீங்கள் வெளியே சென்றிருப்பதாகவும் மதியத்திற்கு மேல் வருவீர்கள் என்றும் சொன்னார்கள்.

‘ஆமாம். நீ சொன்னவுடன் எனக்கு யாரோ தவறாக ஓட்டலின் பின்பகுதியை உபயோகப்படுத்துகிறார்கள் என்று நினைத்துதான் சாவி எடுத்துக்கொண்டு வந்தேன். நான் துருவித் துருவிக் கேட்டும் நீ, காலையில் யாரோ ஒரு பெண் குளித்து விட்டுச் சென்றதைப் பார்த்தேன் என்று மட்டும்தான் சொன்னாய்.’

‘ஆமாம் மற்றவைகளை மறைத்தேன். என்னை நீங்கள் பைத்தியமாகக் கருதிவிடுவார்கள் என்ற பயத்தால்தான். நீங்கள்

சாவியை எடுத்துக்கொண்டு பின் பக்கம் வந்து என்னைப் போலவே ஆராய்ந்தீர்கள். என்னைச் சற்று வினோதமாகப் பார்த்தீர்கள். சிரித்துவிட்டு கனவுகண்டாயா? என்று அலட்சிய மாகக் கேட்டுவிட்டு அன்று முழுதும் அதற்குப் பின்னும் பணியாளர்களிடமெல்லாம் அன்று அதை ஒரு பேயைப் பார்த்தச் சிரிப்புக் கதையாக மாற்றிவிட்டீர்கள். உடனிருந்த பணியாளர்களும் நான் பார்த்திருப்பேன் என்று விளையாட்டு யூகம் சொல்லி சிரித்தார்கள். நாம் பார்க்கும் வரை எல்லாமே பொய் தானே ஹஸீன் பாய்!'

சிவகங்கை குளம் மட்டும்தான் அப்போது எனக்கு ஆசுவாசத்தைத் தரக்கூடியதாய் இருந்தது. உடலெங்கும் வெப்பம் தணிய முங்கி அமிழ்ந்து குளித்தேன். நான் மட்டுமே உணரும் பீதியுடன் ஒரு பக்கத்திலிருந்து அடுத்தப் பக்கத்திற்கு நீந்திக் கடந்தேன். அப்படிக் கடப்பதற்கு உடலில் ஆரோக்கியமும் தன்னம்பிக்கையும் சாவைப் பற்றிய துணிச்சலும் வேண்டு மென்பது அப்படி நீந்திக் கடக்க முயற்சித்தவர்களுக்குத் தெரியும். நீச்சலின் களைப்பும் தனிமையும் என்னை நீருக்குள் ஆழ்ந்து போகவைத்தன. அறைக்குச் செல்லப் பயந்ததால் பொழுது சாயும் வரை நான் மீண்டும் நீரில் ஊறிக் கிடந்தேன். நீங்களே நினைத்துப் பாருங்கள்; பதினேழு வயது; அது ஒன்றும் எல்லா வற்றையும் எதிர்கொள்ளும் அத்தனை முதிர்ச்சியான வயது இல்லை.

நகர விளக்குகள் ஒளிரத் தொடங்கியபோது நான் ஒரு பயந்து நடுங்கும் நிழலைப் போல் லாட்ஜுக்கு வந்தேன். படிக்கட்டுகள் நீளமாகவும் அகலமாகவும் தோன்றின. என் நடை சப்தம் எனக்கே சற்றுத் தேவையற்றதாகவும் பிறருடைய தாகவும் கேட்டது. எனக்கு முன்னால் படிக்கட்டுகள் முடிவடையாமல் இருந்தன. பின்னால் திரும்பிப்பார்த்தேன். எனது நிழல்தான். என்னால் இருப்பு கொள்ள முடியவில்லை. அறைக்கதவைத் திறந்து குளியலறையை எட்டிப்பார்த்தேன். சாகா வரம் பெற்ற அக்காட்சியை இனி எப்போதும் கொன்று விட முடியாது என்று அப்போது எனக்குத் தெரியவில்லை. முதன்முதலாய் திகில் நிரம்பிய தாபத்தினாலும் ஆர்வத்தினா லும் தூக்கமிழப்பது பற்றி நேரடி அனுபவம் பெற்றுக்கொண் டிருந்தேன். நள்ளிரவில் ஒரு முறை எழுந்து மீண்டும் அக்குளியலறையைச் சன்னலில் நின்று பார்த்தபோது அது மிகச் சாதாரணத்தால் காம்பவுண்டின் புற விளக்குகளால் தட்டையாகச் சூழப்பட்டிருந்தது. நான் நட்சத்திரங்களைப் பார்த்தபடி சன்னல் கம்பிகளைப் பிடித்துக்கொண்டு அபத்தமாக

நின்றுகொண்டிருந்தேன். தோன்றும் சில கணங்களிலேயே அழியும் ஆயுளோடு அது ஏதேதோ சில நினைவுகளை தோற்று வித்துக்கொண்டிருந்தது. விடியற்காலையின் இளந்தென்றலின் சுகத்திலும் விடிய விடிய கண்விழித்ததன் களைப்பிலும் தூங்கினேன்.

எனக்கு அடுத்த நாள் என்பது தோன்றாமல் அந்த நாளே நிலைபெற்று நின்றுவிட்டிருந்தது. நேற்றையும் அதற்கு முதல்நாளையும் குழப்பிக்கொண்டேன். அது காலத்தின் தொலைவில் எங்கோ யாருக்கோ நிகழ்ந்ததுபோல் இருந்தது. அப்படித் தோன்றுவது ஒரு வகையில் நல்லது. நாம் பலவற்றி லிருந்து விடுபட முடியும். ஆனால் துரதிஷ்டவசமாக, விருப்ப மான சில நினைவுகள் தரும் பரவசத்தைப் போல் அது எனக்கு மீண்டும் ஞாபகத்திற்கு வந்தது. ரகசியத் திகிலால் திரும்பத் திரும்ப என்னைச் சூழும் அக்கணங்கள் என்னை விவரிக்க முடியாத ஆழத்தில் உறுதி செய்யப்படாத சந்தோஷத் தைப் போல நீங்கிவிடாத மர்மத்தைப் போலத் துளிர்விடுவதும் மறைவதுமாய் இருந்தன. வரவிருக்கும் அவளின் குளியல் நேரத்திற்காக – அவளுக்காக – நான் எழுந்தது முதல் எதுவும் செய்யாது நம்பிக்கையுடனும் தடுமாற்றங்கள் கொண்ட இதயத்துடனும் அதிசயத்தை எதிர்நோக்கிய கலவரத்துடனும் காத்துக்கொண்டிருக்கத் தொடங்கினேன். ஆனால் வெயில் ஏறிய பிறகும்கூட அவள் வருகையற்று குளியலறை மூடிக் கிடந்தது.

நேற்று நான் அதைத் திறந்து பார்த்திருக்கக் கூடாது. அன்று மாலை வரை சாப்பிடாமல் நான் ஏமாற்றத்தின் உச்சத்தில் இருந்தேன். படிக்கட்டில் எண்ணிக்கையற்ற முறை, கீழும் மேலும் நடை. அதைவிட்டு விலகவும் முடியாமல் தொடரவும் முடியாமல் என்னை உன்மத்தம் கவ்விக் கொண்டது. நீங்கள் என்னை என்னவேண்டுமானாலும் நினைத்துக் கொள்ளுங்கள். நான் காதலியைத் தொலைத்தவனைப் போல் அறைக்குள்ளேயே அமர்ந்து கசிந்து அழத்தொடங்கினேன். அந்த அழுகை இப்பிரபஞ்சத்தின் மர்ம வாசலுக்கு எட்டட்டு மென எண்ணிச் செய்யவில்லை. என்னால் அழாமல் இருக்க முடியவில்லை. சிறுபிள்ளைத்தனம். மனம் புழுங்கி இன்ன வார்த்தைகள் என்று தெரியாத வார்த்தைகளை அழுகையி னூடாக உதிர்த்துக்கொண்டிருந்தேன். அவையனைத்தும் அர்த்தமற்ற உச்சரிப்புகளால் நிரப்பப்பட்டிருந்தாலும்கூட அது என் தனிமையின் தனிமையில் எனக்கு நானே சாட்சியாய் இருந்த காதலின் அடையாளம். யாரோ ஒருவனின் ஆத்திரத்தில் சுழலும் இம்மிதக்கும் பாறையில், துர்சகுனங்களாலும் கொஞ்சம்

அழகியலாலும் நிறைய அபத்தங்களாலும் பீடிக்கப்பட்ட கான்கிரீட் கட்டிடத்திற்குள் சிறைவைக்கப்பட்ட ஒரு மனிதனின் நிறைவேறாத காதல். நீங்கள் சொல்லுங்கள், அவளிடமிருந்து காதலுக்கான சமிக்ஞைகளையோ வார்த்தைகளையோ பெறாத நான் அவளை எப்படிக் காதலிக்க முடியும்? அவள் என் முன் தோன்றியதே எனது தண்டனைக்கான தொடக்கக் காலம்தான். நிர்ப்பந்தத்திற்காகப் படைக்கப்பட்ட நான், அப்போது கடவுளால் பழிக்கப்பட்ட ஒரு மனிதனைப் போல் உணர்ந்தேன்.

அவர் சிறிது நேரம் தலை குனிந்து அமர்ந்திருந்தார். வெய்யல் இடம் மாறியிருந்தது. கண்ணாடிக் குவளையில் உதடுகள் படிந்து தடித்துத் தெரிய, தண்ணீர் குடிப்பது போல் மதுவருந்தினார். பின்பு அவர் நிமிர்ந்து என்னைப் பார்த்தார். அலட்சியத்தால் தவிர்த்தவற்றின் முன்பு, மீண்டும் உறவாடுதல் எனும் அனுபந்தத்தில் அவர் சிக்கிக்கொண்டிருந்தார். 'திடசிந்தனை இல்லாவிட்டால் மர்மங்களைப் பார்க்க நேர்பவன் நேர்பவற்றாலேயே பைத்தியமாகிவிடுவான்.' இதை அவருக்குச் சொன்னேன். மேலும் இது பிரபஞ்சத்தின் தவிர்க்க இயலாத காரணங்களால் சில வினாடிகள் திரை விலகும் போது எழும் விளைவில் ஒன்று. அவர் தன் அனுபவத்தாலும் அன்பினாலும் என்னை உள்வாங்கிக்கொள்ளும் மனிதனைப் போல் ஆழமாகப் பார்த்தார்.

எனது வாழ்நாளில் தூக்கமற்ற இரண்டாவது இரவைத் துக்கத்துடன் முதன்முறையாக அனுபவித்தேன். என்னால் எழக்கூட முடியவில்லை. மறுநாளும் நான் விரும்பாத நேற்று பார்த்த அதே காட்சியைப் பார்த்துக்கொண்டிருந்தேன். கீழும் மேலும் எனக்குள் முணுமுணுத்தபடி மீண்டும் சதா படிக்கட்டில் நடை. எனக்கு எந்த ஒரு பயனும் இருக்கவில்லை. அவளைப் பற்றி நான் நினைக்க மட்டுமே முடிந்ததுதான் எனது புத்தி நிரந்தரமாகப் பேதலிக்காமல் என்னை நான் காப்பாற்றிக் கொள்ளச் செய்த ஒரே புத்திசாலித்தனம். இல்லையென்றால் இதை நான் உங்களுக்கு இப்போது சொல்லிக்கொண்டிருக்க முடியாது.

மூன்றாவது நாள் விடுமுறை முடிந்தது. நான் ஒரு இயந்திரத்தைப் போல வேலைக்குச் சென்று வந்தேன். பின்பு அது எனது இளமையின் அந்தரங்கத் துடிப்பின் போதும் சாதாரண எந்தப் பெண்களைக் கண்டபோதும் அது பரிசோதனைக்குட்படும் அபாயகரத்தோடும் பிணைக்கப் பட்டிருந்தது. கால ஓட்டத்தில் அது நான் மட்டுமே கண்ட

ரகசியக் கனவாக ஆகிவிடும் போலிருந்தது. அது உண்மையில் நிகழ்ந்ததா எனும் சந்தேகம் அற்பத்தனமாய்க் கிளம்பியது. ஏனெனில் உண்மையில் அப்படிப்பட்டப் பெண்கள் எப்படி என் கண்களில் தோன்ற முடியும் என்ற தர்க்கம் என் மனசாட்சியைக் கொன்றுவிடும் ஆக்ரோஷத்துடன் எழும்பத் தொடங்கியிருந்தது. அது நடந்திருக்க வாய்ப்புகளே இல்லை. நான் கனவில் கண்டதை உண்மையென நினைவுகூர்கின்றேன். என்னைப் போல ஒரு முட்டாளை, அதிர்ஷ்டமற்றவனை நீங்கள் எங்கும் பார்க்க முடியாது. எனக்கான உலகத்தில் அது எனக்காக மட்டுமே நிகழ்த்தப்பட்டது எனில் ஏன் நிகழ்த்தப்பட்டது? அதை விவரிக்கும்போது நான் இந்த உலகத்தாரால் ஒரு பைத்தியமாகத்தான் அறியப்படுவேன் என்றால் அது ஏன் என் கண்களின் முன்னே நிகழ்கிறது? அது அத்தோடு முடிந்துவிடவில்லை. தீரா வியாதியைப் போல் கொடிய கனவைப் போல் என்னைத் தொடர்ந்து கொண்டிருந்தது.

நீங்கள் எப்போதாவது ஒரு கனவால் தொடர்ந்து துரத்தப்பட்டிருக்கின்றீர்களா? மனித வாழ்க்கையில் இன்னாரென்று அறிந்துகொள்ள முடியாதவர்களால் துரத்தப் படுபவர்கள் சாபம் பெற்றவர்கள்.

நான்காம் நாள் இரவு ரெஸ்டாரெண்டின் கிச்சனைக் கழுவி விட்டு வேலை முடிந்து, நான் மாடியில் எனது பாயில் சுருண்டு படுத்திருந்தேன். நான் எந்தச் சப்தத்தையும் கேட்க வில்லை. ஆனால் என் உள்ளுணர்வில் யாரோ என்னைத் தேடிப் படிக்கட்டில் வருவதை உணர்ந்தேன். சில நிமிடங்களில் என்னை முகர்ந்து பார்க்கும் வெப்பக்காற்று என் முகத்தி லிருந்து தொடங்கி என் உடல்மீது பரவியது. மனிதர்களான நமக்கு விருப்பமான கடவுள் இட்ட சில நன்மைகள் கிடைக்கா மல் போகும்படி நாம் நடந்து கொண்டுவிட்டப் பிறகு அகால வேளைகளில் காலத்தில் முன்னும் பின்னும் நீந்திச்செல்ல முடியாமல் அல்லது விரும்பாமல் காத்திருக்கும் சக்தி நம்மைக் காணவருகிறது. அது நம் யதார்த்தத்தை மீறியது. அவை இது போன்று தனித்து விடப்பட்டதாலேயே நம் வலியறிந்து வரமுடிகிறது. பின்பு என் உடல் மறத்துப் போனதுவரை நினைவிருந்தது. அது ஒரு துர்கனவா நல்ல கனவா என்று என்னால் இப்போதும் சொல்ல முடியவில்லை. ஆனால் அதனால் நான் நோய்வாய்ப் பட்டேன்.

மரங்கள் அடர்ந்த ஒரு காட்டு வெளியில், நிலவின் சோகமான வெளிச்சத்தில், ஒரு நீர் வீழ்ச்சியின் முன்னே

ஏரியைப் போல் தோற்றமளிக்கும் அசையா நீர்ப்பரப்பில், பாதி நீரில் அமிழ்ந்திருந்த பளிங்குப் பாறையில், இடுப்பின் கீழ் மறைந்த உடலுடன் அவள் அமர்ந்து நீராடிக்கொண் டிருந்தாள். நீர் வீழ்ச்சியை அங்குக் காண முடியவில்லை. சப்தத்தாலேயே உணர்ந்தேன். நிசப்தத்தின் முழுமையில் நனைந்த படி இருந்த அந்த இடம், அவள் ஒருத்தியின் அசைவுகளால் உயிர்பெற்றிருந்தது. நீருக்கடியில் அவள் கால்கள் தங்க விக்கிரத்தினைப் போல் கண்ணாடியில் தெரியும் துல்லியத்துடன், புனிதத்தன்மை பெற்றிருந்த உணர்ச்சிகளால் எனக்குள் நிரம்பி யிருந்தது. அவளது பரந்து நீண்ட கூந்தல், முதுகை மறைத்து, அமிழ்ந்திருந்த பளிங்குப் பாறையைத் தாண்டி நீருக்குள் படர்ந் திருந்தது. அவள் குனிந்து அமர்ந்திருந்ததால் மார்புகள் தொடை களால் மறைக்கப்பட்டிருந்தன. அவள் முகம், அவளின் அசைவு களால் உருவாக்கப்படும் மென்மையான அலைகளால், தண்ணீரில் அலையும் முழு நிலவுக்கு அருகில், நிலவைப் போலவே, ஆனால் பசும் பாலால் உருவாக்கப்பட்டது போல் பரிசுத்தமான வெண்மையில் தண்ணீரில் அலைந்துகொண் டிருந்தது. அவள் புருவங்கள் கோதுமை அளவுள்ள இளம் பச்சைத் தளிர் இலைகளால் கொடிபோல் வளர்ந்திருந்தன. உதடுகளும் கண்களும் கருப்பு நிறம் சூழப்பட்டு தன்னிச்சை யான புன்னைகையில் நிரம்பியிருந்தன. அது ஒரு நீராடல் அல்ல. காத்திருப்பு என்பதை அங்கேயும் நான் யூகித்து விட்டிருந்தேன். நான்தான் அந்த முட்டாள் தனமான அந்தத் தவத்தைக் கலைத்தவன். உங்களிடம் நான் விவரிப்பது போலவே எங்கிருந்து முளைத்தேன் என்று தெரியாமல் அதை நான் பார்த்துக்கொண்டிருந்தேன். ஒரு பறவை அதை அவளுக்கு சப்தமெழுப்பிச் சொல்லியிருக்கலாம். என் கால்கள் புதைச் சேற்றில் அழுந்திக்கொண்டிருந்தன. பிறரின் வருகை அறிவிக்கப் பட்டதுபோல் அவள் சுற்றுமுற்றும் பார்த்தாள். பின்பு அவள் எழுந்து பதற்றமாக நடந்து நேரே தழைத்தோங்கியிருந்த செடிகளின் பின்னே சென்றாள். அவள் நுழைவது என்னுடைய அறை போலவும் இருந்தது. புதர் மண்டிய காட்டுவெளியைப் போலும் இருந்தது. ஆனால் அவள் மறையும் அனைத்து இடத்தையும் தேடி நிலவு நகர்ந்து கொண்டிருந்தது. நிலா உட்பட சதியில் இடுபட்டது போலக் காடு பூதாகரமாக வெளிச்சமாகிக்கொண்டு வந்தது. என் அம்மா தீயொளி முன்பு அமர்ந்து அடுப்பெரித்துக் கொண்டிருந்தாள். நான்தான் துரத்தப் பட்டுக் கொண்டிருந்தேன். கத்தி அழ முயற்சிக்கும் என் குரலிலிருந்து ஒரு சொட்டு சப்தம்கூட வெளியெழவில்லை. திடீரென எனக்கு முன்பு அவள் தன் உடலை மறைத்தபடி நீரில் ஓடிக்கொண்டிருந்தாள். விளக்கமுடியாத ஒரு செய்கை

யால் ஏதோ ஒன்றினை நினைவுகூர்வதினூடாகவே அவள் எனக்குள் துக்கத்தைப் பாய்ச்சியிருந்தாள். சூரியனைப் போன்று பிரகாசித்தப் பகுதியில் அவளும் குகையைப் போல் இருட்டியப் பகுதியில் நானும் ஒருவரையொருவர் தேடிக்கொள்ளும் உணர்வுடன் ஓடிக்கொண்டிருந்தோம். இரவுப் பூச்சிகளும் பறவைகளும் தூக்கமிழந்து கத்தத்தொடங்கி அப்பகுதி பயங்கரத்துடன் விழித்துக்கொள்ளத் தொடங்கியது. கண்கூசச் செய்யும் சூரிய வெளிச்சத்தில் ஒரு போலீஸ்காரர் என் வீட்டுக் கதவைத் தட்டிக்கொண்டிருந்தார். அவளின் தனிமை என்னால் அத்தனை வருடங்களுக்குப் பிறகு கெடுக்கப்பட்டது. காடே அதிரும்படியான எதிரொலியுடன் கூடிய கோரமான ஒரு நீண்ட அழுகையொலி. நான் படுக்கையில் பயத்தால் சிறுநீர் கழித்து விட்டிருந்தேன்.

இந்தக் கனவு ஒவ்வொரு முறையும் சிற்சில வேறுபாடு களுடன் கணக்கற்றமுறை என்னால் காணப்பட்டு என்னைத் தொடர்ந்துகொண்டிருந்தது. நீங்கள் கொஞ்சம் யோசித்துப் பாருங்கள். நமக்குச் சந்தோஷப்படவும் துக்கப்படவும் செய்து முடிக்கவும் எத்தனையோ விஷயங்கள் இருக்கின்றன. ஆனால் நீங்கள் கண்களை மூடும்போதெல்லாம் உங்களைக் கிலி பிடிக்க வைக்கும் ஒரு பெண்ணின் அழுகையொலியும் நீர்வீழ்ச்சி சப்தமும் கேட்டுக்கொண்டிருந்தால் என்ன செய்ய முடியும்?

என் காய்சலுக்கு மருத்துவம் பார்த்த மருத்துவரிடம் என் நிஜ வாழ்க்கையை ஒரு கனவு சீரழித்துக் கொண்டிருப் பதாகச் சொன்னேன். உங்களிடம் சொன்ன பிறகு உங்களிடம் சொன்னதைக்கூட யாரிடமும் சொல்லக் கூடாது என்று முடிவுசெய்திருந்தேன். என்னளவில் அது புத்திசாலித்தனம் தான். அவர் என்னை ஆறுதல் படுத்திவிட்டு மன நல மருத்துவருக்குச் சிபாரிசு செய்து அனுப்பினார். எந்த ஆரோக்கியமான மனிதனையும் நோய்வாய்ப்படச் செய்யும் மோசமான கழிப்பறைகளும் இன்னதென்று அறியமுடியாத நோய்க்கூறு கொண்டவர்களும் எப்போதும் பிளீச்சிங் மருந்து வாடை அடிக்கும் அந்த தர்மாஸ்பத்திரியில் என்னை ஐந்து மாதங்கள் தங்கவைத்திருந்தார்கள். இந்த நாட்களின் கணக்கை பின்னால் என் அம்மா சொன்னாள். அவர்கள் தூங்குவதற்கு மாத்திரைக் கொடுத்தார்கள். எனக்குக் கண்களை மூட பயமாக இருந்தது. மிளகு ரசம் சாப்பாட்டை அம்மா பிசைந்து ஊட்டினாள். 'அம்மா, இதெல்லாம் என்ன?' என்று கேட்டேன். அவள் அழுதுகொண்டிருந்தாள். வெள்ளை நிற மெத்தை விரிப்புகளை எடுத்துவிடுமாறு அவளிடம் கேட்டுக்கொண்டேன். அவளது உல்லி உல்லிப் புடவையை விரித்தாள். மழைக்காலத்தில்

நான் போர்த்திக்கொள்ளத் தருவாள். (அம்மாவிடம் பொருட்கள் சேதாரமாகமல் பிறந்த நிலையிலேயே தொடர்ந்து இருக்கும்.) 'அம்மா ஆஸ்பத்திரி ஏன் வெள்ளையாக இருக்கிறது?' அவளுக்குத் தெரிந்ததெல்லாம் கடவுளை நோக்கிய, கள்ளம் கபடமற்ற உண்மையான பிரார்த்தனைகள் பொதிந்த அழுகைதான். நான் அவள் மடியில் பாதுகாப்பை உணர்ந்த அந்தத் தருணத்தில் நிதானமாகத்தான் கேட்டேன்: அம்மா பசும்பால் நிறத்தில் ஏதாவது பெண் முகத்தைப் பார்த்திருக்கின்றாயா? அவள் சொன்னாள்: மனதை எங்காவது தொலைத்துவிடாதே. அம்மா உனக்குத் தெரியாது; என்னை ஒரு கொலைகாரன் தொடர்வது போல் ஒரு கனவுத் துரத்துகிறது; உனக்கு அப்படி ஏதாவது நடந்திருக்கிறதா? டாக்டர், இவன் தூங்குவதில்லை. தூங்கு வதற்கு ஊசி போடுங்கள். என்னைத் தூங்க வைக்காதீர்கள் டாக்டர். நான் கனவின் அதிர்ச்சியிலேயே செத்துப்போய் விடுவேன். அம்மா சிறு வயதில் நீ பாடும் அந்தப் பாடலை கொஞ்சம் பாடேன். நெற்றியில் கை வைத்துச் சொன்னாள்: காய்ச்சல் அதிகம்தான்; கொஞ்சம் தூங்கு; தூங்கினால் எல்லாம் சரியாகிவிடும். அம்மா, தூங்கினால் கனவுகள் வருகிறது. எல்லோருக்கும் வருவதுதான். என் கண்களால் கொஞ்சம் தூங்கிப்பார்; உனக்கு அதன் அபாயம் தெரியும். அம்மா வீட்டுக்குப் போகலாம். எனக்கு வாந்தி வருகிறது. இன்னும் கொஞ்ச நாள்; அப்பா வந்துவிடட்டும். அப்பா எப்போது வருவார்? வந்துவிடுவார். இந்தக் குளுக்கோஸ் பாட்டில் இருநூறு மில்லி வந்ததும் நிறுத்திவிடு. சரி. நீ என்னை ஏமாற்று கிறாய். டாக்டர் ஏன் வெள்ளை ஆடை போட்டிருக்கிறார்? கொஞ்சம் தூங்கு.

சாமந்திப் பூக்களில் மொய்க்கும் பட்டாம் பூச்சிகள் பாவம். அதை நீ கொல்லக் கூடாது. என் கால்களில் சருகுகள் சிக்கிக்கொண்டிருப்பதை அம்மா மண்டியிட்டு எடுத்தாள். அம்மா உனக்குத் தெரியாது. அதெல்லாம் பாசாங்கு செய்கிறது; என் முகம் வெள்ளையாக மாறிக்கொண்டிருக்கிறதா? இல்லை; உன் முகம் உன்னைப் போலவே இருக்கிறது. எனக்கு அப்படி நினைக்க முடியவில்லை. இந்த மாத்திரை மட்டும்தான்; மீதி இன்னும் ஒன்றே ஒன்றுதான். அம்மா நீ பாவம். சோறூட்டுவது போல மாத்திரைகளை ஊட்டுகிறாய். நீ கொஞ்சம் தூங்க வேண்டும். ஏன்? உனக்குத் தெரியாது; நீ பட்டாம் பூச்சிகளைப் பிடிக்க எழுந்து ஓடிவிடுகிறாய். எப்போது? எப்போதும்தான்.

அம்மா அடிக்கடி என்னை வயலில் சிறுவர்களுடன் தேடிப்பிடித்தாள். என் ஆடைகளைத் துவைக்கும் போது மேல் சொக்காய்களில் இறந்துபோன பட்டாம்பூச்சிகளை

முதல் தனிமை 33

எடுத்துக்காட்டினாள். ஒரு இரவு எங்கள் வீட்டு வேப்பமரத்தில் மின்மினிப் பூச்சிகள் குழுமி இருந்தன. எனக்கு நன்றாக நினைவிருக்கிறது. நான் அதைப் பார்த்துவிட்டு அது என்னைப் பயமுறுத்துவதாகச் சொல்லி அழுதேன். அவை ஒன்றுமில்லை; வெறும் மின்மினிப் பூச்சிகள். அவைற்றைத் துரத்து. அவள் மின்மினிப் பூச்சிகளைக் கூப்பிட்டாள். தாழப் பறந்து வந்த மின்மினிப் பூச்சிகளைப் பிடித்து என் சொக்காய்களில் போட்டாள். அம்மாவின் அரவணைப்பில் படுத்தபடி அவற்றுடன் நான் விழித்திருந்தேன். அது ஒரு மோசமான இரவு. என்னிடம் தயவு கேட்டுக்கொண்டிருந்த மின்மினிப் பூச்சிகள் என் சொக்காயிலிருந்து நழுவி வெளியேறின. மூர்க்கமான இருட்டில் அவை சந்தோஷமாக ஒளிர்ந்து கொண்டு பறந்தன. என் கால்களில் எதுஎதுவோ இடறின. அழைத்துச் செல்வதுபோல் வாசலைத் தாண்டி தெருவினுள் நுழைந்தன. கைக்கு எட்டும் தூரத்தில் பட்டாம்பூச்சிகளைப் போலவே பாசாங்கு செய்தன. கூரைகளில் அமர்ந்து திருப்தியற்ற அவை மீண்டும் வேப்பமரத்திற்கே பறந்துசென்றன. அங்கே முன்னிரவில் குழுமியிருந்த எவற்றையும் காணமுடியவில்லை. அனேகமாக அது வயலில் உள்ள வேப்பமரங்களுக்கு இடம் மாறியிருக்கலாம். அம்மாவும் சிலரும் லாந்தர் விளக்கொளியில் என்னைத் தேடிக் குரல் எழுப்பிக்கொண்டு வயலுக்கு வந்தார்கள். அம்மா சொன்னாள்: பகலில்கூடக் கிணற்றுப் பக்கம் போகக் கூடாது.

முடிவில் என் விழிப்பைக் கொன்றுவிடுவது மூலமாகவே என்னைக் காப்பாற்றமுடியுமென்று அவர்கள் நம்பினார்கள். பின்பு அவர்கள் கடுமையான செயற்கை மருந்துகளால், பொழுதுகளைத் தூக்கத்தாலேயே ஒழித்துக்கட்டிவிடும் மூர்க்கத்தில் என்னைத் தூங்கவைத்தார்கள். அவை, அதிகப் பிரகாசத்தாலும் அடைமழை உணர்வாலும் கடுமையான இருட்டாலும் போர்த்தப்பட்ட நாட்கள். அது முடிவற்ற அசதியை எனக்குள் வளர்த்துக்கொண்டிருந்தது. அம்மாவின் வாசனையும் அவளின் மென்மையான நடமாட்டங்களும் மட்டுமே என்னை அரவணைத்திருந்தன. மீண்டும் கருப்பையில் வைத்திருப்பதுபோல் அவளால் என்னைப் பாதுகாக்க முடிந் திருக்காவிட்டால் என்னைப் பீடித்தக் கனவாலேயே நான் இறந்திருப்பேன். அம்மாவின் குரல் எனக்குத் தூக்கத்தில் கேட்டது. நான் அவளிடம் திரும்பி வரவேண்டுமென்று சொல்லிக்கொண்டிருந்தாள்.

அந்நாட்களில் அம்மாவின் நிழலில் மணற்காற்று வீசி அலையும் பாலைவனங்களைக் கடந்துகொண்டிருந்தேன்.

எனக்கு நிழல் தருவதற்காகவே அவள் வெய்யலை எதிர் கொண்டாள். சில சமயம் எழுத்தை எழுத முடியாத ஆழமான நதியில் அம்மா என் விரல்களைப் பிடித்து மொழியின் அரிச்சுவடி சொல்லிக் கொடுத்தாள். நான் திரும்பி வருவது குறித்து அவளுக்கு இருந்த நம்பிக்கைகளில் முக்கியமானது அது. இலையுதிர் காலங்களைச் சொன்னாள். சூரியன் காய்வதைச் சொன்னாள். கனவில் தொடர்ந்த இளம்பெண்ணின் சாபமிக்க அழுகை யொலியை குழந்தையாய் இருந்தபோது பாடிய எனக்குப் பிடித்த பழைய தாலாட்டுப் பாடலாக அவளால் மாற்ற முடிந்தது. பயப்பிடாதே அழுகையும் ஒரு துக்கமான பாடல் தான் என்றாள். தனி ஒரு பெண்ணாகத் துடுப்பற்றப் படகை நகர்த்த அவள் எடுத்துக்கொண்ட பிரயத்தனம் மிகவும் சிரமமானது. அம்மா 'அவளி'டம் தன்னந்தனியளாக எனக்காகப் பேசி அழுதிருப்பாள். அவள் பிரார்த்தனையை இவ்வாறு என்னிடம் பிற்பாடு சொன்னாள்: நானும் ஒரு பெண்தானே! எனக்கொரு மகனை நீ உயிரோடு விட்டுக் கொடுக்கக் கூடாதா! இதயப் பூர்வமான சொற்களுக்கு எப்போதுமே உயிரிருக்கும். நிறைவுபெற்ற சுப வார்த்தைகளைப் போல் ஒரு நாள் அம்மா என்னிடம் புன்னகைத்து அமர்ந்து என்னைக் கண்ணாடியில் காட்டினாள். அது என் வீடுதான். ஆனால் நான் மிக மோசமாக எலும்புருக்கி நோய் கொண்ட மனிதனைப் போல் இளைத்திருந்தேன். கண்கள் கருவளையங் களிட்டு சதைகள் ஒட்டிப்போய். அம்மா சொன்னாள்: நல்லவேளை; நீ திரும்பக் கிடைத்தாய்.

கால வரிசைக் கிரமப்படி எனக்கு இருபத்து மூன்று வயதில் கரீம்பாய் திருமணம் செய்துவைத்தார். அவள் ஒரு முஸ்லீம் பெண். எனக்கென்று உரிமை கோரப்பட்ட அவளிடம் நான் என் படகைத் தேடினேன். அவளின் முழு நிர்வாணம் மர்மங்களற்றது; தூய்மையானது; பகட்டற்றது. அவளுக்குள்ளே இன்னொரு நபர் உறங்கும்படி வசதி செய்த கடவுளுக்கு நான் நன்றிக்கடன் பட்டிருக்கின்றேன். அவள் என் தகுதிக்கு மீறிய அழகுடன் இருந்தாள். இயற்கையானது பட்டாம்பூச்சிகள் சிறகடித்து மொய்க்கும் மார்புகள்தான். மானுடர்களின் உறுப்புகள் எத்தனை நேர்த்தியாக இருந்தாலும் அவை மிகச் செயற்கையானவை என்றேன். அவள் வெட்கத்தாலும் வினோதம் நிரம்பிய இவ்வார்த்தைகளாலும் வெகு நேரம் வாய்விட்டுச் சிரித்தாள். அவளுக்கு யாரோ சொல்லியிருக்க வேண்டும். அன்றிரவு சிறு குழந்தைக்குப் பால் புகட்டுவது போல் அவள் மார்புகளை என் உதடுகளைத் திறந்து பொருத் தினாள். எங்களின் தனிமையான பயணத்திற்காக அம்மாவின்

முதல் தனிமை

ஆசி பெற்றத் துடுப்புகளை அவள் கரங்களிலிருந்து வாங்கிக் கொண்டாள். என் ஆன்மா இடமாற்றம் செய்யப் பெற்றப் பாதுகாப்பில் உறங்கத் தொடங்கியது. பின்பு சேலையால் முகத்தை மூடி என்னைப் பார்த்துச் சிரித்தாள். 'கனவில் பார்த்தாயா!?' என்று கேட்டாள்.

'இல்லை'

'கதைகளில் படித்தாயா?'

'இல்லை'

'பின் எதை வைத்துக் கேட்கிறாய்?'

நான் பார்த்தேன்!

கல்குதிரை, பனிக்காலங்களின் இதழ், ஜனவரி 2010

பூதக்கண்ணாடி

பதினான்கு ஆண்டுகளுக்கு முன்பு, எங்கள் ஊரில் நடந்து முடிந்திருந்த அந்த சம்பவங்களைப் பற்றி பரிசுத்தமான முழுமையுடன் சொல்ல முடியாது என்றாலும் அவற்றைப் பற்றிய குறைந்த பட்ச விவரிப்புகள் கூட அதன் தீவிரத்தை உங்களுக்கு உணர்த்திவிடும் என்பதாலும் அதிர்ஷ்டவசமற்றதாக இச்சம்பவங்களின் சாட்சிகளில் ஒருவனாய் நானும் இருப்பதாலும் இவற்றை உங்களுக்கு சொல்கிறேன்.

இளவழகனுக்கு நான்காவது வயது நடந்து கொண்டிருந்த ஒரு நாளில் அவன் அம்மா மனபிறழ்வுற்ற வேசியாக பாண்டிச்சேரி பேருந்து நிலையத்தில் அவனைக் கையில் பிடித்துக்கொண்டு பொது இடமென்ற எண்ணமற்று பேருந்து நிலையத்திலிருந்தவர்கள் சிலரை மாராப்பை விலக்கி பகிரங்கமாக விபச்சாரத்திற்கு அழைத்துக் கொண்டிருந்தாள். அப்போது இளவழகன் அழுக்கடைந்த, பொத்தான் மாற்றிப் பூட்டப்பட்ட மேல் சட்டையுடன் அழுதுகொண்டே கையில் ஒரு கொய்யாப்பழத்தைப் பிடித்தவாறு அவளை வீட்டுக்கு கூப்பிட்டுக்கொண்டிருந்தான். பேருந்து ஓட்டுநர்களும் நடத்துநர்களும் தகாத இடத்தில் சிறுநீர் கழிக்கும் நாயை விரட்டுவது போல் அவளை விரட்டினார்கள். குடி மலிந்த அந்நகரத்தில் அவள் வெட்கப்பட்டுப் போவது போல் சாடை காட்டினாளே ஒழிய வளைய வளைய வரும் வீட்டுப் பூனையைப் போல் அங்கேதான் சுற்றிக் கொண்டிருந்தாள்.

அன்று மதியம் அங்கிருக்கும் காவலர்களிடம் அவள் ஒப்படைக்கப்பட்டப் பிறகு அவன் அம்மாவின் சகோதரியான வத்சலாவும் அவள் கணவன் தங்கப்பனும் வந்து அவர்களை எங்கள் ஊருக்கு அழைத்து வந்தார்கள். இடைப்பட்ட அந்தப் பகல் நேரத்தில் – காவல் நிலையத்தில் இளவழகனின் தாயின் அழைப்பிலும் அழையாத நேரத்திலும் போலிஸ்காரர்கள் அவனுக்கு பிஸ்கட்டும் டீயும் வாங்கிக்கொடுத்து உடலுறவு கொண்டார்கள். இளவழகன் அறியாமை கலந்த பயத்துடன் அழுது வடிந்து அழுக்கேறிப்போன கன்னங்களுடன் அந்தக் காவல்நிலையத்தில் கொய்யாப்பழத்தையும் பிஸ்கட்டுகளையும் கையில் வைத்திருந்தபடி மர பெஞ்சில் உட்கார்ந்திருந்தான். இதை எனக்கு வத்சலா எங்கள் வீட்டில் அந்தக் காலை நேரத்தில் மனம் புழுங்கிய வேதனையுடன் சொன்னாள்.

எங்கள் கிராமமான 'பூதங்குடி' சிதம்பரத்தின் மேற்கே இருபது கிலோமீட்டர் தொலைவில், வீராணம் ஏரியின் சென்னைக்கு நீரேற்றும் முகப்பின் முன்னும்; புகழ்பெற்ற நாச்சியார் சன்னதியின் பின்னும்; கூச்ச சுபாவம் கொண்ட மனிதனைப் போல், பிரதான சாலைகளிலிருந்து சற்று உள்ளடங்கி இருந்தது. வத்சலா வயல் வேலைகளுக்குப் போகும் நாட்கள் தவிர்த்து அவள் அதிகாலையில் வந்து, எனது பாட்டிக்கு உதவியாகச் சில வேலைகளைச் செய்துவிட்டுச் சென்றுகொண்டிருந்தாள். வத்சலாவுக்கு மாநிறத்திற்குக் கீழே வடிவாய்த் திடகாத்திரமான நடுத்தர உடல்வாகு. தங்கப்பன் ரத்தசோகை நோய்கூறின் வெளுப்பில், கன்னங்கள் உப்பி, கண்கள் சிறுத்து, பற்களெல்லாம் மஞ்சள் படிந்த சோகை. பலவீனமான தட்டையான உருவம். அவனது கைகள் பிதுங்கிய நரம்புகளுடன் மெலிந்திருந்தன. தங்கப்பன் அருகிலுள்ள அழுக்கடைந்த டவுனில், சினிமா தியேட்டரின் எதிரே, மெல்லிய இருட்டுப் பரவி நிற்கும், சிறிய ஹோட்டலில் "சர்வராக" பணிபுரிந்துகொண்டிருந்தான். அந்த டவுன் என்பது ஒரு ஊரிலிருந்து மற்றொரு ஊருக்குச் செல்லும் வழிப்பாதையில் இரு பக்கமும் விரிந்திருந்த கடைத் தெருவாகும். சில டிராக்டர் லேத் ஒர்க்ஸ் கடைகள், சிமிண்டு ஒர்க்ஸ் கடைகள், வீட்டு விறகுகள் உட்பட தைலமரங்கள் நிரம்பிக்கிடக்கும் டிம்பர் டிப்போக்கள், மற்றும் ஒரு தர்மாஸ்பத்திரியும் மேல்நிலைப் பள்ளிக்கூடமும் மேலும் ஒரு சில மளிகைக் கடைகள், பரோட்டா கடைகள்; இக்கடைகளின் அடுத்தடுத்த அளவில் சிறியதும் பெரியதுமான குட்டிக் கடைகள் ஆகிய வற்றால் நிரம்பியிருந்தது. பெரும்பாலும் புதன்கிழமையான சந்தை நாட்களில் மட்டுமே கூட்ட நெருக்கடியைச்

சந்தித்துக்கொண்டிருக்கும் அக்கடைத்தெரு, மற்ற சமயங்களில் விரைந்து செல்லும் தொலைதூரப் பேருந்துகள் மற்றும் லோடு லாரிகளின் உருமல்களிலும் விதவிதமான ஹாரன் சப்தங்களிலும் புழுதியில் களைப்புற்றுக் கிடந்தது. தங்கப்பன் பணிபுரியும் ஓட்டல்கடை சினிமா விடும் நேரமும் துவங்கும் நேரமும் சற்றுக் களைகட்டும். இரண்டாவது ஆட்டம் சினிமா முடிந்தபிறகு சாப்பிட வரும் ஒரு சிலருக்காகத் திறந்திருக்கும் ஒரே கடை இதுதான் என்பதால் வேலை முடிந்து வீடு திரும்ப அவனுக்கு 'சிக்காடா' பூச்சிகள் பாடித் தொலைக்கும் நள்ளிரவு ஆகிவிடும். சில சமயம், அமைதியை நடுங்க வைக்கும் காலியான டிராக்டர்களில் வீடு வந்து சேர்வான். பெரும் பாலும் வீட்டிலிருந்து கடைக்கு நடந்தோ டிராக்டர்களில் தொற்றிக்கொண்டோ செல்வதை நான் எனது வழக்கமான வாழ்க்கையினூடாகவே பார்த்திருக்கிறேன்.

எங்களூருக்கு வந்த நான்கு நாட்களில் இளவழகனின் தாய் அவனை அங்கேயே விட்டுவிட்டு யாரிடமும் சொல்லிக் கொள்ளாமல் போய்விட்டிருந்தாள். இளவழகனுக்கு, 'பூதக் கண்ணாடி' எனும் பெயர் எங்கள் ஊருக்கு வந்த பின்பே ஏற்பட்டது. அவன் மாலை நேரத்தில் கண்கள் சரியாகத் தெரியவில்லை என்று சொன்னதால் தங்கப்பன் அவனை தர்மாஸ்பத்திரிக்குக் கூட்டிச்சென்றான். அவர்கள் அவனைப் பரிசோதித்துவிட்டு இது மாலைக் கண் நோயில்லை என்று கூறி அருகிலுள்ள பெரிய டவுன் ஆஸ்பத்திரிக்குப் சிபாரிசுக் கடிதம் கொடுத்து அனுப்பினார்கள். டவுன் ஆஸ்பத்திரிக்குச் சென்று வந்தபோது இருவரும் சூரிய ஒளி எதிரொளித்து அலைய கண்ணாடி போட்டுக்கொண்டு வந்தார்கள். அவர் களின் முகங்கள் ஒரே நாளில் பழையத் தன்மையிலிருந்து தனித்து விட்டிருந்தன. கண்ணாடி நழுவி விழுந்துவிடும் எண்ணத்தில் இளவழகன் எல்லோரையும் சற்று முகத்தைத் தூக்கியே பார்த்துக்கொண்டிருந்தான். சிறுமிகள் அவனைத் 'தாத்தா' எனக் கூப்பிட்டு பரிகாசம் செய்தார்கள். அவன் கண்ணாடியை அவன் வயயொத்தவர்கள் வாங்கிப் போட்டுப் பார்த்தபோது அதிர்ச்சியூட்டும்படி எறும்புகள்கூட சுண்டு விரல் பெரிது நகர்ந்துகொண்டிருந்தன. பிறகு அவர்கள் அவனை மிக இயல்பாக 'பூதக் கண்ணாடி' என்று கூப்பிட்டார்கள்.

சுற்றிலும் மண் சுவர் எழுப்பப்பட்டு கரும்பு சருகுகளால் வேயப்பட்ட கூரையுடன் இருந்த அவர்களின் வீடு மிகத் தனியாக வயல்கள் தொடங்கும் மேற்கு பார்த்த திசையில் மக்கள் புழக்கமில்லாத மீன் குத்தகைக்கான குளக்கரையில்

இருந்தது. அதன் அருகில் மாவிலிங்க மரமொன்று வீட்டுக்குத் துணையைப் போல் உயர்ந்து பரந்து வானம் பார்த்துக்கொண் டிருந்தது. மனிதர்கள் உண்ண முடியாத பழத்தைத் தருவிக்கும் அம்மரம் பழுக்கும் பருவத்தில் பறவைகளின் கூட்டு இரைச்சல் களால் நிரம்பியிருக்கும். வத்சலாவுக்கு குளிப்பதற்கு ஊருக்குள் உள்ள குளத்திற்கு செல்ல வேண்டியிருந்ததால் சில சிமிண்டு கற்களைப் பொறுக்கிவந்து தோட்டத்தை ஒட்டிப் படித்துறை உருவாக்கிக்கொண்டு அங்கேயே துணி துவைத்துக் குளித்துக் கொண்டாள்.

இளவழகன் எங்கிருந்தாலும் கருப்பையில் உறங்கும் குழந்தை நிமிர்ந்து அமர்ந்திருப்பது போல அமைதியாக முழங்கை களால் கால்களைக் கட்டிக்கொண்டு வேடிக்கைப் பார்த்துக் கொண்டிருப்பான். வேடிக்கைப் பார்ப்பதன் பொது அம்சங் களைத் தாண்டி வேடிக்கைப் பொருட்களின் முக்கியத்துவங் களை மீறி அவன் வேடிக்கைப் பார்ப்பதில் அத்தனை ஈடுபாடு கொண்டவனாக இருந்தான். தங்கப்பன் அவனை விஜயதசமி அன்று பள்ளிக்கூடத்தில் சென்று விட்டுவிட்டு வந்தான். அவன் மதிய சாப்பாடு முடியுமுன்னரே ஓடிவந்துவிட்டான். மதிய சோற்றுக்காக பள்ளிக்கூடம் போகும் பிள்ளைகளைப் போல் போகச் சொன்னான். தனக்கு மதிய சோறு வேண்டா மென்று கூறிவிட்டான். வேறு வழியின்றித் தன்னுடைய ஓட்டலுக்கே அழைத்துச்சென்றான் தங்கப்பன். அங்கு சில்லறை வேலைகளுக்கு அவன் பயன்பட்டுக்கொண்டிருந்தான். சினிமா தியேட்டருக்கும் எதிரே உள்ள ஓட்டல் என்பதால் அடிக்கடித் திரைப்படம் பார்ப்பதற்குச் சென்றுவிடுவான். அங்கும் அவனுக்குப் பார்ப்பது என்பது பிடித்தமானதாக இருந்தது. ஒருவேளை அங்கு அனைவரும் ஒன்றைப் பார்த்துக் கொண்டிருப்பது என்பது அவனை வேற்றுமையில்லாத ஆளாக உணர வைத்திருக்கும். திரைப்படத்தில் என்ன பிடித்தது என்று கேட்டால் எதுவும் பேசாது நிற்கும் அவனை கேள்வி கேட்டவர்களே 'போ' என்று சொல்லும் வரை நின்றுகொண் டிருப்பான். அவன் தங்கப்பனிடமும் ஊர் சிறுவர்களில் சிலரிடமும்தான் எப்போதாவது சிரித்துப் பேசிப் பார்க்க முடியும். அதுவும் தனக்குத்தானே பேசும் சப்தத்தின் அளவில் தான்.

அதிகாலையில் இவர்கள் இருவரும் ஓட்டலை நோக்கி, எதுவும் பேசிக்கொள்ளாமல், சோகமான இசைத் துணுக்கொன்று மீண்டும் மீண்டும் அலுப்புடன் ஒலிப்பது போல ஒரே சீரான நடையில் தேசிய நெடுஞ்சாலையின் ஓரத்தில் நிதானமாக நடந்து சென்றுகொண்டிருப்பார்கள். ஊருக்குள்ளே திருவிழா

சமயங்களில் அவர்கள் பொது காரியத்தில் ஈடுபடும் நடவடிக்கைகள் கூட நிழலைப் போல மௌனமாகவே இருந்தன. தனிமையிலும் ஒத்த மனம் பெற்றவர்களைப் போல் அமைதியாக அமர்ந்து எதையாவது வேடிக்கைப் பார்த்துக்கொண்டிருந்தார்கள்.

திருமணமாகி ஐந்து வருடங்களுக்கு மேலாகியும் வத்சலாவுக்குக் குழந்தைகள் பிறக்குமென்ற எதிர்பார்ப்பு இன்னும் முடிந்துவிடவில்லை. தங்கப்பனின் ஆரோக்கியம் ஊரறிந்த கதை என்பதால் எல்லோரும் அவனையே குற்றம் சொன்னார்கள். அவனது ஆரோக்கியக் குறைவிற்கும் அவளுடனான அவனது தாம்பத்திய உறவுக்கும் யாதொரு சம்பந்தமும் இல்லை என்று தெரிந்த வத்சலாவும் அதையே சொல்வதாகக் குற்றமாக என்னிடம் சொன்னான் தங்கப்பன். தனக்குப் பொருத்தமில்லாதவனென்று நினைக்கும் வத்சலா வுக்குத் தங்கப்பனை எப்போதும் பிடித்ததில்லை. பெற்றோர் களற்ற அவளுடைய வாழ்க்கையில் குடும்ப உறவினர்கள் ஏற்பாடு செய்த திருமணம். வாழத் தொடங்கிவிட்டப் பிறகு தனக்கு விதிக்கப்பட்டது என்று அவனைச் சகித்துக்கொண்டாள். இது தங்கப்பனுக்கும் தெரிந்ததுதான். பகலில் அவனுடன் ஏதாவது தெருவில் பேசுவதாயிருந்தால் சத்தமாக ‘அவன் எதற்கும் லாயக்கற்றவன். தான் மட்டுமே அவனை சகித்துக் கொண்டிருக்க முடியும்’ எனும்படி பகிரங்கமாக அனைவரின் முன்னிலையிலும் தொண்டை நரம்புகள் வெளியே தெரியும்படி கத்திப் பேசுவாள். அவன், காரியமுள்ள பேச்சற்றவன் சிந்தனை வசப்பட்டு தலை சாய்த்து நடப்பதுபோலக் கிளம்பிச் சென்று விடுவான். ஏனென்றால் அவன் அவளை யாருக்கும் தெரியாத படி விரும்பிக்கொண்டிருந்தான். வார்த்தைகளைச் சமயத்திற்கு உபயோகப்படுத்தத் தெரியாதவன் அப்படித்தான் ஒரு பெண்ணைக் காதலித்திருக்க முடியும்.

இளவழகன் அவனுக்கு அமைந்த உள்ளார்ந்த தனிமை யுடன் வயலில் வளரும் ஒற்றைப் பனைமரக் கன்றைப் போல வளர்ந்துகொண்டிருந்தான். வத்சலா அவனுக்குத் தான் செய்ய விருக்கும் ஒரு கடமை திருமணம்தான் என்று கருதி அவனைப் பற்றிப் பாட்டியிடம் பேசும் சமயங்களிலெல்லாம் தன்னுடைய நிறைவேறாத கனவுக்கு மாற்று செய்வது போல உரிமையுடன் வெளிக்காட்டும் தாய்மையுடன் பேசுவாள்.

அந்த வருடக் கோடைக்காலத்தின் ஒரு மாலை நேரத்தில், காகங்கள் பறந்தமர்ந்துகொண்டிருந்த மாவிலிங்க மரத்தின் கீழ், எங்கள் வயலில் இருந்து பார்த்தால் தெரியும் தூரத்திலும் பேசினால் கேட்காத தூரத்திலுமாக மூவரும் அவர்களின் வீட்டை செப்பனிட்டுக்கொண்டிருந்தார்கள். இளவழகன்

மூங்கில்களில் ஏறி ஒட்டடைகளை அடித்தான். மறுநாள் ஒரு நாட்டுக் கொத்தனாரை வைத்துக்கொண்டு கூரைக்கு புதிய கரும்புச் சருகுகளை வேய்ந்தார்கள். ஊறவைத்த தென்னம் பாளைகளை மர ஊசியில் கயிறாகக் கோர்த்துக்கொடுக்கவும் கூரையின் வெளியே வரும் மர ஊசியை வாங்கி உள்ளே மாற்றிக்கொடுக்கவும் இளவழகன் உதவிசெய்தான். நாங்கள் வேலை முடித்து வீடு திரும்பும் சாயங்காலத்தில் தரைக்கு சிமிண்டுபால் ஊற்றி மெழுகிக்கொண்டிருந்தாள் வத்சலா.

அனைவரும் ஒரே வரிசையில் படுத்துறங்கும்படி அவர்களுடைய வீடு இருந்தது. அடுப்படியிலிருந்து வரிசையாக வத்சலாவும் தங்கப்பனும் இளவழகனும் படுத்துக்கொள்வார்கள். அந்நாட்களின் தொடர்ச்சியில் ஒருநாள் இரவில் அவள் சிறுநீர் கழிக்க எழுந்தபோது இளவழகன் அவள் காலடியில் குத்துக் காலிட்டு அமர்ந்து அவளை உற்றுப்பார்த்துக்கொண்டிருந்ததாக வத்சலா எங்களிடம் சொன்னாள். அவளுக்கு மட்டுமல்ல எங்களுக்கும் அது திடுக்கிட வைக்கும் நடத்தையாகத்தான் இருந்தது. அவள் எழுவதைப் பார்த்ததும் அவன் அதிவேகத்தில் நகரும் பாம்பைப் போல் நழுவிச்சென்று அவனது படுக்கையில் படுத்துக்கொண்டான். அவள் தனது துணி விலகியிருந்ததா என யோசித்து சரிசெய்து கொண்டாள். எழுந்து தோட்டத் திற்குச் சென்று சிறுநீர் கழித்தவள் குழப்பத்துடன் வந்து படுத்துக்கொண்டாள். இது நிச்சயம் அவனுடைய பெண் விருப்பம் சம்மந்தப்பட்டது; பிள்ளைகள் வளர்வதே தெரிய வில்லை; இன்னும் கொஞ்சம் வளர்ந்தவனாக இருந்தால் ஏதாவது திருமண ஏற்பாடு செய்யலாம்; இது சாதாரண மானதுதான் என்று நினைத்து சமாதானம் அடைந்தாள். ஆனால் அவளுக்கு வழக்கமான தூக்கம் அன்றிலிருந்து போய் விட்டது.

மறுநாள் அந்தக் காலை நேரத்தில் நேற்றைய இரவின் யதார்த்தமற்றத் தன்மையை இருவரும் புரிந்துகொண்டாலும் கூட புரிந்துகொள்ள முடியாத காரணமற்றச் சங்கடங்களை உருவாக்கும் சூழலே அந்நேரத்தை நிர்வகித்துக்கொண்டிருந் திருக்க வேண்டும். அது, இருவரில் யாராவது ஒருவருக்குத் தொடரும் தலைவலியாலோ பீதியூட்டக்கூடிய கனவுகளை எழுந்த உடன் மறந்துவிட்டதாலும் கூட இருக்கலாம். அது ஒரு மறைமுகமான அரூப யதார்த்தம். அவள் பாத்திரங்களைக் கழுவும்போது அவன் முகத்தைப் பார்த்தாள். கண்டுபிடிக்க வியலாத தூரத்தில் புதைந்திருந்த அவன் முகம் கண்ணாடியில் எதிரொலிக்கும் சூரிய ஒளியின் ஆக்ரோஷமான கதிர்வீச்சால்

மூடப்பட்டிருந்தது. அவள் அவனது பருவத்தை நினைத்து தனக்குத் தானே சிரித்தாள். அவளே பேச்சுக் கொடுத்தாள். ஒளியின் கீழிருக்கும் இருட்டில் அவன் உதடுகள் அசைய அவன் வழக்கம் போலப் பேசியது போலவே பேசினான். சமாதானத்தை, நியாயத்துக்கு மாறாக அவளே செயல்படுத்தியும் கூட.

அடுத்தடுத்த நாட்களில் அவள் வயல் வேலைகளுக்குச் சென்றாள். இளவழகனும் தங்கப்பனுடன் ஓட்டலுக்குச் சென்றவன் புதன்கிழமைதான் வந்தான். தங்கப்பன் வராத சந்தை நாளான அந்த இரவு படுக்கையை விரிக்கும்போது தான் வத்சலாவுக்கு அந்நிகழ்வை மறந்துவிட்டிருந்தது நினைவுக்கு வந்தது. அவன் தனது அக்காளின் மகன் என்பதாலும் தன் வீட்டில் வளரும் பிள்ளை என்பதாலும் மேலும் அவளுடைய தாய்மை உணர்வும் சேர்ந்துதான் அந்நிகழ்வைச் சாதாரணமாக எடுத்துக்கொள்ள உதவியிருந்தன. அவள் ஆழ்ந்த கனவொன்றி லிருந்து விடுபட்டு புரண்டு எழுந்தபோதுதான் அவன் மறுபடியும் தன் கால்களின் அருகே குத்துக்காலிட்டு அமர்ந்திருப்பதைப் பார்த்தாள். இந்தமுறை அவள் சென்ற முறையை விட அதிகம் விதிர்த்துப் போனாள். இது விபரீதம்; தவிர்க்க முடியாதது என்று உடனே உணர்ந்தாள். நடைமுறையற்ற அருவெறுப்பான உணர்ச்சியால் தீண்டப்பட்டாள். அவன் பழையபடி சென்று படுத்துக்கொண்டான். அதிர்ச்சியில் அவள் எழுந்து செல்லாமல் அவனை என்ன செய்வது என்ற குழப்பத்தில் பார்த்துக்கொண் டிருந்துவிட்டு எழுந்து வெளியே சென்றாள். நட்சத்திரங்கள் அற்ற வானத்தைப் பார்த்துக் கொண்டிருந்துவிட்டு வீட்டுக்குள் வந்து விளக்கைக் கொளுத்தினாள். மங்கிய வெளிச்சத்தில் அவன் கவிழ்ந்து படுத்திருப்பது தெரிந்தது. அவள் அவனைப் இருமுறை பெயர் சொல்லிக் கூப்பிட்டாள். அவனுக்குள் மறைந்துகொண்டிருக்கும் ரகசியத்தின் வாசனையைக் கூட யாரும் அறிந்து கொள்வதை அவன் விரும்பியிருக்க முடியாது. நடித்துக்கொண்டிருப்பதாக நினைத்த அவள், அவனுக்கு கேட்கும் என்பதால் அவனைப் பார்த்துச்சொன்னாள்:

‘இனிமே இது போல செஞ்சின்னா நான் அதுகிட்ட சொல்லிவிடுவேன். உனக்குக் கல்யாணத்துக்கு இன்னும் வயசிருக்கு. எங்கிட்டே இப்பிடியெல்லாம் நடந்துக்கக் கூடாது.’

அவன் எந்த அசைவுமில்லாது படுத்திருந்தான். அவன் எழப்போவதில்லை என்று தெரிந்தும் அவனிடம் ஏதாவது அசைவுகள் தெரிகிறதா என்று சில வினாடிகள் பார்த்துக் கொண்டிருந்தாள். அடக்கப்பட்ட கோபத்துடன் விளக்கை வாயால் ஊதி அணைத்தாள்.

இது அவனைப் பற்றிய ஒரு முன்கூட்டிய முதல் எச்சரிக்கைச் செய்தி என்பதை, அவளால் மட்டுமல்ல எங்களாலும் புரிந்துகொள்ள முடியவில்லை. ஏனெனில் எங்களுக்கு வாழ்க்கையைப் பற்றிய விபரீதக் கற்பனைகள் எதுவும் இருந்திருக்கவில்லை. அது யதார்த்தமற்றது. அல்லது அதி யதார்த்தமானது.

முன்பு நிகழ்ந்தபோது ஒதுக்கித் தள்ளியது போல் தள்ள முடியாமல் உள்ளுக்குள் சிறிய வெறுப்பு நுழைவதை வத்சலா தடுக்க முயற்சித்துக்கொண்டிருந்தாள். ஆண் பிள்ளை; அவனைச் சிறு வயதிலேயே தகாத இடங்களுக்கு கூட்டிச்சென்று கெடுத்து விட்டாள் என்று தன் அக்காளின் மீது அவளுக்கு எரிச்சல் வந்தது. அவனோடு சகஜமாக இருக்கும் சமயத்தில் இது குறித்து அவனுக்கு விளக்கிவிட வேண்டும் என்று நினைத்தாள். ஆனால் அதற்குப் பிறகு அவன் வீட்டில் இருக்கும்போதெல்லாம் அவளுடைய இயல்புநிலை சீர்குலைந்துகொண்டிருந்தது. அவள் உறங்கும் போதும், புரளும்போதும், விழித்திருக்கும் பகல் நேரத்திலும் அவன் அருகில் இருக்கின்றானா என்று தனது ஆடைகளை மேலும் கவனத்துடன் சரிபார்த்துக்கொள்ள வேண்டியிருந்தது. இதற்காக அவள் மிகவும் வருத்தப்பட்டாள்.

புரிந்துகொள்ள முடியாத அந்தச் செயலுக்காக வத்சலாவும் தனக்கு மட்டுமே தெரிந்த பாஷையுடன் பழகும் அவனும் அது அரங்கேறும் சமயத்திற்காக இருளில் ஒரே அறைக்குள் நடமாடும் எதிரிகளைப் போல் நள்ளிரவுவரை தூங்குவதுபோல் காத்திருந்தார்கள். அவள் எதிர்பார்த்தது போலவே அன்றும் அவன் எழுந்துவந்து அவளின் கால்மாட்டில் குத்துக்காலிட்டு அமர்ந்தான். அவள் ஊசிக் கீரலைப் போல் இருளில் கண்திறந்து பார்த்தாள். அது வினோதம் நிரம்பிய நடவடிக்கை. அவளைப் பார்த்து அவன் தலையில் அடித்துக்கொண்டதாகச் சொன்னாள். அவன் தன் அக்காவைப் போலவே பைத்தியமாகிக் கொண்டு வருவதாக நினைத்து அவன் இனி எக்கேடாவது கெட்டு ஒழிந்துபோகட்டுமென எண்ணி அழுகையைக் கட்டுப் படுத்தி ஒருக்களித்துப் படுத்தாள். மீண்டும் அவன் அப்படியே சிலை போல அமர்ந்திருந்தான். அவள் புரளும்போது நழுவிப் படுக்கைக்குச் செல்வதும் மீண்டும் அப்படியே வந்து அமர்ந் திருப்பதுமாக இருந்தான். இதை அவள் தங்கப்பனிடம் சொல்லலாமா வேண்டாமா என யோசித்துக்கொண்டிருந்தாள். இதனால் அவன் விரட்டப்பட்டு தனது அக்காள் மகனின் போக்கிடம் பற்றிய கவலையாக முடிந்துவிட்டால் என்ன செய்வது என்றெண்ணிப் பயந்துகொண்டிருந்தாள். ஆனால் அது எங்களுடைய புரிந்துகொள்ள முடியாத குறைபாடாகவே

கடைசி வரை இருந்து தொலைத்தது. மறுநாள் ஊர் தூங்கும் அந்த இரவில் அபூர்வமான அந்தக் கணத்தில் ஒட்டுமொத்த மாக – தெளிவில்லாமல் – வத்சலா கண்ணீர் எழும்பப் படிக்கட்டில் அமர்ந்தபடி சொன்னாள்: அவனுடைய எந்தச் செய்கையும் பொதுவான ஒரு மனிதனின் விஷயத்தோடு சம்மந்தப்படுத்திப் பார்க்கவோ சந்தோஷம் கொள்ளவோ திருப்திகொள்ளவோ முடியாதபடி சற்று விசித்திரமாக இருக்கிறது. எறும்புகள் ஊர்ந்து செல்வதை மணிக்கணக்காக உற்றுப் பார்த்துக்கொண்டு அமர்ந்திருக்கின்றான்; கேட்டால் இதுதான் என் கனவில் அடிக்கடி வருகிறது என்கிறான்.

முன்பு போல் அவன் இயல்பாக இல்லாததால் வீட்டுக்குள் பனிமூட்டம் உருவாகிவிட்டிருந்தது. அவள் அதை எதிர்கொள்ள முடியாமல் சுவர்களில் மோதிக்கொண்டிருந்தாள். தங்கப்பன் இருக்கும் சமயங்களில் அது வெளிச்சத்தைக் கொண்டிருந்தது. சாப்பாட்டைத் தட்டில் போட்டுவிட்டு வெளியில் சென்று அமர்ந்துகொண்டாள். குளிக்கும் சமயங்களை அவனில்லாத நேரமாகத் தேர்ந்தெடுத்தாள். வெளி வேலைகளில் ஈடுபட்டு வெய்யலில் களைப்புற்று வீடு திரும்பும் அவளுக்குக் காற்றுக் காகவோ அலுப்பிற்காகவோ சற்றுத் தளர்ச்சியுடன் தூங்க முடியாதிருந்தது. துணி மாற்றிக்கொள்வதற்குக் கதவைத் அடைத்துக்கொள்ள வேண்டியிருந்தது. எந்த ஒன்று அவன் நினைப்பைத் தவறான திசைக்கு அழைத்ததோ! ஆனால் தான் மறந்தும் தன் அறியாமையின் இயல்பினால்கூட அவனுடைய திசை தெரியாத கற்பனைக்கு இடம் கொடுத்து விடக் கூடாது என்பதில் கவனமாக இருந்தாள்.

அது புரட்டாசி மாதத்தின் நள்ளிரவு. ஊருக்குள் ஒரு வீடு தீப்பற்றிக்கொண்டது. அப்போது பல ஆவேசமான பதற்றக் குரல்களைக் கேட்டு வத்சலாவும் எழுந்து ஓடிவந்தாள். மற்றப் பெண்களைப் போல் அல்லாது எங்களுடன் தீயை அணைத்ததில் அவளும் தன்னை மறந்து ஒரு ஆண்பிள்ளையைப் போலப் பங்குகொண்டாள். நெருப்பை அணைத்து முடித்த ஆசுவாசத் திலும் அதன் முழு அழிவையும் நினைத்து எழும்பிய பதற்றத் திலும் தெருமக்கள் தூக்கம் கலைந்த முகத்துடன் ஆங்காங்கே கூடிப் பேசிக்கொண்டிருந்தார்கள்.

பாட்டிதான் அப்போது வத்சலாவின் முதுகைக் கவனிக்க நேர்ந்ததாகச் சொன்னாள். முதுகுப் பக்கம் அவளது ரவிக்கை கத்தரிக்கோலால் துண்டிக்கப்பட்டது போல் இரண்டாக கிழிந்து தொங்கிக்கொண்டிருந்ததாக. எல்லோரும் சட்டென அவளின் பின்பக்கம் வந்தும் அவளைத் திரும்பச் சொல்லியும்

அவளது வெற்று முதுகைப் பார்த்துச் சிரித்தபடிக் கேட்டார்கள். 'இதுகூட தெரியாமல் ஒரு பெண்பிள்ளை இருப்பாளா' என்று. நெருப்பை அணைக்கையில் எதிலாவது மாட்டிக் கிழிந்திருக்கும் எனப் பொதுவான காரணம் சொன்னார்கள். சட்டெனப் புடவையை எடுத்து வெகுளியாகச் சிரித்தவாறே முதுகை மூடிக்கொண்ட அவளுக்குத்தான் வலுவாகத் தாக்கப் பட்டிருப்பதை நினைத்து உள்ளுக்குள்ளே நடுக்கம் படர்ந்தது. அவனை நன்றாக அடித்து உதைக்க வேண்டுமென நினைத்தாள். அதற்கு மேல் அவளால் அங்கு நிற்க முடியவில்லை.

வீட்டுக்குள் நுழைந்து சிம்னி விளக்கைக் கொளுத்தி அவனை எழுப்பினாள். அவன் தூங்கித்தான் போயிருந்திருக்க வேண்டும் என்று முகத்தைப் பார்த்தவுடன் நினைத்தாள். அவன் ஒன்றும் புரியாதவன் போல் கண்ணாடியை எடுத்துப் போட்டுக்கொண்டு அவளைப் பார்த்துக்கொண்டிருந்தான்.

'என் ஜாக்கெட்ட பிளேடு வச்சி கிழிச்சியா?' என்றாள். அவன் சட்டென அதிர்ச்சி காட்டி மிக இயல்பாய் இல்லை யென்று தலையாட்டினான்.

'பொய் புளுவாத. உன்னைத் தவிர வேற யாரு இருக்கா இங்க?

அவன் அவளைப் புதிதாகப் பார்ப்பவனைப் போல் ஒரு பொம்மையாக அசையாமல் பார்த்துக்கொண்டிருந்தான்.

'நான் உனக்கு அம்மாடா! எங்கிட்ட அப்படியெல்லாம் நடந்துக்கக் கூடாது. அதுக்குத் தெரிஞ்சா உன்ன ஊட்ட உட்டுத் தொரத்திடும். நீ நடுத் தெருவுலதான் நிக்கணும்.'

அவன் எதுவும் பேசாது அவளையே பார்த்துக்கொண் டிருந்தான்.

'வச்சிருக்கிறதே நாலு ஜாக்கெட்டு இதில ஒண்ண கிழிச்சிட்ட ஏன் உன் புத்தி இப்படிப் போவுது!?

அவனிடமிருந்து எந்தப் பதிலும் இனி வாங்க முடியாது என்று அவளுக்குத் தெரிந்தது. 'இதே நாம் பெத்த புள்ளையாருந்தா இதச் செய்யுமா? என்றவுடன் அவளுக்கு அழுகை வந்தது.

அவன் மெதுவாக எழுந்தான். அவளுக்கு அவனை எதிர் கொள்ள முடிகிற அளவுக்கு உடலில் பலமும் மனதில் தைரியமும் இருக்கறதென்று உடனே நினைத்தாள். அப்படியானவன் இல்லை. சிறுபிள்ளைத்தனம். முந்தானையால் கண்களைத் துடைத்துக்கொண்டாள்.

அவன் கதவுப் படலைத் திறந்து வெளியேறினான். தன்னுடைய தாய்மையால் அவனது நடை அவளுக்குப் பரிதாபத்தைத் தோற்றுவித்தது. குளக்கரைப் பாதையை நோக்கிச் சென்றுகொண்டிருந்தான். மதகுக்கட்டையில் சென்று அமரும்வரை அவனை எட்டிப் பார்த்துக்கொண்டிருந்தாள். பின்பு ஜாக்கெட்டை மாற்றிக்கொண்டு கிழிந்ததைக் கரித்துணிக் காக அடுப்பின்மேல் எரவாணத்தில் செருகினாள். அவனை வெளியில் படுக்க வைப்பதற்கான எந்தக் காரணத்தையும் தங்கப்பனிடம் சொல்ல முடியாது. பிறகு வெகுநேரம் தூக்கம் வராமல் குழப்பத்துடன் கண் விழித்துக் கொண்டிருந்துவிட்டு எழுந்து வாசலுக்கு வந்து அவனைப் பார்த்தாள். இருளில் கரிய உருவமாய் மதகுக் கட்டையிலேயே சுருண்டு படுத்திருந்தான்.

மறுநாள் காலையில் வத்சலா, வாழ்க்கையின் எதிர் பாராதவைகளால் நேரும் விசனங்களினால் இயல்புக்கு மாறான முதிர்ச்சியில் தோன்றினாள். இளவழகனை வீட்டை விட்டு அனுப்ப முடியாதபடி ரத்த பந்தத்தால் கட்டுண் டிருக்கும் இயலாமையும் குழந்தை இல்லாவிடினும் இளகிய இதயம்கொண்ட அவளது இயல்பான பெண்மைக்குள் சுரக்கும் தாய்மையும் அவளை அழுத்திக்கொண்டிருந்தன. வேலைக்குக் கிளம்பிய நேரத்தில் அவன் மதகுக்கட்டையில் தான் படுத்திருப்பான் என்று நினைத்து ஏமாந்தாள். வழி நெடுகத் தென்பட்ட அவன் வயதொத்தப் பிள்ளைகளிடம் அவனுக்குச் சாப்பிடுவதற்கு வீட்டில் பழையதை வைத் திருந்ததைச் சொல்லி, அவனைக் கண்டால் போய்ச் சாப்பிடச் சொல்லுமாறு கேட்டுக்கொண்டுச் சென்றாள்.

இளவழகன் அன்று பகல் முழுதும் சூரியனை நேருக்குநேர் பார்க்க முடியாத, அனல் வீசும் வெய்யலில் முடப்பேறிய கதிறுக்கப்பட்ட சோளவயல் காடுகளில் சுற்றிக்கொண் டிருந்தான். அவனைக் கண்டவர்கள் 'மொட்டை வெயிலில் என்ன செய்கிறாய்?' என்றார்கள். அவன் நிதானமான நடை யுடன் ஆட்களற்றுத் திறந்து கிடக்கும் டீசல் வாசனை வீசும் இஞ்சினுக்குச் சென்று கரடுதட்டிப் போன களிமண் தரையில் படுத்திருந்தான். நாங்கள் பாசனத்திற்காக இஞ்சின் கொட்டகைக்குச் சென்றபோது அவன் ஒரு பழையத் துணி மூட்டையைப் போல் கிடந்தான். அவன் கால்களில் சோளச் சருகுகளின் கூர்மை குறுக்கும் நெடுக்குமான ரத்தக்கோடுகளைக் கிழித்திருந்தன. சில வாரங்களுக்குப் பிறகு மாட்டுக்கு லாடம் அடித்துக் கொண்டிருந்ததை எங்கள் வீட்டு வாசலில் வந்து அமர்ந்து அவன் வேடிக்கைப் பார்த்துக்கொண்டிருந்தபோதும்

பார்த்தேன். அவன் கால்களில் கிழித்திருந்த சோலைகள் காய்ந்து வறண்ட கோடுகளாக மாறிவிட்டிருந்தன.

உச்சி வெயிலில் வேலை கலைந்து வீடு திரும்பிய வத்சலா முதலில் தன் அலுப்பைப் போக்கிக்கொள்ளக் கூட உட்காராமல் வைத்தது வைத்தபடி இருக்கும் சோற்றுப் பானையை ஆர்வமிழந்து திறந்துபார்த்தாள். புளிப்புடன் பழையது அப்படியே நீரில் ஊறிக்கொண்டிருந்தது. அவன் வீட்டுக்கு வராதது குறித்து அவளுக்குள் பலவித யோசனைகள் உருவாயின. வயலில் அவள் வேலை செய்துகொண்டிருக்கும்போதும் உடனிருக்கும் யாரிடமும் பகிர்ந்துகொள்ள முடியாத அவளது வீட்டு நிகழ்வுகள் குறித்து மௌனித்திருந்தாள். அவன் அவளை விட்டு சென்று விடுவான் என்று யோசித்தபோது அவளுக்கு மனத்தாங்கலாக இருந்தது. எந்தத் தொழிலும் தெரியாத அவனை எல்லோரும் நிராகரித்து கேலி செய்யும் கற்பனை மேல் அவளுக்குக் கண்ணீர் திரண்டுகொண்டு வந்தது.

வெய்யல் தணியும் முன்மாலை நேரத்தில் சோகம் விரவிய முகத்துடன் மண்குடத்தைத் தூக்கிக்கொண்டு தண்ணீர் மொள்ளச் சென்றபோது மிகச் சாதாரணமாக ஊர்ப் பையன் களிடம் விசாரித்தாள். உள்ளூர அவன் எங்கேயும் தன்னை விட்டுச் சென்றுவிடமாட்டான் என்று அவள் நம்பினாலும் அவனை நேரில் பார்க்கும் ஆர்வம் மிகுந்தது. ஊர் குறை பேசும் லத்தைக் கண்ணாடியும் ஒல்லியான கை கால்களும் அவளுக்குப் பிடிக்கவே செய்தன. அவனிடம் ஏதாவது பேசி எப்படியாவது ஒரு வார்த்தையைப் பிடுங்கிவிடும் ஆர்வம் துளிர்த்தது. ‘அறியாப்பிள்ளை; அவனை என்ன செய்வது’ என்று நினைத்துக்கொண்டாள். பகலில் அவனைக் கண்டவர்கள் விபரம் சொன்னதை வைத்துக்கொண்டு சாயங்காலமாய் அவள் அவனைத் தேடிக்கொண்டு வயல்வெளிக்குச் சென்றாள். சூரியன் சரியும் திசையில் ஆடுகளை வீட்டுக்கு ஓட்டிவரும் பிள்ளைகளை விசாரித்தாள். அவர்கள் அவன் மெயின்ரோடு பக்கமாய்ச் சென்றதாகச் சொன்னார்கள். அவள் அவனைச் சரியாக யூகித்தாள். சற்று ஆறுதலோடு வீட்டுக்கு வந்து சேர்ந்தாள்.

அவள் யூகித்தபடியே நிழல்கள் தோன்றாத இருளில் தங்கப்பனுடன் அவன் வீட்டுக்கு வந்தான். தங்கப்பன் அவளை மங்கிய மஞ்சள் வெளிச்சப் புகைப் பரப்பும் சிம்னி விளக்கு வெளிச்சத்தில் ஏறிட்டுப் பார்த்தான். வத்சலா தலைக்கேசம் கலைந்து ஒரு பழைய ஒளியிழந்த சித்திரத்தைப் போல வீட்டின் இருட்டினூடே தெரிந்தாள். அது ஒரு கேள்வி போலும் அவனே அதற்கு விடை கொடுத்தது போலும் பார்வையைத் தாழ்த்தி உள்ளே சென்றான். அவனுக்கும் பின்னே இளவழகன் தன்னை

மறைத்துக்கொண்டு தங்கப்பனின் வால் போல் சென்றான். வீட்டுக்குள் அவர்களின் நிழல்கள் கோரச் சித்திரத்தைப் போல அசைந்தன. அவரவர்களின் தேவைகளை அவரவர்கள் உணர்ந் திருந்தார்கள். அவள் குழப்பமாகத் தடுமாறினாள். சுமூகமான வார்த்தைகளை எதிர்பார்த்து பாத்திரங்களில் முகம் கொடுத்து வேலை செய்தாள். எதிர்தரப்பின் மூச்சடைக்கும் மௌனம் அவள் முதுகின் பின்னே கத்திபோலப் பாய்ந்து கொண்டிருந்தது. அவள் சோர்ந்து போனாள். தைரியமற்றவளாய் எதுவும் பேசாமல் இருவருக்கும் சோறு பரிமாறினாள். அவர்கள் விடிந்து கிளம்பியபோதும் யாரும் எதுவும் பேசிக்கொள்ள வில்லை. அவள் வாசல் பக்கம் வந்து அமர்ந்துகொண்டாள். உபயோகமற்ற வார்த்தைகளாக இருப்பினும்கூட அவள் பரிதாபமான முகத்துடன் எதிர்பார்த்துக்கொண்டிருந்தாள். ‘தனக்கு ஒரு பிள்ளைப்பூச்சி இல்லையே ஆண்டவா’ என்று முணுமுணுத்து ஏங்கினாள். யாருடனாவது தன்னை முழுதாய் ஒப்புவித்துவிட்டு நிம்மதியாக இருக்க வேண்டும் போலிருந்தது. திரண்டக் கண்ணீரை அடக்கிக்கொண்டாள்.

அன்று இரவும் அதன்பின்பு வந்த இரவுகளும் பதற்றம் விரவியதும் தன்னை மறந்து தூங்கியதும், துர்கனவுகளின் அதிர்ச்சியில் கண் விழித்து, சூழலைக் கவனித்துக்கொள்வதுமான இரவுகளாக அவளுக்கு இருந்தன. இளவழகன் கருப்பையில் சுருண்டுகிடப்பது போலவே எப்போதும் தூங்கிக்கொண் டிருந்தான். அதில் மறைந்திருக்கும் அதிகாரம் அவளை நிம்மதியிழக்கச் செய்தது. வீட்டுக்குள் நிரம்பிக்கொண்டிருக்கும் அவனது அதிர்வலைகளில் அவள் மயக்கம் போட்டு விழாத குறையாய்த் தன்னை நிர்வகித்துக்கொண்டிருந்தாள். ஒரே நாளைப் போல எந்த மாறுதலுமின்றி கிழமைகளின் பெயர்கள் மாறிக்கொண்டிருந்தபோதும் அவள் சிந்தித்தவரை அது எப்போதும் நடைபெற முடியாதது. ஆனால் அவள் தன் எண்ணம் பொய் என்றும் நினைத்தாள். இளவழகனுக்கும் தங்கப்பனுக்கும் இருக்கும் நெருக்கம் அவளால் விளங்கிக் கொள்ள முடியாதது. இத்தனை வயதுக்குப் பிறகும் அவனை சில சமயம் தங்கப்பன் குளிப்பாட்டிவிடுவான். பழைய சாதாரணக் காட்சியாக இருப்பினும் புதிய அர்த்தத்தை தருவது போல ஆனால் புரிந்துகொள்ள முடியாததான அதை வியந்து நினைத்துக்கொண்டிருந்தாள்: எதுவுமே பேசிக் கொள்ளாமல் இருவரும் மணிக்கணக்காகத் தனியாக உட்கார்ந்திருப்பது.

நெல் அறுவடைக் காலம் ஆரம்பித்தபோது தூக்குவாளியில் கஞ்சியை எடுத்துக்கொண்டு சும்மாடு துணியாக ஈரிழைத்

துண்டை மேலில் போட்டுக்கொண்டு கதிர் அரிவாளுடன், ஈர வைக்கோல் மணம் வீசும் வயல்வெளி வழியே நிலையற்றதும் மகிழ்ச்சியற்றதுமான நினைவுகளில் அவளும் அறுவடைக்குப் போனாள். காட்சியும் கருத்தும் ஒன்றிணைய முடியாதபடி அவள் பார்வையும் நடையும் விசனத்தில் தோய்ந்திருந்தன. எங்கள் வயலைத் தாண்டி பக்கத்து வயலில் இறங்கியபோது பாட்டி அவளை நலம் விசாரித்தாள்.

ராஜமாணிக்கம் தன் களிமண் நிற உடலில், சமச்சீரான வெண்பழுப்பு நிறத்துத் தலைமுடி மற்றும் அணில் வால் மீசையுடன், பூனைக் கண்களுடன் கம்மங்கூழிலும் கேழ்வரகிலும் வளர்ந்த வளப்பமான தொப்பையுடன் மேல்சட்டையற்று கயிற்றுக் கட்டிலில் வெய்யிலில் குடைபிடித்து அமர்ந்திருந்தார். இடுப்பொடிய நிலம் பார்த்துக் கதிரறுத்தவள் வேலை முடிந்து அவரிடம் இளவழகனை அவர் வீட்டு மாட்டுப் பண்ணையில் ஏதாவது வேலைக்குச் சேர்த்துக்கொள்ள முடியுமா? என்று கேட்டாள். "உலகம் தெரியாத அவன் ஒரு ஆளாய் வர வேண்டும்" என்று சொன்னாள். மீசையை உருவியபடி தலையாட்டிக் கேட்டுக்கொண்டவர், 'ஆகட்டும் பார்க்கலாம்' என்றார். சூரியன் சாயும் வரை வயலில் உதிரிக் கதிர்களைப் பொறுக்கி வீட்டுக்கு எடுத்துச்செல்லாமல் அரிகிடையில் போட்டாள். பின்பு அவள் தனித்த நடையில் காலிப் பாத்திரத்தைத் தூக்கிக்கொண்டு வெறுமையும் குழப்பங்களும் சூழ்ந்த வீட்டை நோக்கிப் புறப்பட்டாள்.

அந்தப் புதன்கிழமை பண்ணையிலிருந்து ஒரு கிழவன் வந்து அழகைக் கூட்டிச் சென்றதாக வத்சலா சொன்னாள். தங்கப்பனும் அதை விருப்பமில்லாமல் ஏற்றுக்கொண்டான். அவனுக்கு மீசைக்காரரைப் பிடிப்பதில்லை என்றும் வத்சலா தான் சொன்னாள். இருப்பினும் இளவழகனுக்கு சரியான இடம் அதுதான் என்று நாங்களும் கூட நினைத்தோம். மனக் குழப்பங்கள் கொண்ட ஒழுங்கற்றக் காரியங்களைச் செய்யும் அவன் அங்கு சென்றால் வேலை மீது கவனம் குவியும் என்று நாங்களும் எதிர்பார்த்ததில் தவறொன்றும் இல்லை.

வத்சலாவின் வீட்டை ஒட்டி நீளும் வயல்கள் ராஜ மாணிக்கத்தினுடையதுதான். அவர் அந்தப் பக்கத்துக் அறுவடை துவங்கும்போது எப்போதும்போல அங்கேயே ஒரு தற்காலிக வைக்கோல் கூரைப் பந்தலை உருவாக்கிக்கொண்டார். அவருக்குப் படுக்கையும் சாப்பாடும் அங்குதான் நடந்தன. அந்தப் பக்கத்து அறுவடைத் துவங்கும்போது வேலைக்குச் சென்ற தங்கப்பன் அறுவடை முடிந்த ஆறாவது நாள்தான் வீட்டுக்கு வந்ததாக வத்சலா சொன்னாள். "அந்த மடக்குக்

கட்டில் ஏன் வீட்டிக்குள்ளக் கெடக்கு? மரியாதையாக அவரு ஊட்டு ஆளுங்களை விட்டு எடுத்துட்டுப் போவச் சொல்லு" என்றான். அந்தக் கட்டிலின் வருகை அவனை இம்சைக் குள்ளாக்கிக் கொண்டிருந்தது.

தங்கப்பன் அந்த ஞாயிற்றுக்கிழமை இளவழகனைத் தேடிக் கொண்டு சென்றான். தோட்டத்தில் நின்று அவனைப் பார்த்துப் பேசிவிட்டு, வாங்கிச் சென்றிருந்த பகோடா பொட்டலத்தைக் கொடுத்துவிட்டு அறிவுரைக் கூறிவிட்டு வந்தான். அடுத்த வாரமும் கட்டில் எடுக்கப்படாமல் வீட்டினுள் கிடந்தது குறித்துக் கேட்டான் தங்கப்பன். வத்சலா பயந்துகொண்டே ஆனால் துணிச்சலை வரவழைத்துக் கொண்டு சாதாரணமாகச் சொல்வதுபோல் சொல்லிவிட்டாள்.

'நான் சும்மா கேட்டேன். இந்தக் கட்டில நான் எடுத்துக்க வான்னு; அவரும் சரின்னுட்டார். நாம தரையிலதான படுத்துக்கு றோம்; குளத்தங்கரை பக்கமா இருக்குறதால பாம்பு பூச்சி ஏதாவது வரும். நாம மேலே படுத்துக்கலாம்' என்றாள். அவன் அவளை முறைத்துவிட்டுக் கிளம்பி வேலைக்குச் சென்று விட்டான்.

அவள் கட்டிலின் மேல் ஆசைப்படுவது இயற்கையானது. அவனுடைய ரோஷமும் வரவேற்கக்கூடியதுதான். ஆனால் அவன் அதை அத்தனை தீவிரமாக எதிர்க்கும்போது, மனைவியானவள் அதை அனுப்பிவிடுவதுதான் முறை என்று பாட்டி என்னிடம் அன்றிரவு சாப்பிடும்போது சொன்னாள். தங்கப்பன் அவளிடம் மறைமுகமாகவும் சொல்லியிருப்பான் என்றேன். அப்படித்தான் இருக்கும் என்றாள் பாட்டி.

ஏமாற்றங்களைப் பூர்த்தி செய்துகொள்வதற்காக, சுயப் பழிவாங்குதலுக்குப் பயன்படுத்தப்படும் செயல்கள் மீது எப்போதும் எல்லோருக்கும் ஒரு ரகசிய பிரேமை இருக்கவே செய்கிறது என்பதை அவனுக்கு யாரும் புரியவைக்க முடியாது. ஏனெனில் ஏமாற்றுபவர்களைப் போல ஏமாறுபவர்களின் பிடிவாதமும் அதற்கு இணையானதுதான். எனினும் நம்பிக்கைக்குப் பாத்திர மாக அவன் நினைப்பதற்கு உண்டான செயல்களையும் அவள் செயல்படுத்திக் காட்ட வேண்டுமென்று எதிர்பார்த்துக்கொண் டிருந்தான். அதிர்ஷ்டவசமாக அவள் 'அதைப்' புரிந்துகொள்ள முடிந்தாலும் கூட.

தங்கப்பன் அடுத்த ஞாயிற்றுக்கிழமை இளவழகனிடம் அந்தக் கட்டிலை ராஜமாணிக்கம் வீட்டுப் பண்ணையில் எடுத்துச் சென்று போட்டு வருவதற்கு அவனைத் துணைக்கு அழைத்து வரப் போனான். உச்சிவெய்யலில் அவர்கள் இருவரும்

வீட்டுக்கு வந்தபோது அனைவருக்குமே உள்ளுணர்வு அவரவர் களுக்கு விசுவாசமாக எச்சரித்துக்கொண்டிருந்தது. வீட்டுக்குள் இருந்த வத்சலாவுக்குத் தன்னை யாரோ உற்றுப்பார்ப்பதாக எழும் எண்ணம் ரகசியமாக அவளது காதில் சொல்லப்பட்ட வார்த்தைகளைப் போல் உண்மையானதாகவும் அழுத்தமானதாக வும் பதிந்தன. அவளால் எதையும் உதறி விட முடியவில்லை. அவள் துணுக்குற்றாள். கண்மணி அளவுள்ள கீற்றுப் பொத்தல்கள் வழியே பாயும் ஒளி, பூனையை ஒத்த இடம் வலமான நடையசைவுகளால், தடைபட்டு தடைபட்டு வீட்டினுள்ளே பாய்வதைக் கண்டபோது முழுதாய்ப் பயந்து மிரண்டாள். அச்சமயத்திற்குச் சற்று பிந்திய நேரத்தில் பாட்டியிடம் வத்சலா தான் தற்கொலை செய்துகொள்ளப் போவதாக சொல்லி அழுதுகொண்டிருந்தாள். எண்ணெயைக் காணாத செம்பட்டை யான தலைமுடியுடன், எண்ணெய்ப் பசை படிந்த அவள் முகம் இருண்டும் பயத்தில் வெளுத்தும் தனது சுயப் பழி வாங்கலில் முழுதாய்த் தோற்றும் போயிருந்தது.

மீண்டும் உச்சி வெய்யலில் அழகும் தங்கப்பனும் ஹோட்டலை நோக்கி நடந்துசென்று கொண்டிருந்தபோது உரம் வாங்க நண்பர்களுடன் வண்டியை எடுத்துச் சென்ற நாங்கள் அவர்களைக் கடக்கவிருந்தோம். அவர்கள் எங்கள் பகுதியிலிருந்து யாரும் செல்லாத அப்பாதையில் – அது ஒரு பாதையே அல்ல – குறுக்காக வளைந்து சென்றுகொண் டிருந்தார்கள். ஆற்றுக்கு அழைத்துச் செல்லும் முட்கள் நிறைந்த அந்த வழியற்ற வழியை ஏன் தேர்ந்தெடுத்தார்கள் என்று புரிந்துகொள்ள முடியவில்லை. பாட்டி, அவனைக் கண்டால் வீட்டுக்கு வரச்சொன்னதைத் தங்கப்பனிடம் சொன்னேன். அவன் தலையாட்டினான். ஆனால் அவர்கள் திரும்பி பிரதான சாலைக்கு வந்து, ஓட்டலை நோக்கித்தான் நடக்கத் தொடங்கி னார்கள்.

வத்சலாவின் பேச்சை வைத்து எங்களால் அதை உணர முடிந்தது. மீட்கமுடியாத தொலைவுக்குச் சென்றுவிட்ட வாழ்க்கையின் கசப்பை அவர்கள் சுவைத்திருந்தார்கள். அவர்கள் வழக்கம் போலவே எதுவும் பேசிக்கொள்ளவில்லை. இளவழகன் சாலையில் கிடந்த காய்ந்த மரவள்ளிக் குச்சி ஒன்றை எடுத்துத் தரையில் தட்டிக்கொண்டே போனான்.

வத்சலாவுக்கு இருவரும் வராத மற்ற இரவுகள் பற்றி கவலை இருந்ததில்லை. எத்தனை விதமான கற்பனைகளில் தன்னுடைய விடுதலைக் குறித்துச் சிந்தித்தும் அவளால் சுலபமான ஒரு முடிவுக்கு வரமுடியவில்லை. எங்காவது சென்று

விடலாம் என்று தோன்றியது. ஆனால் எதிர் கொள்வதைத் தவிர்த்து அவளுக்குச் செய்ய முடிந்தது எதுவுமில்லை.

அவள் மறுநாள் வேலைகளை முடித்த மதியத்தில் தோட்டத்துப் பக்கக் குளக்கரையில் குளிப்பதற்கு இறங்கினாள். வீட்டை ஒட்டிய குளமாக இருப்பதால் அவள் எப்போதும் மக்கட்டி மாராப்போடும் சோப்பு டப்பாவோடும் மஞ்சளோடும் இறங்கிவிடுவாள். சாலையை அந்நேரத்தில் உபயோகிப்பவர்கள் யாராயிருப்பினும் தூரத்தில் ஒருத்தி மக்கட்டி மாராப்புடன் குளிப்பதைப் பார்க்க முடியும். அன்றும் அதை மாற்றிக்கொள்ள வேண்டிய தேவை இருக்கவில்லை. அது ஒரு நிதானமான குளியலாக இருந்தது. நீரில் ஊறிக்கிடப்பது அவள் மன உலகத்திற்கும் உணக்கையாக இருந்தது. ஆனால் புழுக்கமான நினைவுகளை அவளால் களைந்துவிட முடியவில்லை. குளித்து முடித்து கரையேறி வாசல் படலைத் திறந்து வீட்டினுள்ளே வந்தபோது அவள் சற்றும் எதிர்பாராத செயலில் பேச்சு மூச்சற்று நின்றாள். எதிரே நிகழ்ந்திருக்கும் அச்சுறுத்தலால் அவளுக்கு உடலெங்கும் நடுக்கம் எடுத்தது. அவளுடைய அனைத்துத் துணிகளும் ஒன்று விடாமல் எலிக் குதறியதைப் போல சுக்கல் சுக்கலாகக் குதறப்பட்டு, அதனுடன் குழம்பு சாமான்களான மிளகாய்தூள், புளி, மற்றும் தானியங்கள், சில்லரைக் காசுகள் கிழிக்கப்பட்ட ரூபாய் தாள்கள் அனைத்தும் சேர்த்துக் கலந்து முட்டாடி வைக்கப்பட்டிருந்தன. அலுமினியப் பாத்திரங்கள் நசுக்கப்பட்டும் மண் பாத்திரங்கள் உடைத்துத் தூளாக்கப்பட்டும் கிடந்தன. வீட்டை ஒட்டி குளித்துக்கொண் டிருக்கும் போதே சத்தமில்லாமல் இத்தனைக் காரியத்தைச் செய்திருப்பதை நினைத்து வியந்தாள். ஈரம் சொட்டிக்கொண் டிருக்கும் பாவாடையோடு வேகவேகமாக வெளியே வந்தாள். மக்கட்டி மாராப்போடு தெருவில் செல்ல முடியாததால் அங்கிருந்தபடி ஊரைப் பார்த்தாள். காத்திருக்கவோ துணைக்கு ஆள் கூப்பிட்டுச் சொல்லவோ ஏதுமற்றவளாய்க் கையறுந்த நிலையில் அவள் குரல் நெருக்கப்பட்டு அரைநிர்வாணத்துடன் அங்கேயே நின்றுகொண்டிருந்தாள்.

ஊரிலுள்ளவர்கள் அவளை வந்து பார்ப்பதற்கு முன்பு அவள் உடுத்திக்கொள்வதற்கு அவள் சினேகிதி ஒரு வாயில் புடவையும் ரவிக்கையும் கொடுத்திருந்தாள். வத்சலாவுக்கு குளிர் நடுக்கம் உருவாகிக்கொண்டிருந்தது. வேடிக்கைப் பார்த்தவர் கள் சிலர் அவளுக்கு ஆறுதல் கூறினார்கள். ஆறுதலைக் கூறுவதை விடவும் சம்பவத்தின் பின்னிருக்கும் ரகசிய மனிதனைப் பற்றியே அவர்கள் ஆழ்ந்து பேசிக்கொண்டிருந்ததை அவள் விரும்பவில்லை. எளிமையான கற்பனைகளுக்குள் வாழ்க்கையை

நகர்த்திக்கொண்டிருக்கும் அவளுக்கு இது உண்மையிலேயே அதிகப்படியான அதிர்ச்சிதான். அவள் திடமாக இருக்க முயன்றாள். அவளைப் பொறுத்தவரை அவள் நேரிடையாகவே பயமுறுத்தப்பட்டிருந்தாள். கழுவேற்றப்பட காத்திருப்பது போல் அவளுக்குக் கிலி பிடித்திருந்திருக்கும். கேட்பவர்களிடம் அவள் பதில் சொல்லி மாளாது தலைவிரி கோலமாய் மாவிலிங்க மரத்தடியிலேயே பிரம்மை பிடித்து உட்கார்ந்திருந்தாள். உள்ளூரத் துரத்தப்படுவதாக உணரும் அவள், தப்பித்தலுக் காகவே அந்த முடிவை எடுத்திருக்க வேண்டும். வேறு யாரை விடவும் சரியாக யூகிக்கப்பட்ட அந்த முடிவு அவளைப் பொருத்தவரை மிகச்சரியான முன்னெச்சரிக்கை நடவடிக்கை தான். சாயங்காலம் சினேகிதியிடம் சில்லரை வாங்கிக்கொண்டு ஊர் விசாரிப்புகளுக்கு ஒன்றும் சொல்லாமல் பேருந்தேறி சொந்த ஊரான வயலூருக்குச் சென்றாள்.

நாங்கள் வத்சலாவைக் கடைசியாகப் பார்த்தது அதுதான். பறவைகள் வீடு திரும்பும் அந்தச் சாயங்கால வேளையில் அள்ளிக் கொண்டையிட்டக் கூந்தலுடன் இரவல் புடவை ரவிக்கையை அணிந்திருந்த அவள் புறங்கையால் அழுகையைத் துடைத்தபடியே ரோட்டில் நடந்துபோனாள். நாங்கள் வழிமறித்து சொன்ன எங்களின் சமாதானங்களை ஏற்க அவள் ஒன்றும் சிறுமியில்லை.

ரகசியமாக ஆடப்பட்டுக்கொண்டிருந்த ஆட்டத்தில், அவரவர்களின் பாத்திரங்களை உணரும் அரூபமான கணத்தை எட்டியிருந்த அவர்கள், அவை, தங்களின் இயல்புகளாகக் கருதி மன ஊக்கம் பெற்றிருந்திருக்க வேண்டும். தங்கப்பனும் இளவழகனும் மிகத் தெளிவாக 'அந்த' முடிவை எடுக்காமல் விட்டிருந்தாலும் கூட. ஏனெனில் அவர்கள் வழியற்ற ஊருக்கு போவதைப் போல ஆற்றுப் பாதைக்குள் நுழைந்த நிகழ்வும் வத்சலா கிளம்பிச்சென்ற நிகழ்வும், குறிப்பிட்ட பயங்கரம் ஒன்றை நோக்கி அது தன் அடியெடுத்து வைத்திருந்ததன் அடையாளமாகவே இதைச் சொல்கிறேன்.

அழகுவுக்கும் தங்கப்பனுக்கும் செய்தி எட்டுவதற்கு மறுநாள் ஆகிவிட்டிருந்தது. அவர்கள் வீட்டிற்கு வந்தபோது ஊரில் வேலையற்று இருந்தவர்களும் அவர்களின் எதிர் நடவடிக்கைகள் என்னவாக இருக்குமென்று எதிர்பார்த்தவர் களும் வந்து வேடிக்கைப் பார்த்தார்கள். அப்போது சூழலை இம்சிப்பது போல காண்டாமிருக வண்டின் எந்திரகதியில் இயங்கும் றெக்கைகளின் சப்தமும் துர் வருகையைக் குறிப்பிடுவது போலத் தூரத்தில் நாய்கள் கூட்டாக ஓலமிடுதலும்

கலவையாகக் கேட்டுக்கொண்டிருந்தன. இளவழகன் வாசலில் குத்துக்காலிட்டு உட்கார்ந்திருந்தான். தங்கப்பன் எல்லோரையும் விரட்டாத குறையாகக் கலைந்து போகச் சொன்னான். வீட்டைச் சுற்றிச் சுற்றி வந்து பார்த்தான். சிலர் அவர்களைப் போய் வத்சலாவைக் கூப்பிட்டு வரச் சொன்னார்கள். 'அவள் தானே போனாள்; அவளே வரட்டும்' என்றான் தங்கப்பன். சிலர் 'அதுவும் சரிதான்; அவனிடம் சொல்லிவிட்டுப் போயிருக்க லாம்' என்றார்கள்.

தங்கப்பனுக்கும் இளவழகனுக்குமான 'பூர்வீகத் தனிமை' அந்நொடியிலிருந்து தொடங்கிவிட்டிருந்தது. வத்சலா சென்ற பிறகு அவ்வீட்டிற்கான நேரடித்தொடர்பை நாங்கள் முழுமுற்றாக இழந்துவிடவில்லை என்றாலும் அதிகபட்சத் தொடர்பை இழந்துவிட்டிருந்தோம். அவர்களுக்கான மர்ம நாடகம் அடுத்த மூன்று நான்கு நாட்களிலேயே முடிந்துவிட்டிருக்கும். ஆனால், வழியற்றதைப் போல் அவர்களின் அலுப்பூட்டும் அதே தினசரிக்குள் இயல்பாக நுழைந்துவிட்டிருந்தார்கள்.

ஊருக்குள் விவசாயத்தின் அடுத்த போகத்திற்கான உழவுப்பாடுகள் நடக்கத்தொடங்கின. மழை இல்லாமலேயே நிலவும் ஊரின் குளிர்ச்சி மிகுந்த பருவம். வெவ்வேறு திசைகளைப் பார்த்துக்கொண்டிருந்த எல்லா மோட்டார்களும் தண்ணீரை முழுமையான வீச்சில் பாய்ச்சிக்கொண்டிருந்தன. நீர் நிரம்பிய வயல்களில், தீனிகளுக்காகத் தூரத்திலிருந்து தினம் தினம் பறந்து வந்தக் கொக்குகளைக் குறவர்கள் நாட்டுத் துப்பாக்கியால் சுட்டு ஊருக்குள் விலை பேசி விற்றுச்சென்றார்கள். அவ்வப் போது பெய்து நின்ற மழைக்குப் பின்பு, வெறிக்கும் வெய்யலில் ஆடுகளும் மாடுகளும் நெடுஞ்சாலையின் ஓரத்தில் வாகனங் களுக்கு வழிவிட்டு படுத்தும் நின்றும் வெயில் காய்ந்தபடி அசைபோட்டுக்கொண்டிருந்தன. நடவு முடியும்வரை எங்கள் வாழ்க்கை அள்ளித் தெளித்த கோலத்தின் மிச்சங்கள்தான். இருப்பினும் நடவு முடிந்த பின்பு கிடைக்கும் பகல் நேர ஒய்வு வயல்களில் களை மண்டும்வரை நீளும். வத்சலாவின் நினைவுகள் எங்களைப் பல சமயங்களில் அவளைப் பற்றிப் பேசவைத்திருக்கின்றன. சாதாரண நாட்களிலேயே ஊரின் கண்களில் தென்படாதவர்கள் தங்கப்பனும் இளவழகனும். விதைப்பு காலத்தில் விவசாயத்திற்கான மெது ஓட்டம் தொடங்கி விடும்போது அவர்களை நினைத்துப் பார்க்கவே எங்களுக்குத் தோன்றியிருக்கவில்லை.

அன்று தங்கப்பனையும் இளவழகனையும் நாங்கள் வயலில் பார்த்தோம். தங்கப்பனைச் சில பெண்கள் போய் வத்சலாவைக் கூட்டிக்கொண்டு வரச்சொன்னார்கள். அவனது அசட்டையான

பதில்களுக்குப் பெண்களும் ஏகத்திற்கு வத்சலாவுக்குச் சலுகை யாகப் பேசி அவனை வம்புக்கிழுத்தார்கள். எங்களை ஒரு வகையில் கடக்க வேண்டிய நெருக்கடி அவனுக்கிருந்தது. அவன் வயலூருக்குக் கிளம்பிப் போவதாகச் சொல்லிப் போனான். அது எங்களின் பொருட்டே இருக்க முடியும்.

வேலைக்குப் போகாத கைக்குழந்தைக்காரிகளும் வயதானவர்களும் பள்ளிக்கூடத்திற்குப் போகாத பிள்ளைகளும் ஊதாரிகளும் நிறைமாதப் பெண்களும் மிச்சமிருந்த அந்தப் பிற்பகலில், வத்சலா இல்லாமல் அவர்கள் பிரவேசித்தார்கள். திண்ணையில் படுத்திருந்த சிலர் அவனை வலிந்து கேட்டார்கள். ‘அவள் வர முடியாது’ என்று கூறிவிட்டதாகச் சொன்னான் தங்கப்பன். அதன்பிறகு அந்த வீட்டில் அவர்கள் இருவரின் இருப்பு என்பதே எல்லோருக்கும் இயல்பாகிப் போனது.

மூன்று மாதங்களுக்குப் பிறகு வத்சலாவின் அத்தை, ஊரின் வேலையற்ற நாளில் பக்கத்து ஊருக்கு ஒரு விசேஷத் திற்கு வந்தவள், ஒரு முறை பிள்ளையைச் சென்று பார்த்து வரலாமென்று எங்களூருக்கு வந்தபோதுதான் ஒரே விடுகதைக்குப் பல்வேறு விடைகள் எனும் ரகசியத்தின் வாலை நாங்கள் பிடிக்க ஆரம்பித்தோம்.

ஊர் முனையிலேயே அவளுக்குத் தங்கப்பனின் வீட்டைப் பற்றிய செய்திகளே கேள்விகளாய் உருமாறிக்கொண்டன. வத்சலா கிளம்பிவந்த மறுநாளே தங்கப்பனுடன் அனுப்பி விட்டதாக வத்சலாவின் அத்தை சொன்னாள். மூன்று மாதங்களாக வத்சலா ஊரில் இல்லை என்றோம் நாங்கள். அழுத்தமான குழப்பத்துடன் பூட்டிக்கிடக்கும் வீட்டையும் நாட்களையும் விசாரித்துவிட்டு அவள் நேரே தங்கப்பன் வேலை செய்யும் கடைக்குச் கிளம்பிச்சென்றாள். தங்கப்பன், “அவள் வழியிலேயே என்னிடம் சண்டைப் போட்டு பிரிந்து உங்களூருக்கே வந்துவிட்டாள்” என்றான். அதிர்ச்சியடைந்து கடைத்தெருவிலேயே அழத்தொடங்கியவள் தனது உறவினர் களுடன் அன்று மாலையே எங்கள் ஊர்ப் பகுதியின் காவல் நிலையத்திற்குச் சென்று பிராது கொடுத்தார்கள்.

மறுநாள் வத்சலாவின் அத்தை ஊருக்குள் இரண்டு போலீஸ்காரர்களுடனும் உறவினர்களுடனும் வாடகைக் காரில் வந்திறங்கினாள். குழம்பிய நிலையில் ஒழுங்கற்ற பட்டாளத்தைப் போல் பின்தொடர்ந்த ஊர்க்காரர்களுடன் போலீஸ்காரர்கள் வீட்டைத் திறந்து பார்த்தார்கள். சுத்தமாகக் கூட்டப்பட்டு மூன்று மாதத்து தூசு படிந்து கிடந்தது வீடு. அத்தருணத்திலிருந்து நாங்கள் அவர்களைப் பற்றிய உண்மையை

ஒட்டிய அனுமானங்களைப் கற்பனை செய்யத் தொடங்கி னோம். போலீஸ்காரர்கள் ஊரில் அகப்பட்டோரிடமெல்லாம் நடந்தது குறித்து விசாரித்தார்கள். எல்லோரும் பார்த்திருக்க 'பட்டா பாபு' கடையில் மதிய சாப்பாடும் முன்மதியத்தில் சூடான டீயும் பகோடாவும் சாப்பிட்டு, பொழுதுசாயப் போனார்கள்.

அன்று இரவு தங்கப்பனையும் இளவழகனையும் விசாரணைக்கு கொண்டு சென்ற போலீஸ்காரர்கள் காலையில் தான் அனுப்பினார்கள். இறுதியாய் இரண்டுவாரம் கழித்து, கற்பனை வறண்ட, வேலைகளைத் தட்டிக்கழிக்கும், அவர்களின் முடிவைச் சொன்னார்கள்: 'அவள் எங்காவது பிழைப்பதற்குப் போயிருக்கலாம்'. தங்கப்பன் மிக மோசமாக அடிவாங்கித் திரும்பி வந்திருந்தான். அவமானத்தில் சுருங்கிப்போயிருந்த அவன், தலையைச் சாய்த்தபடி வேடிக்கைப் பார்ப்பவர்களைப் பொருட்படுத்தாது தெருவோரமாய் நடந்துசென்றான். இளவழகனின் மெலிந்த உருவத்தைப் பார்த்து மிரட்டி மட்டும் அனுப்பிவிட்டதாகச் சொன்னார்கள். அடி வாங்கியதோறும் தங்கப்பன் "அவளுக்கு என்னோடு வாழ விருப்பமில்லை; அவள் வழியிலேயே ஊருக்குத் திரும்பிப் போய்விட்டாள்" என்று கதறி அழுது சொன்னான். அவன் வாங்கிய அடிக்குச் செத்துப்போயிருக்க வேண்டும் என்று சொன்னார் வத்சலாவின் உறவினர் ஒருவர்.

தங்கப்பனின் உடல் கன்னிப்போயிருந்தது. இளவழகனின் பராமரிப்பில் அனத்திக்கொண்டு வீட்டிலே கிடந்தான். மீண்டும் போலீஸ் விசாரணை என்ற பெயரில் வத்சலாவின் உறவினர் தரப்பு இரண்டாவது முறை பணம் கொடுத்தபோதும் அடியாட்களைப் போல மூர்க்கமாக அடித்து அனுப்பினார்கள். குழப்பமான சாதகப் பாதகமான முடிவுகளை நோக்கி நாங்கள் கிசுகிசுக்கத் தொடங்கியிருந்ததில் நியாயத்தின் சாய்மானம் தெரியாமல் ஊர் இந்தமுறை வத்சலாவுக்குச் சலுகை செய்வதை நிறுத்திக்கொண்டது.

அக்டோபர் மாதம் 23ஆம் தேதி கடலூர் மாவட்ட தினசரியில், ஒரு துண்டுப் பகுதியில், "காணவில்லை" என்ற கறுப்பு வெள்ளைப் புகைப்படத்தில் எங்கள் பகுதி காவல் நிலையத்தின் முகவரி மற்றும் தொலைபேசி எண்ணுடன் வத்சலா இடம் பெற்றிருந்தாள். சலூன் கடையில் அன்று இது பகல் முழுக்கப் பார்த்துத் தீர்க்கப்பட்டதோடு மட்டு மல்லாமல் தேவைப்படுமென்று யாரோ சொன்னதன் பெயரில் துண்டாகக் கத்தரித்து சினிமா நடிகைகளுக்கு நடுவில் தற்காலிக நிரந்தரத்துடனும் ஒட்டப்பட்டது.

சிறிது காலத்திற்குப் பிறகு தங்கப்பன் சகஜமாக நடமாடத் தொடங்கியிருந்தான். இளவழகன் தினமும் அவனை சைக்கிளில் “டபுள்ஸ்” ஏற்றிக்கொண்டுப் போனான். வழக்கத்திற்கு மாறாக எதுவும் எங்களை ஆக்கிரமிக்காத அப்பருவத்து இயல்பு வாழ்க்கை அதுதான். வத்சலா ஊர்க்காரர்களின் தனிப்பட்ட மற்றும் கூட்டு அனுமானங்களுக்கு ஏற்ப, விதவிதமான அனுமானங் களில் வலம் வந்துகொண்டிருந்தாள். ஆனால் அது முக்கியமற்றக் கதையாக மாறிவிட்டிருந்தது.

எங்களை எல்லாப் பருவங்களும் கடந்து போனபோது நாங்கள் அவைகளுக்கு உண்டான பரிபக்குவத்தோடு ஓடிக் கொண்டிருந்தோம். ஊருக்குள் எங்கள் தெருவுக்கான நீர்த் தேக்கத்தொட்டியை ஒன்றுகூடி வரவழைத்தோம். மயானத் திற்கான பொது செம்மண் சாலை வந்தது. மழைக்காலம் தொடங்கிவிட்ட நாட்களின் தொடர்ச்சியில் நள்ளிரவில் ஒரு குறவர் இனக் கர்ப்பிணிப் பெண் தச்சுப்பட்டறைகளும் கொல்லன் பட்டறைகளும் கொண்ட எங்கள் ஊரின் அரச மரத்தடி முகப்பில் நின்று அவளைக் குறைக்கும் நாய்களின் தொல்லைகளைக் கடுமையாக எதிர்கொண்டபடி அதை உரக்கக் கத்தி சொல்லிக்கொண்டிருந்தாள். அவள் சொல்வதைப் புரிந்து கொள்வதற்கு மழையும் இரவும் நாய்களும் இடைஞ்சல்களாக இருந்தன என்று தர்மாசாரி சொன்னார். பிறகு, நாங்கள் தூக்கம் கலைந்து மழையில் நனைந்தபடியும் கிடைத்ததைப் போர்த்திக்கொண்டும் தேசிய நெடுஞ்சாலையில் மெது ஓட்டத் திலும் நடையிலுமாக போய்க்கொண்டிருந்தோம். இளகிய இதயம் கொண்ட சில பெண்கள் அங்கேயே அழுகையைத் துவக்கிவிட்டிருந்தார்கள்.

ஹோட்டலிலிருந்து வீட்டுக்குத் திரும்பும் வழியில், அந்தத் தேசிய நெடுஞ்சாலையில் விளக்குகள் எரியாத அந்த வளைவுப் பாலத்தின் ஓரம், சாபம் பெற்றவனைப் போலவும் கேட்பாரற்ற ஒரு நாயைப் போலவும் தங்கப்பன் லாரியில் அடிபட்டு இறந்துகிடந்ததைச் சாக்குப்பையில் அள்ளி மூட்டைக் கட்டிக் கொண்டிருந்தார்கள். ஜீப்பின் ஹெட்லைட் வெளிச்சத்தில் அவன் தங்கப்பன்தான் என்று அடையாளம் காணப்படுவதற் காகவே அவனது தலையும் கழுத்துமாய் அறைபட்டு விழுந்த மீதி உடல் நடு சாலையில் கவிழ்ந்து கிடந்தது. போலீஸ்காரர்கள், குடைபிடித்தபடி நின்றுகொண்டு கடந்து செல்லும் வாகனங் களை ஒழுங்குபடுத்திக்கொண்டிருந்தார்கள். ஜீப்பின் பின் சீட்டில் எரிந்துகொண்டிருந்த பெட்ரோமாக்ஸ் விளக்கினருகே இளவழகன் அடிபட்ட ஜோடிப் பறவையைப் போல் கதறிக் கொண்டிருந்தான். மழையும் இருளும் கூடியிருந்த அந்நேரத்தில்,

எங்களைக் கட்டுப்படுத்த மிகவும் பிரயத்தனப்பட்டுக் கொண்டிருந்த போலீஸ்காரர்களைத் தாண்டி தங்கப்பனின் ரத்தம் மழைநீரில் கரைந்தோடிக்கொண்டிருந்ததை நாங்கள் பார்த்தோம்.

மறுநாள் மழையின் நசநசப்பிலும் தானாகவே கடைப் பிடிக்கப்பட்டிருந்த ஊரின் மௌனத்திலும் ஒரு கோணிப்பையில் தர்மாஸ்பத்திரியிலிருந்து வந்த தங்கப்பனின் உடலை ஊர் கூடிப் புதைத்தது. பேதலிக்கும் தனிமையுடன் மீதமுள்ள பூதக் கண்ணாடியின் வாழ்க்கைத் தொடங்கியது.

ஆரம்ப நாட்களில் எப்போதும் பூட்டிக் கிடக்கும் வீட்டில் எப்போதாவது அவன் இருந்தான். திடகாத்திரமான மனநிலை இருந்தது அவனுக்கு. ஹோட்டலில் உறுதிப்பூர்வமாக வேலைக்குச் சேர்ந்துகொண்டான். மூன்று வேளையும் கடையிலேயே சாப்பிட்டான். அதிகாலையில் ஊருக்குள் சைக்கிளைத் தள்ளிக் கொண்டே நெடுஞ்சாலைக்கு வந்து, இருபுறமும் நோட்டம் விட்டு கண்ணாடியைச் சரி செய்து போட்டபடி சைக்கிளில் ஏறிச் செல்லும் அவனை, சாணித் தெளித்து வாசல் கூட்டும் பெண்களும் டீ கடைக்கும் அதிகாலைப் பேருந்தைப் பிடிப் பதற்குச் செல்பவர்களும் அவனை நிச்சயமாகப் பார்க்க முடியும். தூக்கமற்றவர்களும் கண் விழித்திருப்பவர்களும் அவன் இரவில் வீடு திரும்புவதைப் பார்க்க முடியும்.

அவன் உருட்டிச் செல்லும் சைக்கிளின் ஓசை, பாதி உறக்கத்தில் இருப்பவர்களின் கனவில் நுழையும் சாமார்த்தியம் பெற்றது. அது அவனைப் பற்றிய ஒரு மென்சப்தம்; வெளிச்சத்தில் தெரியும் மெல்லிய இழையைப் போல. அல்லது இரவின் தனிமையில் பாடும் ஒற்றைச் சிக்காடா பூச்சியைப் போல; கிட்டத்தட்ட இரண்டு வருடங்கள் எந்த மாற்றங்களும் இல்லாமல் அவனுடைய வாழ்க்கை அப்படித்தான் கழிந்தது; யாருடைய வீட்டிலும் வளராத எங்கள் ஊரின் ஒரு தெரு நாயைப் போல.

அதன்பிறகு சூழலே இளகியது போல உரையாடலுக் கானதோ எதற்கோ ஒரு துணை அவனுக்குத் தேவைப்பட்டிருக்க வேண்டும். திரையரங்கத்திற்குச் செல்லும் ஊர் வாலிபர்கள் ஓட்டலுக்கு வரும் பொழுதில் வலிந்து அவனுடன் உறவு ஏற்படுத்திக்கொண்டதை அவனால் தொடர முடிந்தது. பிறகு சில நாட்கள் அபூர்வமாக அவனை ஒத்த வாலிபர்கள் அவனுடன் மதகுக்கட்டையில் அமர்ந்து பேசிக்கொண் டிருந்ததைப் பார்க்க முடிந்தது. அவன் எங்கள் பிராந்தியத்தின் புகழ்பெற்ற டிடர்ஜென்ட் சோப்பின் விளம்பரம் பதித்த

பனியனைப் போட்டுக்கொண்டு உட்கார்ந்திருந்தான். அந்த வருடப் பொங்கல் விளையாட்டில் ஊர் வாலிபர்களின் வற்புறுத்தலின் பேரில் பானை உடைத்தலில் கலந்துகொண்டு எல்லோரையும் சிரிக்கவைத்து தோல்வியடைந்தான்.

1994ஆம் வருடத் தொடக்கத்தில் பஞ்சாயத்துத் தலைவரே அந்தப் புதிய வருடத்திற்கான மீன் குத்தகை ஏலத்தை எடுத்திருந்ததார். லாபத்தின் கூட்டல் பெருக்கல்களில் மயங்கி, குளக்கரையை இதுவரைக்குமான ஆக்கிரமிப்பிலிருந்து சட்டப் பூர்வமாக மீட்டு அகலப்படுத்த வேண்டி ஊர் பஞ்சாயத்து முடிவுசெய்தது.

இளவழகனின் வீடும் அதில் அகற்ற வேண்டிய புறம் போக்கில் இருந்தது. அதைத் தனித்துவிட முடியாது. இந்தச் செய்தி எட்டியதும் அவன் அன்று பகலிலேயே ஊர் முக்கியஸ்தர்களிடம் பரிதாபமான முகத்தோடு வெய்யலில் நின்றபடி கெஞ்சிக்கொண்டிருந்தான். இளவழகனுக்காக ஆதரவு தெரிவித்து அவன் வீட்டை விட்டுவிடச்சொல்லிப் பேசியவர்களும் பள்ளிக் கூடத்தை ஒட்டி வரும் புறம்போக்கில் அவனை வீடு கட்டிக் கொள்ளச் சொன்னதும் பஞ்சாயத்திற்குக் கட்டுப்பட்டார்கள். ஆனால் அன்று முழுதும் வேலைக்குப் போகாமல் பரிதவித்து அங்குமிங்குமாய்க் குழப்பமான முகத்துடன் திரிந்துகொண்டிருந்தான் அவன்.

குளக்கரையை அகலப்படுத்த வேண்டிய வேலைக்கான முதல்நாள் 'பொக்ளின்' வைத்து மண் மேட்டைச் சரிக்கத் தொடங்கியபோது ஊரில் வேலையற்றவர்களின் கும்பல் முகத்தில் அறையும் காலைப் பகலின் வெய்யலில் அவனும் நின்று வேடிக்கைப் பார்த்துக்கொண்டிருந்தான். மதியத்திற்கு மேல் அவன் வீட்டைப் பிரிப்பதற்காக அவனுக்குக் கடைக்கு ஆள் அனுப்பினார்கள். அவன் இன்னும் வரவில்லை என்றார்கள். வேறுவழியில்லாமல் அவனுடைய அந்தக் கூரைவீடு கூலியாட்களால் பிரிக்கப்பட்டு மறுபக்கத்தில் அடுக்கப்பட்டது.

தங்கப்பன் வீட்டின் பகுதிகளைப் பொக்ளின் மண்ணைச் சரித்து அள்ளத் தொடங்கியபோது இளவழகனின் சைக்கிள், திட்டவரைவுகள் இல்லாத திசையை நோக்கி இலக்கற்ற பயணத்தில் களைப்புடன் சென்றுகொண்டிருந்திருக்கும். இனித் திரும்பி வரமுடியாத எங்கள் ஊருக்குள், அவன் தனது பழைய நினைவுகளுக்குள் மூழ்கிக்கொண்டிருந்திருப்பான். அவன் தனக்குள் உரையாடிக்கொண்டிருந்த காலத்தின் ஒரு காலத்துள், எப்போதும் போல அவன் சைக்கிள், அவனுடையத் துணையாக ஆறுதலுடன் இருந்திருக்கும். எதிர்காலத்தைப்

ஜே.பி. சாணக்யா

பற்றியப் பதற்றத்தாலும் தன் பெயருக்குப் பின்னே இனி எழுப்பப்படும் அழிக்க முடியாத துரோகம் மிகுந்த திகிலை நினைத்தும், ஹாண்டில்பாரைப் பிடித்த கரங்களுக்குள் பிசுபிசுக்கும் வியர்வையின் வழுவழுப்பைப் பிடித்தபடி, அவன் ஒரு துளியைத் தாண்டியக் கண்ணீரையும் விட்டிருக்கலாம். அல்லது அவன் தங்கப்பனின் இழப்பிற்குப் பிறகும் இருந்த மனதிடத்தால் கனவுகளில் தோன்றும் சிவப்புக் கட்டை எறும்புகளை நினைத்தபடி சாவதானமாகவும் சைக்கிளை மிதித்தபடி குறிப்பிட்ட ஏதோ ஒன்றைத் தேடியபடியும் சென்று கொண்டிருந்திருக்கலாம். தோண்டி எடுக்கப்படும் மண், நினைவுகள் மண்டிய மனதைப் போல, பின்னோக்கிப் புரண்டு கொண்டிருந்தது. சிதிலமடைந்திருந்த ஒரு உடலின் கால் பகுதியைப் பொக்ளின் புரட்டத் தொடங்கியபோது, மலை யேற்றத்தில் காதுகளை அடைத்தத் தன்மையுடன் வெளியிடப் படாத எங்களின் கூட்டு அலறல்களால் அத்தருணம் நிரப்பப் பட்டிருந்தது. வேடிக்கையின் திசையில் சட்டென எழுந்த காற்று மண்ணை வாரித் தூற்றியது. மாவிலிங்கமரம் இலைகளை அலட்சியத்துடன் உதிர்த்துக் கொட்டத்தொடங்கியது. டிம்பர் டிப்போக்களில் கூரான இரும்புப் பற்கள், ஈவிரக்கமற்று கத்திக் கொண்டு அறுத்து முடித்துவிடுவது போல அது தொடங்கப் பட்டும் முடிக்கப்பட்டும் இருந்த வாழ்க்கையின் சகல காலங் களுக்கான அத்தனைத் தருணங்களையும் வீசியடித்தது. பதற்றக் குரல்களுடன் உறுதிசெய்யப்பட்ட செய்தியை நாங்கள் திகிலுடன் பார்த்துக்கொண்டிருந்தோம்; இன்றும் கூட. கட்டுப்படுத்த முடியாமல் எழும்பிய ஊர்ப் பெண்களின் அழுகை, வேறு வழியின்றி முட்டிக்கொண்டிருந்த அணையை உடைத்தது.

போக்குவரத்து ஸ்தம்பிக்கப்பட்டு வேடிக்கைப் பொருளைப் போலப் பார்க்கப்பட்ட 'அவ்வுடலை' போலீஸ் வரும்வரை எல்லோரும் குளக்கரை மேட்டில் பார்த்துக்கொண்டிருந்தோம். அது வத்சலாதான் என்பதற்கு விழி பிதுங்கும் ஆதாரங்கள் எதுவும் தேவைப்படவில்லை. துரோகத்தின் கொடிய நிழலும் ஊக்கம் பெற்ற மனப் பிறழ்வின் நடத்தைகளின் முன்னும் அவள் தப்பிப்பதற்காக வலுவாகப் போராடியிருப்பாள் என்பதே அவளின் வாழ்க்கைக்கான கடைசிப் போராட்டமாக இருந்திருக்கும்.

***காலச்சுவடு*, ஜனவரி 2010**

முத்தத்தைப் போல் எங்கள் மரணம்

(கடவுளின் நூலகம் - 2)

நீ என் ஆத்மாவை அழைக்கிறாய்
உன் குரலில் உன் அழைப்பில்
ஒளிந்துள்ளது
என் ஆத்மாவின் வேதனை

— எட்மண்ட் ஜபேஸ்*

அவளை மீண்டும் பார்ப்பதற்கு இரண்டு நாட்களுக்கு முன்பு என் கனவில் வந்திருந்தாள். நிஜத்திற்கு மாறாக லத்தைக் கண்ணாடி போட்டிருந்தாள். தேநீர் தயாரித்து வைத்துவிட்டு எனக்காகவோ எதற்காகவோ அறையில் காத்துக்கொண்டிருந்தாள். அதன் வாசற்படிகள் திசை மாறியிருந்தன. இரட்டைக்கதவும் பச்சை பெயின்ட்டும் அடிக்கப் பட்டு நான் புழங்கியிராத அறையாக இருந்தது. ஆனால் அது எனது அறைதான் என்று சிறிதும் சந்தேகமில்லாமல் நம்பும்படியும், எங்கள் கிராமத்து வீட்டின் பலா மரங்களும் நாரத்தை மரங்களும் தெரிந்தன. நான் வீட்டுக்கு வருவதற்காகவே காத்துக் கொண்டிருந்தவள்; நான் வந்த பின்பு, எப்போது வெளியேறிச் சென்றாள் என்பது தெரியாமல் கனவு முடிந்துவிட்டிருந்தது. அந்தத் தேநீரைப் பார்த்தேன். வெள்ளை நிற ஐந்து லிட்டர் பிளாஸ்டிக் கேனில் வடிகட்டப்படாமல் இருந்தது.

---

* எட்மண்ட் ஜபேஸ் – யூதக் கவிஞர்.

ஜே.பி. சாணக்யா

அடுத்ததாக வந்த கனவு: ஏரிக்கரையைப் போல் உயர்ந்த மேடு; செழிப்பாய் முளைத்த புற்களுடன் தளிர்ப் பசுமையாக அடிவானத்தை நோக்கிச் சென்றுகொண்டிருந்தது. அந்த ஒற்றையடிப் பாதையில், வெளிச்சமான மேகங்களை நோக்கி நான் நடந்து சென்றுகொண்டிருந்தேன். சட்டென என் எதிரில் பருத்த மரம் ஒன்று வழியை மறைத்து வளர்ந்தோங்கியிருந்தது. சரிவில் இறங்கி மேலேறித்தான் பாதையைப் பின்பற்ற முடியும். நான் வலப்புறமாகக் கீழிறங்கினேன். விசித்திரமானதாக இப்போது எண்ணிக்கொள்கிறேன். சிறிதும் எதிர்பார்த்திராத அளவில், மனிதக் காலடிகள் பட்டுத் தேய்ந்த, புழக்கத்திலிருக்கும் அந்த ஒற்றையடிப்பாதை, மரத்தின் அடிப்பகுதியிலிருந்து நறுக்கி வைத்ததுபோல் தொடங்கப்பட்டிருந்தது. அல்லது தூரத்திலிருந்து வந்த பாதை அந்த அடிமரத்தில் முடிந்திருந்தது. ஒரு பாதை அப்படித் தொடங்கவும் முடியாது; முடியவும் செய்யாது என்பதுதான் அதன் வினோதம். நான் அதன் வழியாக நடந்து சென்றதாகத்தான் எனக்கு ஞாபகமிருக்கிறது.

கடலை நான் பார்க்கவில்லையென்றாலும் கடற்கரையை ஒட்டிய, படித்தவர்கள் புழங்கும் ஊராக, அதை உணர்ந்தேன். ஒரு வளைவில், தனித்த வீடாக, பச்சை பெயின்ட் அடித்த சட்டங்களால் முகப்பிட்ட வீடாக அது இருந்தது. வராந்தாவில் ஆண், பெண் செருப்புகளென பேதம் பார்க்க முடியாதபடியும் மங்கலாகவும் நிறைய செருப்புகள் கலைந்து கிடந்தன. அவள் அங்கு இருந்தாள் எனும் உணர்வுதான் எனக்கு இருந்தது. வாசற்படியை அடைத்துக்கொண்டபடி குரல்களின் வழியே தொடுவதுபோல் இருளில் நின்றுகொண்டிருந்தார்கள் சிலர். அவளின் சகோதரிகள் என்று நினைத்தேன். பின்னிருக்கும் உருவங்கள் முன்னிருக்கும் தோள்களின் வழியாக, பிரியத்துடன் என்னை எட்டிப் பார்த்துக்கொண்டிருந்தன. அவர்களின் முகமோ அடையாளமோ நினைவில்லை. அவள் வீட்டில் அவள் அம்மாவை ஒத்த யாரோ எனக்கு லேசான உவப்பு வரும்படி பேசி அனுப்பிவைத்தார். அது அவளை நான் திருமணம் செய்துகொள்வது குறித்த உரையாடலாக உணர்வூட்டப் பட்டிருந்தது. நான் வலுக்கட்டயமாக அவர்களிடமிருந்து கிளம்புவதும் அவர்களும் அதை விரும்பியதுபோலும் அப்போது அதைச் செய்வதுதான் வரவிருக்கும் ஆபத்தைத் தவிர்ப்பதற் கான உபாயம் போன்றும் இருந்தது. ஆனால், அது வந்தவரை வழியனுப்பும், ஒரு குடும்பத்தின் விருப்பமான சடங்கைப் போலிருந்தது. என்னிடம் செருப்பில்லை என்று அவர்களிடம் சொன்னேன். அவளின் செருப்பைப் போட்டுக்கொண்டு செல்லுமாறு என்னிடம் கூறினார்கள். நான் அதுதான் சரியான செயல் என்று அவள் செருப்பில் என் கால்களை நுழைத்தேன்.

(அது அவளுடைய பழைய செருப்பு. தற்போது அவள் வேறு செருப்பு வாங்கியிருப்பதைப் பார்த்தேன். விரல்களுக்கும் கால்களுக்குமான கறுப்பு மோதிர வகை செருப்பு. அதில் சாய்ந்த செவ்வகக் கட்டங்கள் பல வண்ணத்தில் இருக்கின்றன.) கால்களில் நுழையாத அவள் செருப்பு, எனக்குப் போதவில்லை என்பதை அவர்கள் உணருமுன்னே அவ்விடத்தை விட்டுக் கிளம்பிவிட வேண்டுமென்ற அவசரத்தில் தொற்றிக்கொண்டபடி நடந்து வெளியேறினேன். மணல் பாங்கான, இருபக்கமும் பச்சை விரவிய, நெருஞ்சி முட்கள் உள்ள அப்பாதையில் சென்றுகொண்டிருந்தபோது நான் உண்மையிலேயே உணர்ந்தேன்; தவறுதலாக நான் அவள் செருப்பை போட்டுக் கொண்டு வந்துவிட்டதாக.

சில நாட்களுக்குப் பின் வந்த கனவில், என் கிராமத்து வீட்டுக்கு அவள் தம்பியுடன் வந்திருந்தாள். மார்பில் புத்தகங் களை அணைத்திருந்தாள். அவன் முகம் நினைவில் இல்லை. அவன் அவளின் பாதுகாப்பிற்காகத்தான் வந்துள்ளான் என்பதும் அவளின் முடிவுதான் அவனுடையதும் என்பதும் வெளிப்படை யாகத் தெரிந்தது. ஆனால் அக்கனவிலும் நான் என் வீட்டுக்குள் நுழைந்ததுமே உண்மையிலேயே என்மீது காட்டுவதற்காக வைத்திருந்த கோபத்துடன் தோட்டத்து வாசற்படி வழியே வெளியேறிச் சென்றுகொண்டிருந்தாள். வெளிர் நீல நிறச் சுடிதாரில், வெள்ளைத் துப்பட்டாவுடன், அவள் கடந்துபோகும் ஒரு பக்கத் தோற்றத்தைத்தான் காண முடிந்தது. உள்ளே நுழைந்ததும் என் வீட்டுத் தரை, சாணியால் மெழுகப்பட்டு, முடிக்கப்படாத பொக்கைகளுடன், ஈர மண்ணின் சிதறல் களோடு இருந்தது. அவள் செல்லும்போது விவரிக்க முடியாத சோகம் அவள் முகத்தில் அப்பிக்கிடந்தது. அதற்கான காரணத்தை எனக்கு கூற வேண்டுமென்று உள்ளூர ஏங்கியபடி நான் தரையைப் பார்த்துக்கொண்டிருந்தேன்.

அதன் பின்பு ஏதோ ஒரு ஓட்டலின் மொட்டை மாடியில் இருள் கவிழ்ந்த சூழலில் ஒரு சிறுவனிடம் என் நண்பனைப் பற்றி விசாரித்தேன். அந்த வயதில் அந்தச் சிறுவன் அங்கு பணிபுரிவதற்காக அவனிடம் வருந்திக் கூறினேன். எதிரில் இருக்கும் ஓட்டலின் ஒளிரும் விளம்பரப் பெயர்ப் பலகையைப் பார்த்தபடி நான் என் அறைக்குத் திரும்ப வேண்டுமென்று எண்ணிக்கொண்டிருந்தேன். அவ்வெண்ணத்தின் தீவிரம் குறையாமல் மெல்லியதான கோட்டுச் சித்திரத்தைப் போல அவளின் முகம் ஞாபகத்திற்கு வந்தது. மிக மிக அருகில் நிற்கும்போது எழும் சித்திரம். அவள் நிறத்தை ஒத்த மென் மயிர்கள் அவள் மேலுதட்டில் பூஞ்சையாய் மாலை நேர

மஞ்சள் ஒளியில் உயிர்பெற்றிருந்தன. அவள் வருவாளா, இவ்வூரில் இருக்கிறாளா என்று எதுவும் தெரியாமலேயே முடிவெடுத்துவிட்ட அன்றிரவு எனக்கு லேசான பரபரப்பு இருந்தது. மறுநாள் அணிந்துகொள்ள வேண்டிய ஆடைகள் துவைக்கப்பட்டிருக்கிறதா எனப் பார்த்து இஸ்திரி போட்டு வைத்தேன். அவளே எனக்குச் சொல்லியனுப்பியதுபோல நான் மீண்டும் அவளைப் பார்க்க முடியுமென்று மனப்பூர்வமாக நம்பினேன்.

2

மழைக்கான அறிகுறிகள் எதுவுமற்றிருந்த அந்தப் பகலில், வீட்டை விட்டுக் கிளம்பிய பின்பு, கொஞ்சம் தூறல்கள் என்மீது விழுந்தன. பேருந்து நிறுத்தத்திற்குச் செல்லுமுன் சட்டெனத் துரிதமாகப் பெய்த மழையில் கழுத்துப் பாகம் தவிர்த்து சாம்பல் நிற மழைப் புள்ளிகளைப் பெரிதாக்கி வரைந்ததுபோல் என் ஆடைகள் நனைந்துவிட்டிருந்தன. அவள் அங்கே என் முந்தைய நாட்களின் கனவுகளின்படியும், என் அதிர்ஷ்டத்தின்படியும், பிளாட்பாரத்தின் மூலையில் கம்பி வலையிட்ட, மரமாக வேண்டிய சிறிய செடியின் முன்பு, ஏதுமறியாத சிறுமிபோல் நின்றுகொண்டிருந்தாள். அவள்தான் என்னை மீண்டும் அழைத்திருக்க வேண்டும். அதற்காகத்தான் நான் வந்திருப்பதும் அவள் காத்திருப்பதும்.

கருஞ்சிவப்பு மற்றும் கருமஞ்சள் வண்ணங்களில் மாறி மாறிப் பட்டைகளிட்ட சுடிதாரும் கண்ணாடித் தாளையொத்த, ஓரத்தில் சிவப்பு பார்டருமாய் இருந்த, துப்பட்டாவும் அணிந் திருந்தாள். அது பழைய ஆடையைப் போலவும் அவளுக்குச் சிறிதும் பொருத்தமில்லாததாகவும் அப்போது தெரிந்ததை மறுக்கிறேன். அது அவளின் எளிமையைப் போலவே தேர்ந் தெடுக்கப்பட்டிருக்கிறது என்பதுதான் உண்மை. அவள் எங்கோ வேடிக்கை பார்த்துக்கொண்டிருந்தாள். எனக்காகத்தான் அவள் அப்படி இருந்திருக்க முடியுமென்று உறுதியாகக் கூறுவேன். ஏனெனில் அவளின் லாவகங்களில் அது முதன்மையானது என்று இடைப்பட்ட ஒன்றரை வருடங்களில் தெளிவாகப் புரிந்துகொண்டிருக்கிறேன். அவள் பார்வை படுமிடமாக அவளின் முன்னால் கடந்து சென்று பிளாட்பாரத்தில் – வெட்கமில்லாமல் – நின்றபடி யோசனையாய் என்னைக் காட்டிக்கொண்டேன். நான் உண்மையாகவே அவளைக் கடந்து சென்றுவிடும் அதிர்ச்சியை அது அவளுக்கு வழங்குமென்று நான் எதிர்பார்க்கவில்லை. அவள் பேருந்துக்குக் காத்திருக்கும் கூட்டத்தைத் தாண்டி என்னைக் கவனிக்கும் ஆர்வத்திலும்

ஒரு வகையான பதற்றத்திலும் அவளின் இயல்பான நளினங்களை மீறி தலையை அங்குமிங்குமாய் நீட்டி என்னைத் தேடினாள். ஒரு நொடிதான்; நாங்கள் ஒருவரையொருவர் கண்களால் தீண்டிக்கொண்டோம். நான் திரும்பி வந்து வேறிடத்தில் நின்றுகொண்டேன். அவள் மெல்ல என்னைத் திரும்பிப் பார்த்து அலுப்பை வெளியிடும் விதமாய் வாயால் காற்றை ஊதிக் காண்பித்தாள். அந்தச் செய்தியை நான் ரசித்தேன். அவள் அதையும் பார்த்தாள். பின்பு என் பார்வையிலிருந்து அவளை மறைத்துக்கொள்ளும் விதமாய்ப் பேருந்து நிறுத்தத் தூணிற்குச் சென்று அவளின் ஒரு நூல்கூட எனக்குத் தெரியாத கோணத்தில் நின்றுகொண்டாள். அந்தப் புறக் கணிப்பில் எனது வருகையும் செயலும் உறுதிப்பட்டிருந்ததில் லேசான சந்தோஷத்தைத் தவிர நான் வேறெதையும் அடையவில்லை. அவளுக்குப் பேருந்து வரும்போது அவள் தூணை விட்டு வெளிவரும் நொடிகளுக்காகக் காத்திருந்தேன். அவள் என் எதிர்பார்ப்பை யூகித்தவளாக எனக்கு எதிர்ப்பக்கமாக வெளிவந்து பேருந்தில் ஏறிச் சென்றாள். ஆனால் அப்போதும் அவள் முகத்தைப் பார்க்க முடிந்தது. வெறுப்பில் இறுகிப் போய்ச் சிறிதும் கருணையற்று இருந்தது. நான் அவமான உணர்வுடன் வீட்டுக்குத் திரும்பினேன்.

அன்றைய பகல் பொழுதை, இப்போதைய ஞாபகக் குறைவோடு, துண்டுத் துண்டான கற்பனைகளில், குழப்பமாகக் கழித்ததாக நினைவு இருந்தது. நான் மீண்டும் அவளைப் பார்த்ததே நாங்கள் எங்கள் பழைய சம்பவங்களை மறந்து ஒன்று சேர்வதற்காகத்தான் என்று சந்தேகமில்லாமல் நம்பினேன். கிட்டத்தட்ட ஒரு வருட இடைவெளிக்குப் பிறகு எனக்கு வந்த கனவுகளிலும் காலையில் நடந்த சந்திப்பிலும் நம்பிக்கையூட்டும்படியாக எதுவும் இல்லாதுபோனாலும் என்னால் யூகிக்க முடியாத காரணங்கள் கண்டிப்பாய் இருக்கக்கூடுமென நினைத்தபடி அன்றிரவையும் கழித்தேன். கதைகள் எழுதும் பொழுதுகள் தவிர்த்து, நகர வாழ்வே அலுவலகத்தில் கழிவது போல்தான் இருந்துகொண்டிருக்கிறது. இதில் எனக்கு அவள் முகமும் உறவும் கடற்காற்று பீறிட்டு வரும் சன்னலைப் போன்றது. காலையில் அவள், என்னை மறைத்த உருவங்கள் தவிர்த்துத் தேடியதை மீண்டும் மீண்டும் நினைத்துக்கொண்டிருந்தேன். அதில் அவளுக்குள் ஒளிந்திருக்கும் காதல்தான் இருந்திருக்க முடியுமென்று எண்ணிக்கொண்டேன்.

அன்று மாலை அவளைச் சமாதானப்படுத்தும் திட்டத்துடன், பழையபடி அவளின் கல்லூரி நிறுத்தத்தில், நாங்கள் வீடு திரும்பும் பேருந்துகள் வரும் திசையில் நின்று

கொண்டிருந்தேன். அவள் வரும் நேரம் தாண்டி இருட்டி விட்டிருந்தது. அவள் கல்லூரியின் உள் முகப்பில் விழா விளக்குகள் ஒளிரத் தொடங்கியதைப் பார்த்தபோது கலாச்சார விழாவைப் போல் ஏதாகிலும் இருக்குமென்று எண்ணினேன். சிறிது நேரத்தில் கல்லூரியை விட்டு வெளியே வந்தவள், இரண்டு சாலைகளாகப் பகுக்கப்பட்டிருக்கும் முதல் சாலையைக் கடப்பதற்குச் சமயம் பார்த்துக்கொண்டிருந்தாள். கடந்து செல்லும் வாகனங்களின் வெளிச்சமும் காற்றும் அவள்மேல் மோதிக் கடந்தன. அவள் ஆடைகள் அவளோடு ஒட்டிக் கொண்டன. ஒளி வெள்ளத்தில் அவள் தொட முடியாத மலரைப் போல உயர்ந்திருந்தாள். அவளின் முன்கேசம் ஓவியத்தில் நிலைத்த ஊதுபத்தி புகைபோல் கலைந்திருந்தது. அவள் முகம்; அந்த அமைதி; அதற்குள்தான் நான் மறைந் திருந்தேன். அவள் என்னைப் பார்த்திருக்க வேண்டும். ஆனால் என்னைப் பார்க்காததுபோல் சாலையைக் கடந்து பேருந்து வரும் திசையைப் பார்த்து எனக்கும் பின்னே சற்றுத் தள்ளி நின்றுகொண்டாள்.

அந்நேரத்தில் அந்த நிறுத்தம் கூட்டமில்லாததாக மாறி யிருந்தது. எங்களுக்கான ஒரு பேருந்து வந்தபோது நான் பேருந்து நிற்குமிடம் நோக்கி நகர்ந்தேன். அவள் வெறுமனே நின்றுகொண்டிருந்தாள். அவளைப் பார்த்துவிட்டு நானும் ஏறாமல் நிற்கத் தொடங்கினேன். பேருந்து சென்றுவிட்டிருந்தது. அவள் முகத்தில் கடுமை ஏறிக்கொண்டிருந்தது. அவள் வேண்டு மென்றே தன் வெறுப்பின் தீவிரத்தைப் பூதாகரப்படுத்திக் காட்டுகிறாள் என்று நினைத்தேன். ஆனால் எனக்குள் குறும்பு தோன்ற சிரித்துக்கொண்டேன்.

மற்றுமொரு பேருந்து வந்து நின்றது. அவள் அப்பேருந்தில் ஏறுவதற்கான முன்னேற்பாட்டோடு வந்து நின்றாள். அவள் முன் படிக்கட்டையும் நான் பின் படிக்கட்டையும் நோக்கி நகர்ந்தோம். நான் ஏறச் செல்லும் நேரம் அவள் தனித்துவமான அலட்சியத்துடன் என்னைப் பார்த்துப் பேருந்தை விட்டு விலகி நின்றுகொண்டாள். அங்குள்ள சிலர் இதைக் கவனித் தார்கள். அவளும் இன்றே இதை ஒரு முடிவுக்குக் கொண்டு வந்துவிட வேண்டுமென்ற தீவிரத்தில் நின்றுகொண்டிருந்திருக்க வேண்டும். நான் எங்கோ வேடிக்கைப் பார்த்துத் திரும்பிய போது அவள் சாலையைக் கடந்து கல்லூரிக்குள் நுழைந்து கொண்டிருந்தாள். சிறிது நேரத்தில் வெளியே வந்து எதிர்சாரி யில் இருக்கும் வேர்க்கடலைக் கடையில் எதுவோ வாங்கினாள். பின்பு பக்கத்தில் உள்ள தொலைபேசியகத்திற்குச் சென்று யாருக்கோ போன் பேசினாள். வெளியே எனது திசையில்

முதல் தனிமை 67

நடந்து வந்து ஆட்டோவை நிறுத்தி ஏறிக்கொண்டாள். கடந்து போகும் ஆட்டோவினுள் அவளைப் பார்த்தேன். கடுமையாக அல்ல; சோகமாக உட்கார்ந்திருந்தாள். என்னை இதுவரை சந்தித்தே இராதவள்போல் சாலையைப் பார்த்து உட்கார்ந் திருந்தாள். நான் என்னைக் கொஞ்சம் சமாதானப்படுத்திக் கொண்டேன். அவள் கழற்றிக் கொடுத்த கடிகாரம் எங்களின் கடந்த காலத்தை வலுவாகச் சொல்லியபடி பென்சில்கள் பூட்டி வைக்கும் பெட்டியில் இன்னும் பத்திரமாக ஓடிக்கொண்டு தானிருக்கிறது. அவளின் இக்கோபங்கள் யாவும் அவள் என்னை மிகவும் விரும்பியதும் நம்பியதுமான அடையாளங்கள்தாம். அவள் சிறுமிதான் எனக்கு. அவள் கோபங்கள் ஒரு விளையாட்டுத் தான். அதை நான் ஒரு தனிமையான பொழுதில் மன்னிப்புகள் நிறைந்த வார்த்தைகளாலோ துளிர்க்கும் கண்ணீரின் செய்தி களாலோ அவளுக்குப் புரியவைப்பேன் என்று ஆறுதலடைந்தேன்.

3

அந்த இரண்டு வாரங்களில் நினைத்த நேரத்தில் மழை பெய்து கொண்டிருந்ததில் சாலைகளும் மரங்களும் நீர்க் குளிர்ச்சியோடு இருந்தன. இந்த இரண்டு முறைகளிலும் அவள் காட்டிய வெறுப்புகளை மீறி மூன்றாவது முறையும் அவளைச் சந்திக்க முயற்சித்தபோது என் வயதின் காரணத்தால் என்னைப் பற்றி நானே மிக மோசமாக உணர்ந்தேன். இவற்றை முடிவுக்குக் கொண்டுவரும் விதமாக, கடைசியாக ஒரு முறை அவளைச் சந்தித்துப் பேசிவிட வேண்டுமென்றும் தீர்மானித்திருந்தேன்.

அன்று அவள் ஏறிச்செல்லும் பேருந்தானாலும் நெரிசல் காரணமாக அந்தப் பேருந்தைத் தவிர்த்தேன். சுரணையற்ற வனைப் போல் அவளைப் பின்தொடரும் நான், ஏறாதிருத்தலைப் பார்த்தவுடன் அவளால் தவிர்க்கவியலாத, மிகச் சிறிய, நுட்பமான, எதிர்வினை ஒன்று நிகழ்ந்தது. அவள் கண்கள் சிறிது வியப்புடன் கேள்வியாய்ப் பார்த்து விலகியது. நான் சந்தேகமில்லாமல் நம்பினேன். தனக்குள் என்னை இன்னும் ஒரு ஓரமாகப் பத்திரமாக வைத்திருக்கிறாள் என்று.

அடுத்தநாள் எனக்கு விருப்பமான கறுப்பு ஆடைகளை அணிந்துகொண்டு அவளுடன் பேருந்தேறிச் சென்றேன். அவள் வெள்ளை நிறப் பூக்களிட்ட ரோஜா நிற சுடிதாரில் வெள்ளைத் துப்பட்டா போர்த்தியிருந்தாள். (அவள் ஆடைகளை ஞாபகம் வைத்துக்கொள்வதில் அவளையே எனக்குள் வைத்திருப்பது போல் ஒரு சுகத்தை அடைந்திருந்தேன்.) எப்போதும் ஏறியவுடன் உள்ளே நுழைந்து மறைந்துவிடும் அவள் அன்று முதுகைக் காட்டிக்கொண்டு நின்றாள். இடதுபக்கத் தோளில் பொட்டின்

ஜே.பி. சாணக்யா

அளவு தழும்பு ஒன்றிருந்தது. மெல்லிய ரேகைகளைப் போல் இரண்டு கோடுகள் வியர்வை மினுமினுப்புடன் கழுத்தை வளையமிட்டிருந்தன. வலுவில்லாத தோள்பட்டைகள். நடத்துநர் கத்தியும் அவள் உள்ளே செல்லாதிருந்தாள். நான் எந்த நிறுத்தத்திற்கு டிக்கட் வாங்குகிறேன் என்பதைத் தெரிந்து கொள்வதற்காகக் காத்திருக்கிறாள் என்பதை டிக்கட் வாங்கியவுடன் தெரிந்துகொண்டேன். வேலை முடிந்ததுபோல் உள்ளே சென்றுவிட்டாள். டிக்கெட் வாங்கியபோது அவள் காட்டிய சிறிது வியப்பின் காரணத்தை அவளும் அந்த நிறுத்தத்தில் இறங்கியபோதுதான் உணர்ந்தேன். உண்மையிலேயே அவளைப் பின்தொடர்வதற்காகக் குத்துமதிப்பாகத்தான் அந்த நிறுத்தத்தைச் சொல்லி டிக்கெட் எடுத்திருந்தேன்.

மார்பை மறைத்துத் தோள்பட்டைகள் வழியாகச் சுற்றிக் கொண்டு பின்புறம் இறங்கும் துப்பட்டாவின் இருபக்க முனைகளும் அவள் நடை வேகத்திலும் காற்றடிப்பிலும் வெண்மையான இறக்கைகள் அசைவது போலிருந்தன. (வெண்ணிறம் மற்றும் கறுப்பு சம்பந்தமான ஆடைகள் அவளை யாரும் அணுகவியலாத தன்னம்பிக்கை கொண்டவளாகவும் மிகுந்த அழகியாகவும் காட்டிக்கொண்டிருந்தன.) விட்டுவிட்டு வரும் அழுத்தமான கோடைக் கால காற்றடிப்பில் உதிரும் பழுத்த இலைகளைப் போல் மழைத்தூறல்கள், வீசி நகரும் காற்றின் திசையில் வெயிலோடு எங்களைக் கடந்துபோனது.

வெளிறிய சிலேட்டைப் போல் வண்ணமடிக்காத சிமிண்டு சுவர்களைக் கொண்ட வீடுகளைக் கொண்ட தெருவைத் தாண்டி, கார் பழுது பார்க்கும் கறுப்புப் படிந்த கடைகள் தொடர்ந்த வீதிகளையும் தாண்டி அவள் சென்றுகொண் டிருந்தாள். சாலை வளைவுகள் நதியைப் போல் நீளமாகவும் அகலமாகவும் வளைந்து நேர் சாலையை அடைந்துகொண் டிருந்தன. அவள் நடை சாதாரணமாகவே சற்றுத் துரிதமானது தான். கடைத் தெரு முடிந்து, கடைத் தெருவின் சாயல்கள் கொண்ட தெருவும் முடிந்து, வீடுகள் தொடங்கிய தெருவில் அவள் நடந்தபோது அவள் யாரோ போலிருந்தாள். யாரிவள்? நான் எதற்கு என்னை மறந்தபடி இவளைப் பின்தொடர்ந்து போகிறேன்? ஒருவருக்கு ஒரு அழகு பிடிப்பதற்கு என்ன காரணம் இருக்க முடியும்? மனிதர்கள் ஏன் ஒருவரை ஒருவர் காதலித்து மடிகிறார்கள்? எனும் கேள்வியெல்லாம் வீட்டுக்கு வரும்போதுதான் எழுந்தன. எனக்கு எப்போதும் யாரேனும் ஒரு நபர் ஒருவரின் நினைவுகளில் சிக்கிக்கொண்டு விடுவிக்க முடியாமல் இருப்பதே பெரிய மாயமாகத்தான் தோன்றிக் கொண்டிருந்தது. அந்நினைவுகளின் பின்னே நூல்களின் சாயம்

என்னவாக இருக்கிறது என்பதே பெரிய சுவாரஸ்யம்தான். நகரச் சாலைகளை விட்டு இத்தனை தூரம் வேறு ஒரு பிராந்தியத்தில் சகஜமாகச் செல்லும் அவளைக் குறித்து எனக்கு லேசான பயம் வந்தது. நான் பின்தொடர்வது அவளைத்தானா? அவள் பேருந்திலேயே சென்றுவிட்டாளா? அல்லது இது ஏன் நடந்து கொண்டிருக்கிறது? என்பதுபோன்ற கேள்விகள் எழுந்தபோது வாழ்க்கை எழுப்பும் அபத்த உணர்வு குறித்து சிரிப்பும் வந்தது.

அடுக்குமாடிக் குடியிருப்பைப் போல் தெரிந்த ஒரு அலுவலகக் கட்டிடத்திற்குள் அவள் நுழைந்தாள். எந்த மாடிக்குள் ஏறினாள் எந்த அலுவலகத்திற்குள் புகுந்தாள் என்றறிய முடியாத படி அவள் மறைந்திருந்தாள். நான் ஒரு காவல் நாயைப் போலக் கட்டிடத்தின் எதிரே நின்றுகொண்டேன். சினிமா சுவரொட்டிகள் ஒட்டிச் சிதைந்த நீளமான சுவர்போல அக்கட்டிடத்தில் இற்றுப்போனவைகளும் புதியவைகளுமாய் விளம்பரப் பலகைகள் தொங்கிக்கொண்டிருந்தன. நான் படிப்பு சம்பந்தமான போர்டுகளைத் தேடிக்கொண்டிருந்தேன். அவள் மூன்றாவது மாடியின் வளைவிலிருந்து அல்லது ஒரு தடுப்பிலிருந்து தோன்றினாள். கீழிருக்கும் என்னை அங்கிருந்தே பார்த்தாள். என்னை அப்போதுதான் பார்ப்பதாக அவள் புருவங்கள் கேள்வியாகச் சுருங்கின. தந்திரங்கள் செய்யத் தெரியாத தந்திரக்காரி.

காத்திருப்பின் நேரத்தை செலவழிக்கத் திட்டமிட்டுக் கொண்டிருந்தபோதே அவள் வெளியே வந்தாள். சில நிமிடங்களில் அந்த மாடியில் என்ன செய்திருப்பாள்? மறந்துவிட்டுச் சென்ற பொருட்கள்; தர வேண்டிய தொகைகள்; இப்படி ஏதாவது கைமாறியிருக்கலாம். அவள் திரும்பி நடக்கும்போது அவளிடம் பேசிவிடும் முடிவுடன் சிறிது துரிதமாக நடந்தேன். நகரத்தின் பிரதான சாலையை ஒட்டி அதற்கு இணையாய்ச் சிறிய கறுப்பு சந்தில் தேங்கி நிற்கும் மழை நீர்த் தேக்கங்களைப் பற்றி கவலைப்படாது மிதித்து சென்றுகொண்டிருந்தாள். சுடிதாரின் பின்புறம் செம்மண் நிறச் சேற்றுப் புள்ளிகள் சேகரமாகத் தொடங்கியிருந்தன. அவள் என் துரிதத்தை உணர்ந்த படி சிறிது வேகமாக நடந்தாள். முதலில் அது அவளின் இயல்பான நடைதான் என்று நினைத்தேன். எங்களுக்குள் நிலவும் தூரத்தின் அளவு மாறும்போதுதான் அவள் முன்னை விட வேகமாக நடக்கிறாள் என்பதையறிந்தேன். என் திட்டத்தை மீறி உடனே நடையை குறைத்துக்கொண்டேன்.

ஜெமினி பாலத்தின் சுரங்கப் பாதையில், எங்களின் நடை சப்தங்கள் தனித்தனியாக எதிரொலிக்க நடந்தோம். அவள் கிட்டத்தட்ட நடந்தோடினாள். படிக்கட்டுகளை துள்ளி

ஏறினாள். எங்களை இறக்கிவிட்ட பேருந்தே மீண்டும் வந்தது. டிக்கட் எடுக்கும்போது நடத்துநரைப் பார்க்கும் திசையில் நானிருந்ததால் என்னைப் பார்த்தாள். எதையும் அவள் முகத்திலிருந்து பெற முடியவில்லை. அந்நேரத்தில் என்னால் அவளுக்குள் எழுந்த அச்சத்தை அவள் கற்று வைத்திருக்கும் தைரியங்கள் மூலமாகக் கைப்பிடித்திருந்தாள் என்று வேண்டுமானால் சொல்லலாம்.

4

என்னால் அன்று கமல் டிரிங்ஸில், அவள் கூறியபடி, அவளிடம் நான் முன்பே பழகியிருப்பதாக ஒத்துக்கொண் டிருந்தால், சமாதானத்திற்கான இந்த அவமானங்களைச் சுமந்துகொண்டிருக்க வேண்டியதில்லைதான். இருப்பினும் ஒரு பெண்ணின் நம்பிக்கையும் கௌரவமிக்க காதலும் இதில் அடங்கியிருக்கிறது. ஆனால், சிறிதும் முன்பின் தெரியாத ஆளிடம் நடந்துகொள்ளும் இந்த முறையால், நான் அவளைப் பின்தொடர்வது குறித்து மனரீதியாக களைப்படைந்திருந்தேன். பிறகு, அவளின் வருகை நேரங்களில் பேருந்து நிறுத்தப் பக்கமே செல்லாமல் தற்காலிகமாக எனது அவமானப்படுதல் நிறுத்தி வைக்கப்பட்டதுபோல் பல மாதங்கள் ஒருவரையொருவர் நினைவுகள் தவிர்த்துக் குறுக்கிட்டுக்கொள்ளாமல்தான் இருந்தோம்; நண்பர் ஒருவர் என்னைத் தேடிக்கொண்டு வந்த அந்த நாள் வரும்வரை.

அவள் மாலைக் கல்லூரிக்குச் செல்பவள் என்பதால், பன்னிரெண்டே முக்காலுக்குத்தான் பேருந்து நிறுத்தத்திற்கு வருவாள். கல்லூரி நாட்களில், அவளுக்கும் அப்பேருந்து நிறுத்தத்திற்கான பதினோரு மணிக்கும் எந்தச் சம்மந்தமுமில்லை என்ற உறுதியினால்தான், நான் சற்று தைரியமாக நண்பரைப் பேருந்து ஏற்றச் சென்றேன். ஆனால் அவள் என்னை வரச் சொல்லிக் காத்திருப்பவள்போல் பேருந்து நிறுத்தத்தில் நின்று கொண்டிருந்தாள். யார் அழைப்பின் பெயரில் மீண்டும் நாங்கள் சந்தித்துக்கொண்டோம் என்று தெரியவில்லை. கமல் டிரிங்ஸில் என்னைச் சந்தித்த அன்று கட்டிக்கொண்டுவந்த பட்டுப் புடவையுடன் மிக அலங்காரமாகத் தெரியாதபடிக்கு ஆனால் மிக நுட்பமான அலங்காரத்துடன் நின்றுகொண்டிருந்தாள். அவள் அந்தப் புடவையில் எல்லோர் கவனத்தையும் ஈர்ப்பவளாய் இருந்தாள். நகைகள் அணிந்து பார்த்திராத அவள், அந்தப் புடவையின் வண்ணப் பொருத்தத்தோடு வாங்கப்பட்ட பழங்கால எகிப்து அரசிகளின் நகை வடிவமைப்பைப் போல் இருந்த மெட்டல் நெக்லஸ் ஒன்றை அணிந்திருந்தாள். என்னைப்

பார்த்ததும் முதுகுக் காட்டி நின்றுகொண்டாள். அவளது மெல்லிய உடலில் அதுவரை பார்த்திராத பின் இடுப்பும் கீழ் முதுகும் முதுகுத்தண்டும் வசீகரம் எதுவுமற்றுத் தட்டையாய்த் தெரிந்தன. அவள் அவயங்களைக் கணக்கிலெடுத்துக் கொண்டால்கூட சிறிதும் கவர்ச்சியற்ற உடல்தான். ஆனால் அவள் முகம்தான் மின்மினியைப் போல் பலவற்றை மூடியும் திறந்தும் கண்சிமிட்டிக் கொண்டிருந்தது. அவள் ஒரு நபரின் மறைப்பில் இருந்துகொண்டு என்னைப் பார்த்து ஏதோ முணு முணுத்தாள். அவளின் பாதி நெற்றியும் ஒரு கண்ணும் எனக்குத் தெரிந்தன. 'நான் தற்போது அவளைக் குறித்து என்ன மனோநிலை யில் இருக்கின்றேன்' என்பதைத் தெரிந்துகொள்வதற்காக இருக்கும். 'ஒன்றுமில்லை வீட்டுக்குச் செல்ல இருக்கின்றேன். உன்னைப் பற்றியும் எனக்கு எழுத வேண்டி இருக்கிறது; அவ்வளவுதான்' என்று நினைத்தேன். அவள் பேருந்தேறிச் செல்லும்வரை நான் பேருந்து நிறுத்தத்தை விட்டு ஒருபோதும் சென்றதில்லை. நண்பருக்கான பேருந்து வந்ததும் அவரை அனுப்பிவிட்டு அவளைப் பொருட்படுத்தாமலும் எஜமானனுக் கான ஒரு நாயைப் போல் காத்திருக்காமலும் நடக்கத் தொடங்கினேன். அவள் எண்ணத்தில் விழும் தோல்வியின் அதிர்ச்சி, என் முதுகின் பின்னே ஒரு பார்வையாய், என்னை நோக்கியிருக்கும் என்பது எனக்குப் போதுமானதாக இருந்தது. நானும் அவளை அலட்சியம் செய்ய முடியும் என்பதை உணர்த்துவதன் மூலம் அவளின் தன்னம்பிக்கையில் ஒரு குலைவை ஏற்படுத்த ஒரு சந்தர்ப்பம் கிடைத்தது இதமாக இருந்தது.

அடுத்த வருடம் கல்லூரி ஆரம்பிக்கும்வரையிலான விடுமுறை நாட்களில் அவளைப் பார்க்கும் ஆர்வம் கட்டுப் படுத்தப்பட்டிருந்தது. என்னுடைய வேலைகளைக் கொஞ்சம் கவனிக்க முடிந்தது. ஆனால் ஜூன் மாதத் தொடக்கத்தில் மலரின் வாசனைபோல் அவள் ஞாபகம் என்னை வருடத் தொடங்கியிருந்தது. அவளும் என்னை அலட்சியப்படுத்திக் காட்டவாவது தேடிக்கொண்டிருப்பாள். புறக்கணிக்கப்பட்ட இத்தனை அவமானங்களுக்குப் பிறகும் சென்று பார்ப்பதற்கு ஒரு விதமான தயக்கம் எழுந்திருந்தது. கல்லூரி தொடங்கி இரண்டு நாட்கள் கடந்திருக்கும்போது, நான் ஒரு சுரணையற்ற நாயைப் போல, மீண்டும் அவள் ஏறும் நேரத்திற்குப் பேருந்து நிறுத்தத்திற்குச் சென்றேன். அவள் அன்று பச்சை வண்ணச் சுடிதாரும் ஆரஞ்சு வண்ணத் துப்பட்டாவும் அணிந்திருந்தாள். புதிய நைலான் பையில் நோட்டுப் புத்தகங்கள் நீட்டிக்கொண்

டிருந்தன. அவளருகே நிற்கும் கல்லூரிப் பெண் என்னைப் பார்த்தாள். இவள் முதுகு காட்டி ஏதோ சொல்லிக்கொண் டிருந்தாள். அவள் முகத்தில் சமாதானத்தை ஏற்றுக்கொண்டது அல்லது என்னை மன்னித்துவிட்டதற்கான செய்தி வெளிப் படையாகத் தெரிந்தது. பிறகு என்னைத் திரும்பிப் பார்த்தாள். ஒருமுறை அல்ல; பலமுறை. சின்னஞ்சிறிய அவள் விழிகள் காதலுடன் பல முறை என் கண்களோடு நிதானமாகவும் ஆழமாகவும் உறவாடின. என் உடல் காதலால் நடுங்கியது. அவளின் இந்தச் சமாதானத்திற்காக அழ வேண்டும் போலுணர்ந் தேன். ஆமாம்; கண்களை மூடி சாய்வுநாற்காலியில் அமர்ந்து கொண்டு, நிதானமாக அவளை நினைத்தபடி, எங்கள் காதலுக் காக எழும் கண்ணீரிலிருந்து ஒரு துளியைக் வெளியிட வேண்டிய ஆசுவாசத்தை உணர்ந்தேன். இதில் எதுவும் மாயங்களில்லை. நான் சர்வநிச்சயமாகச் சொல்வேன்: அவள் கண்களில் எங்களுக் கான பழைய காதல் இருந்ததையும் அவள் என்னை மன்னித்து விட்டதையும்.

எங்கள் காதலின் சாட்சியைப் போல், அவள் வந்து நின்று காத்திருக்கும் இடத்தில் வைக்கப்பட்டிருந்த அச்செடி, பெரிய மரமாகும் தோரணையில் அவளின் உயரத்தைத் தாண்டி தழைத்துவிட்டிருந்தது. அதன் சிறிய நிழலில், அவள் நிற்பது அழிக்க முடியாத ஒரு சித்திரம். பேருந்து வர தாமதமாகிக் கொண்டிருந்தது. புறக்கணித்த நாட்களுக்கெல்லாம் சேர்த்துப் பார்ப்பதுபோல அவள் என்னைப் பார்த்துக்கொண்டிருந்தாள்: மருண்ட மான்போலும் பிரியமான மயிலைப் போலும் வளர்ப்புப் புறாவைப் போலும் அவள் முகமும் கண்களும் கழுத்தும் அபூர்வமான நளினங்களை வெளியிட்டுக்கொண் டிருந்தன. அப்போது அவள் எனக்காக, தன் தோழியிடம் பேசும்போது, கைகளை, விரல்களை, கண்களை, உதடுகளை மலர்த்தி, மொழியை கொஞ்சி அடுக்கும்போது எழும் நளினங்கள் ஓவியத்திலிருந்து ஓவியமே வெளியேறி வந்து தன் நாடகத்தை நிகழ்த்திவிட்டு, ஓவியத்தின் பேரமைதிக்குள் சென்றுறங்கி விடுவதுபோலிருந்தன. சிறு அசைவில் கால்மாற்றி நிற்பதில், நுனிமூக்கைச் சீண்டுவதில், கைகட்டிக் காத்திருப்பதில், உள்முக மாகக் கட்டப்பட்டிருக்கும் கைக்கடிகாரத்தைப் பார்த்த பின்பு பேருந்தைப் பார்க்காமல் என்னைப் பார்ப்பதில் என, இவை எதையும் முழுதும் அறிந்துகொள்ள முடியாத காதலின் துன்பத் தில், எனக்குள் அவளை இறக்கிவைத்துவிட்டு, அவளைப் பற்றிய கனமில்லாது அவள் நின்றுகொண்டிருந்தாள்.

இவள் என் ஆத்ம தேவதைதான். இவள் தரும் நொடிகள் எனக்கு அபூர்வமானவை. அவள் இக்காலத்தில் உதிர்க்கும்

எல்லா நடவடிக்கைகளும் வாழ்வெனும் பிரதியில் எனக்காக அவளால் சொல்லப்பட்டவை. அதை நான் பழுப்பேறிப் போன எங்களின் பழைய சுவடிகளிலிருந்து புதிய நூலுக்கு மாற்றுவேன். அப்போது எங்களின் காதலின் சரிதம் ஒரு பொதுவிதியைப் போல் எழுதப்பட்டிருக்கும். அவள் புன்னகை புரிவதன் முந்தைய கணத்தைக் கண்களில் கொண்டுவந்து தனக்குள்ளே மோதிச் சிரிக்கிறாள். இதழ் அவிழ்ந்து தெரியும் மகரந்தம்போல் அவளின் எத்துப்பற்கள் கடவுளின் வெயிலில் பால்போல் மின்னுகின்றன. அப்புன்னகையின் பின்னிருக்கும் ஒரு பெண்ணின் அனுபவமும் நம்பிக்கையும் அமைதியும் என்னைப் போன்றவர்களை, காலமற்றக் காலத்தின் தொடர் புள்ளியில் உறைய வைக்கும். புன்னகையை உருவாக்கும் எண்ணம் நிச்சயம் அவளுடையதல்ல; அவளைப் போன்ற மூதாதையிடமிருந்து தொன்றுதொட்டுக் காப்பாற்றி வந்த மானுடப் பாரம்பரியத்திலிருந்து வழங்கப்படுகிறது. அங்கே அப்போது ஆதித்தாய் தன் மடியிலிருந்து குழந்தைகளை இறக்கி விளையாட அனுமதிக்கிறாள்; மலர்களை மலரச் செய்கிறாள்; தேனைச் சுரக்கிறாள்; மொழியைப் புகட்டுகிறாள்; எங்களைச் சந்திக்கவைக்கிறாள். அந்நேரத்தில் அவள் ஆனந்தமா யிருக்கிறாள். சிறு குழந்தையின் களங்கமற்ற பளிங்குக் கண்களெனத் தெரியும் அவள் விழிகள், மயிலிறகைப் போல் என் இதயத்தை வருடிச் செல்கின்றன. இவள் எனக்காகக் காத்திருக்கிறாள். தாமதிக்கும் நொடிகள் என் பாதங்களின் கீழே கடல் அலை நகரும் மணற் துகள்களைப் போலக் கரைந்துகொண்டிருந்தன. ஆமாம். இனி ஒன்றும் சொல்வதற் கில்லை; எல்லாவற்றையும் கைவிட்டு அவள் மடியில் துயில் வதைத் தவிர. அதன் பின்பு அவள் விரல்கள் பேரன்புடன் என் சிகையைக் கோதும்; கைவளை நிரம்பிய அவளின் மெல்லிய கரங்கள் என் மேனியைத் தழுவும்; அப்போது நான் குழந்தைக்கு அமுத நீர் சுரக்கும் மார்புகளைச் சுவைப்பேன்; கருப்பை உறங்கும் வயிற்றில் முத்தமிடுவேன்; வாழ்வை கற்பிக்கும் யோனி யில் கன்னம் வைத்து உறங்குவேன். இவை எதுவும் பொய்யில்லை. வாழ்க்கையின் சில கணங்களையேனும் நானும் வாழ்ந் திருக்கிறேன் என்று நினைத்தேன்.

பேருந்து வந்தபோது நான் மயங்கியபடியே அவளின் பின்னே ஓடிவிடும் அளவுக்கு உற்சாகத்தில் இருந்தேன். சாலை யைக் கடந்து அவளிடம் சென்றேன். அதை அவள் மிக இயல்பாகவும் அழகாகவும் கையாண்டாள். மிகவும் உரிமையாக, ‘சாயங்காலம் காலேஜ் பஸ் ஸ்டாப்புக்கு வரமுடியுமா?’ என்றாள். நான் வருவதாக தலையாட்டினேன். புன்னகைத்த படி பேருந்தில் ஏறினாள். இருக்கையில் அமர்ந்து, திரும்பி வேறு பார்த்தாள்.

இதனால், சிலர் என்னைத் திரும்பிப் பார்த்தார்கள். நான் முழு மகிழ்ச்சியுடன் அறைக்குத் திரும்பினேன்.

5

அந்தச் சாயங்காலத்தில் நகரமெங்கும் திருவிழாவைப் போல் மஞ்சள் ஒளி தவழ்ந்தோடிக்கொண்டிருந்தது. நான் அவளிடம் பேசும் திட்டத்தோடு அவள் கல்லூரி நிறுத்தத்தில் நின்றுகொண்டிருந்தேன். அவளும் முன்தயாரிப்புகளோடு அன்று வந்திருக்கிறாள் என்று சற்றுப் பின்னேதான் தெரிந்து கொள்ள முடிந்தது. அவள் கல்லூரியிலிருந்து வெளிவந்ததும் கமல் டிரிங்ஸ் பக்கம் நடக்கத் தொடங்கினாள். அவள் பேருந்தில் ஏறக் காத்திருப்பாள் என்ற என் எதிர்பார்ப்பை மீறி – எனக்குள் இருந்த பழைய விருப்பம்தான் அவள் அப்படிச் செல்வது – பதற்றம் தொற்றிக்கொண்டது. இதய அழுத்தம் துரிதமாகவோ சற்றுப் பிசகியோ இருந்திருக்க வேண்டும். என் சுவாசம் தடுமாறியது. அவள் பின்னே செல்லத் தொடங்கினேன். அவள் முகம், குறும்புகள் செய்வதுபோலும் வெட்கம் படர்ந்தும் இருந்தது. ரயில் நிலையத்திற்குச் செல்லும் சாலையை விடுத்து முன்னோக்கி நடந்தாள். நான் சற்றுத் துரிதமாக நடக்கத் தொடங்கினேன். அவள் நடைவேகம் குறைந்து பின்னடைந்து கொண்டிருந்தது. பூங்கா தெருவுக்கு முன்னே இருக்கும் அடுக்கு மாடிக் கட்டடத்தின் கொன்றை மர நிழலில் சென்று நின்று கொண்டு என்னைத் திரும்பிப்பார்த்தாள். ஒரு மனிதனின் வாழ்வில் அந்தக் கணங்கள் அற்புதமானவை. அதைப் பிறகுதான் நினைத்தேன். மிக அருகில் ஒருவர் முகத்தில் ஒருவரைத் தேடுவதுபோல் பார்த்துக்கொண்டோம். அவள் இமை தாழ்த்தி நின்றபோது வெட்கத்தில் உறைந்த சிலைபோலிருந்தாள். நான் எதுவும்பேச முடியாமல் சிரித்தேன். அவள் பதிலுக்குப் புன்னகைத்தாள்.

'இருந்தாலும் இவ்ளோ கோவம் இருக்கக் கூடாது' என்றேன்.

அவள் வாய்திறந்து அழுத்தமாக மூச்சுவிட்டு சத்தமின்றி சிரித்தாள். அது அவளின் இதயத் துள்ளலில் இருந்து வந்திருக்க வேண்டும்.

என்மேல் இருந்த கோபமெல்லாம் போய்விட்டதா? என்றேன்.

அவள் குறும்பாகக் கண்களை மலர்த்தி சொன்னாள், 'உங்களைப் பார்க்க ரொம்ப பாவமா இருந்திச்சி. சரிபோதும்னு

விட்டுட்டேன்' என்று சொல்லி விரல்களால் வாயைப் பொத்திச் சிரித்தாள்.

அவள் கிண்டல் தொனியில் சொல்லியிருந்தாலும்கூட, சொல்வது உண்மையாகவே இருக்கும். இந்தக் குரலைக் கேட்கவும் இந்தப் புன்னகையை அனுபவிக்கவும்தானே காத்திருந்தேன். அவளை அள்ளி அணைத்து முத்தமிட வேண்டும் போலிருந்தது. நான் சிறிது மூச்சை இழுத்து விட்டு சுவாசத்தைச் சீர்செய்தேன்.

'சாரி, அன்னைக்கு நான் உங்கள ரொம்ப கஷ்டப்படுத்திட்டேன்.'

பெருந்தன்மையாகவும் உரிமையாகவும் சொன்னாள். 'பரவால்ல. அதுக்காக வாங்க போங்கன்னு கூப்பிட வேணாம்' என்றாள்.

நான் இந்த இடத்தில் பழையபடி தடுமாறினேன். இந்தமுறை இவளை எக்காரணம் கொண்டும் இழந்துவிடக் கூடாது என்று உள்மனம் எச்சரித்தது. நான் எச்சரிக்கை உணர்வை மறைத்துச் சிரித்தேன்.

'எனக்கும் ரொம்ப சிரமமா இருந்துச்சி. நாலு மாசம் இருக்கும். பாட்டி வீட்லேர்ந்தேன். அப்பாகிட்டே சொன்னேன். மறுபடியும் பார்க்கும்போது கண்டிப்பா வீட்டுக்குக் கூட்டிட்டு வான்னு சொன்னார்' என்றாள்.

விஷயம் பழையபடி குழப்பத்திற்குப் போகிறதோவென்று எனக்கு லேசாக உதறல் வந்தது. 'எதுக்கு?' என்றேன்.

எதுக்குன்னா!? வந்து பேசுங்க!

என் வயது குறித்துச் சிறு அசௌகர்யம் தொற்றிக் கொண்டது. என்னன்னு வந்து பேசறது?

நீங்க என்னைக் கல்யாணம் பண்ணிக்க விரும்புறீங்கன்னு சொல்லிப் பொண்ணு கேளுங்க.'

நான் அபத்தமாகச் சிரித்தேன். அவளும் அதைப் புரிந்து சிரித்தாள்.

'உங்கப்பா ஒத்துக்குவாரா?'

'கண்டிப்பா ஒத்துக்குவார். யாருமே பெரிய வயசு வித்தியாசத்தோட கல்யாணம் பண்ணிகிட்டு அழகா வாழலியா? எங்கம்மா, அப்பாவை இருபது வயசு வித்தியாசத்தில கல்யாணம் பண்ணிக்கிட்டாங்க' என்றாள்.

சரி நான் வரேன். என்றேன். அவள் என்னை ஆழமாக கண்களை ஊடுருவிக் காதலாகப் பார்த்தாள். கடவுளே என்னைக் காப்பாற்று என்று வேண்டிக்கொண்டேன்.

அவள் வீடு, பேருந்து நிறுத்தத்தின் பின்புறத்தில் செல்லும் சாலை வழியே சென்றால், ஒரு பர்லாங்கிற்கும் சற்றுக் குறைவான தூரத்தில் உள்ள, நடுத்தரவர்க்கத்தினர்கள் வசிக்கும் கூட்டுக் குடியிருப்பில் இருந்தது. அப்பகுதியை அடிக்கடி நான் கடந்திருக்கின்றேன். அவள் அங்குதான் இருப்பதாகச் சொல்லியபோது என்னால் வியக்காமல் இருக்க முடியவில்லை. ஏனென்றால் இடையில் வீடு மாற்றுவதற்காக அந்தக் குடியிருப்பிலும் நான் வீடு தேடியிருந்தேன்.

அன்றைய காலையில் எனக்குள் தோன்றிய லேசான அமைதியின்மையைச் சீர்செய்ய முயன்றுகொண்டிருந்தேன். குடியிருப்பில் வலதுபக்க கேட் வழியாக இருசக்கர வாகனங்களின் நிறுத்துமிடம் தாண்டிய சிறிய வளைவிற்குப் பிறகும் நீளும் வீடுகள் தாண்டி நடந்துசென்றேன். பெண்கள் கூச்சலிட்டபடி தண்ணீர் பிடிக்கும் சப்தங்கள்; குழந்தையின் அழுகுரல்; சிறுவர் சிறுமிகளின் கூச்சல்கள் ஆகியவற்றினூடாக நடந்து சென்று அவள் வீட்டின் எண்ணைக் கண்டுபிடித்தேன். பச்சைப் பெயின்ட் அடித்துப் பூட்டப்பட்ட கம்பிக் கேட்டின்முன்பு செருப்புகள் கலைந்துகிடந்தன. (என் கனவில் வந்ததுபோலவே. ஆனால் அப்போது எனக்கு என் கனவு நினைவுக்கு வந்திருக்கவில்லை.) மீண்டும் வீட்டு எண்ணை உறுதி செய்து அழைப்பு மணியை அழுத்தினேன். பறவைகளின் குரலாக ஒலித்த அழைப்பு மணியின் சப்தத்தை மெல்லியதாகக் கேட்க முடிந்தது. அவமானப் படுதல் குறித்து எழுந்த பயத்தில் எனக்கு நாக்கு வறண்டது.

மத்திய வயதைத் தாண்டிக்கொண்டிருக்கும் ஒரு பெண்மணி வந்து ஆச்சர்யம் தொனிக்க என்னை ஆழ்ந்து பார்த்தார். அவரின் வியப்பு என்னைத் தடுமாறவைத்தது. தன்னைக் கட்டுப்படுத்தி அவர் கதவை முழுதாகத் திறந்தார். அவள் அம்மாவாக இருக்கலாம். அவள் முகத்தில் தவிர்க்க முடியாத யோசனை ஓடிக்கொண்டிருந்தது. அவள் உள்ளிருந்து நைட்டியுடன் வந்தாள்.

'வாங்க' என்றாள். வீடு இருண்டிருந்தது. அவள் அம்மா விளக்குகளைப் போட்டார். அவளுடைய அறையில் இன்னும் யாரோ இருப்பதாகப் பேச்சு சப்தம் கேட்டது. இரண்டு மர நாற்காலிகளும் ஒரு நவீன சோஃபாவும் இருந்தன. டீபாயில் ஆங்கில தினசரிகள் இருந்தன. ஜன்னல் பக்கம் உள்ளடங்கி ஒரு டீவியும் அதன்மீது பிளாஸ்டிக் பூ ஜாடியும் இருந்தன.

நான் மர நாற்காலியில் அமர்ந்தேன். பூட்டப்பட்டிருந்த கதவு ஒன்று திறந்து ஒருவர் வெளிப்பட்டார். அவளது அப்பாவாக இருக்கலாம். அவள் அம்மா என்னிடம் கேட்டாள் : காஃபி சாப்பிடுவீங்களா? டீ சாப்பிடுவீங்களா? அவள் முந்திக்கொண் டாள்: 'டீதான் சாப்பிடுவார்.' 'நீ உள்ளே இரு' என்றாள் அவள் அம்மா. அவள் என்னைப் பார்த்துப் புன்னகைத்து விட்டு உள்ளே சென்றபிறகு என்னைப் பார்த்து சிரித்தபடியே அவள் அறையின் கதவைச் சாத்தினாள் அவள் அம்மா.

அவர், 'வாங்க' என்றார். நான் சிரித்துத் தலையாட்டி எழுந்தேன். 'உட்காருங்க' என்றார். அவருக்குச் சிறிதும் விருப்ப மில்லாதிருப்பதை அவள் வெளிபடுத்த விரும்பியிருக்கிறார் என்பது தெளிவாகத் தெரிந்தது. எந்தத் தகப்பன்தான் தன் பெண் வயது கடந்த ஒரு ஆளைத் திருமணம் செய்துகொள் வதை விரும்ப முடியும்? அவரும் திடீரெனத் தன்னைக் கட்டுப் படுத்த முடியாத அளவுக்கு என்னை நம்பமுடியாமல் வியந்து உற்றுப்பார்த்தார். நான் அதைத் தவிர்க்க விரும்பிப் புன்னகைத்தேன். அதையும் மீறி அவர் என்னைப் பார்த்துக் கொண்டிருந்தார். பின்பு அமைதியாக உட்கார்ந்தார். யோசனை யாக முகம் திருப்பி அமர்ந்துகொண்டார்.

டீயைப் பருகினோம். அவரும் அவள் அம்மாவும் இன்னும் என்னை ரகசியமாக உற்றுப் பார்த்துக்கொண்டிருந்தார் கள். அவள் சொன்னது உண்மையோ எனும் அதிர்ச்சி எனக்கு ஆரம்பித்தது. எனது குடும்பம் மற்றும் சம்பாத்தியம் குறித்து பேசிவிட்டபிறகு அவர் சொன்னார், 'இந்த விஷயத்துக்கு நான் ஏன் ஒத்துக்கிட்டேன்னு தெரியுமா?' என்றார். 'தெரியாது சார்' என்றேன்.

என் அண்ணன் என்னைவிடப் பன்னிரெண்டு வயது மூத்தவர். நான் ரொம்ப லேட்டா கல்யாணம் பண்ணிக் கிட்டேன். அவரோட மூத்த பெண்ணுக்கு இதுமாதிரி ஒரு விஷயம் நடந்தது. அந்தப் பையனும் பாட்டெழுதறேன்; கவிதை எழுதறேன்னு சொல்லிக்கிட்டு இருந்தான். வீட்ல யாரும் அவ கல்யாணத்துக்கு ஒத்துக்கல. ரெண்டு பேரும் போய் தற்கொலை பண்ணிக்கிட்டாங்க. அந்த மாதிரி இதுவும் ஆயிடுச்சின்னா என்ன பண்றதுன்னுதான் வரசொல்லுன்னு சொன்னேன்' என்றார். 'அவன் உங்கள மாதிரியே இருப்பான். அதுதான் வந்ததிலேர்ந்து நாங்களும் பார்த்துகிட்டுருக்கோம்' என்றார். இதைச் சொல்வதற்காகவே காத்திருந்தவர்போல் 'ஆமாம்' என்றார் அவளுடைய அம்மாவும். நான் என்ன பேசுவது என்று தெரியாமல் அமைதியாக இருந்தேன். அவர் எழுந்து உள்ளே சென்று ஒரு புகைப்படத்தை எடுத்து வந்தார்.

சற்றே சிதைந்த கறுப்பு வெள்ளைப் புகைப்படம். அதை என்னிடம் கொடுத்தார். அதில் என்னைப் போலவே ஒருவன்; ஒரு பெண்ணுடன், கடற்கரையின் பின்புலத்தில் எடுக்கப்பட்ட புகைப்படத்தில் தோள்வரை அடர்ந்து தொங்கும் கேசமும் வேட்டியுமாக அந்தப் பெண்ணுடன் ஜோடியாக நின்றுகொண் டிருந்தான். சற்று சதைப் பற்றோடு இருந்த அந்தப் பெண் அவனோடு ஒட்டிக்கொண்டு நின்றபடி முழுதாகச் சிரித்திருந் தாள். நான் உண்மையில் அதிர்ந்துதான் போனேன். அவன் என்னுடைய சாயலில் உள்ள சகோதரனைப் போலிருந்தான். அதிர்ச்சி நீங்காமலே புகைப்படத்தைத் திருப்பிக்கொடுத்தேன்.

'அவள் இதில் பிடிவாதமாக இருக்கிறாள். நீங்கள்தான் புத்திமதிக் கூற வேண்டும்' என்றார். அவரின் திட்டம் எனக்குத் தெரிந்தது. ஆனால் அவளது ஆர்ப்பாட்டம் குறித்து எனக்குப் பயம் வந்தது. அவள் என்னைத் திருமணம் செய்வது குறித்து எத்தனை தெளிவாக இருக்கிறாள் என்பது இவர்களைவிட எனக்குப் பன்மடங்கு தெரியும் என்று நினைத்தேன். தலை யசைத்தேன். பிறகு அனைவரிடமும் சொல்லிக்கொண்டு வெளியே வந்தேன். அவள் அம்மா வாசலுக்கு வந்து வழியனுப் பினார். அவரின் பின்னே அவளும் அவளுடன் இருந்த சில பெண்களும் நிழலாக வந்து நின்று பார்த்தார்கள். அவள் அம்மா ரகசிய தொனியில் சொன்னாள், 'அவர் ஏதாவது சொல்வார். நீங்க அதைப் பெருசா நினைக்க வேணாம். யார் யாரைக் கல்யாணம் பண்ணிக்கிறதுங்கிறது தலையெழுத்து. அவளை நல்லா பாத்துக்கப்பா' என்றார். நான் குழப்பமாகச் சிரித்தேன்.

அன்றிரவு எனக்கு ஒரு கனவு வந்தது. இப்போது நினைத் தாலும் அக்கனவின் உயிர்ப்பு என்னை அழியாத காவியத்தின் காட்சியைப் போல உள்முகமாக இழுத்துக்கொண்டிருக்கிறது. அக்கனவில் நான் பழக்கமான மண்சாலையில்தான் நடந்து கொண்டிருந்தேன். சிறுவயதில் நான் சென்றிருந்த ஊர் ஒன்றினை அச்சாலைகள் நினைவுபடுத்தின. சட்டென இடது புறம் மதில்சுவர்போல எழும்பி நின்ற ஒரு பழங்கால தோரணை கொண்ட சுவரைப் பார்த்தேன். நெருங்கியபோது கடலலை களின் சப்தத்தைக் கேட்க முடிந்தது. மாமல்லபுரத்தை நினைவு படுத்தும் சிற்பச் சுவர்களாகக் கருமை ஏறியிருந்தது. நான் அதைக் காணத்தான் அங்கு வந்ததாக நினைத்தேன். நான் படிக்கட்டின் வழியாகவோ எதன் வழியாகவோ ஒரே பற்றுதலில் ஏறியது போல மேலேறினேன். அச்சுவர்கள் முடிவுமற்றுத் தொடக்கமுமற்று சென்றுகொண்டிருந்தன. ஆகாயமும் கடலும் பிரிவினையற்று ஒரே நீல நிறமாக இருந்தன. என் கண்களும்

மனதும் ஆனந்தத்தில் திளைத்தன. அது ஒரு கடற்புரத்துக் கோவில். மதில் சுவர்களில் சிற்பங்களை நிறுத்தி ஆகாயத்தைத் தொடவைத்திருந்தார்கள். மேகங்கள் முடிவற்ற தொடர்ச்சியாய் விரைவாகக் கடந்துகொண்டிருந்தன. சுற்றிலும் எழுப்பப்பட்ட பிரகாரத்தைப் போல் தோற்றம் தரும் ஒரு வளைவில் கடல் அலைகள் பேரிரைச்சலுடன் புயல் காற்றைப் போல் மோதி அறைந்துகொண்டிருந்தது. வியப்புடன் காட்சியின் ரம்யத்தில் திளைத்திருக்கும்போது எனது பால்ய கால பெயரைச் சொல்லி ஒரு பெண் குரல் ரகசியமாகக் கூப்பிட்டது. அக்குரல் எனக்கு மிகவும் பழகிய குரல். நிச்சயம் இவளின் குரல் இல்லை. ஆனால் உயிரை ஊடுருவும் சக்திமிகுந்த அக்குரல் ஒருவகையில் என்னை நானே அழைத்துக்கொள்ளும் திடுக்கிடலுக்குச் சமமானதுதான்.

நான் அக்குரலின் திசையில் செல்லும்போதே அவள் எனக்காகக் காத்துக்கொண்டிருக்கிறாள் என்பதை நம்பியபடிதான் நடந்தேன். அவள் வானளாவி உயர்ந்த வாயிலின் கீழே கைப்பொருளைப் போல மிகச் சிறிய உருவமாக அள்ளி முடியாத காற்றிலசைந்துகொண்டிருக்கும் கூந்தலுடன் ஒரு ராஜ வம்சத்துக் கன்னிகை போல் நின்றுகொண்டிருந்தாள். அருகில் சென்றபோது அக்கடற்புரத்துக் கோவிலின் தனிமையில் எனக்கான காத்திருப்பு தவிர்த்து எதுவுமற்றவளாய் அவள் கண்கள் உள்ளொடுங்கிக்கிடக்க, முகம் வெயிலில் பழுப்பேறிக் கிடந்தது.

சில வினாடிகளுக்குள் சாபத்திலிருந்து நாங்கள் விடுபட்டது போல் ஆரத்தழுவி கட்டிக்கொண்டோம். ஜீவக் காற்றை உறிஞ்சிவிடும் மூர்க்கத்தில் எங்கள் உதடுகள் திறந்து நாவுகள் துழாவி பிணைய ஆழமான முத்தத்தில் நுழைந்தோம். இதுவரைக்குமான எங்கள் பிரிவுத் துயரைத் தீர்க்கும் அம்முத்தம் எங்கள் கண்களில் சூடான கண்ணீரைத் தளும்பச் செய்தது. உயிர் உருகி கரையும் அதளபாதாளத்தில் சரிந்தபடி நாங்கள் எங்களை மறந்து பரிசுத்தமான ஒரு முத்தமாக மட்டுமே இருந்தோம். பின்பு இருவரும் நிதானமாக முன்பே உணர்ந்து கொண்டதுபோல் அக்காரியத்தைச் செய்யத் தொடங்கினோம். எங்கள் கைப் பைகளில் இருந்து பழமையேறிய இரண்டு குறுங்கத்திகளை எடுத்து எங்கள் மார்புகளை நீவி விதையற்றப் பழத்தில் லகுவாகச் செருகுவதைப் போல் எங்கள் இதயங்களில் செருகிக் கொள்ளத் தொடங்கினோம். எங்கள் உடல்கள் நடுங்கின. இதயத்தின் ஆழத்தின் ஆழத்தில் அது சென்றடைய வேண்டிய கடமை எங்களுக்குத் தெரிந்திருந்தது. அவள் கண்கள், எனக்காகக் கண்ணீர் துளிர்ப்பதை நான் விரும்பினேன். என்

கண்ணீரை அவள் நாவால் தீண்டினாள். அவள் என்னைச் சோகத்துடன் பார்த்துப் புன்னகைத்தாள். இன்னும் ஆழமாக எங்களுக்கு அது தேவையாய் இருந்தது. காதலின் தீவிரத்தில் அவள் பிஞ்சு விரல்களில் கத்தியின் பிடிமான கனம் கூடி யிருந்தது. எங்கள் உமிழ்நீர் எங்களுக்கான ஜீவ ரத்தத்தைப் போல் இன்னும் நாவினுள் மெதுவாக சுழன்றோடிக்கொண் டிருந்தது. வழியும் ரத்தத்தின் ஈரமான பிசுபிசுப்பைக் கட்டியணைப்பில் உணர்ந்தோம். கண்கள் காதலின் புனித போதையில் மிதக்கத் தொடங்கியபோது நாங்கள் அதைப் பார்த்தோம். ஒரு அதிசயத்தைப் போல, அங்கிருந்த கருஞ்சிறபங் கள் யாவும் மெல்ல உயிர் பெறத் தொடங்கி மெல்லிய மலரிதழ்கள் போல அசையத் தொடங்கின.

உயிர்மை

மாறுவேடம்

திருச்சி பேருந்து நிலையத்தில், சீனுவாசன் பயணக் களைப்புடன் இறங்கியபோது புழுதி நிரம்பியக் காற்று அப்பகுதியை அலைக்கழித்துக் கொண்டிருந்தது. ஆட்டோ மற்றும் இருசக்கர வாகனங்களின் இரைச்சலிலும் கண்கூசும் வெயிலிலும் இருந்த தெருவில், புழுதி தரும் அசௌகர்யத்தோடு கண்களை மூடித் திறந்தபடி ஸ்டேஷனரிக் கடை, பெரிய மளிகை ஸ்டோரைத் தாண்டியதும் முகவரிக்கான தெருவில் நுழைந்தான். வீட்டின் முகவரியை யாரிடமும் விசாரிக்காத அளவுக்குத் தெளிவாய் விளக்கப்பட்டிருந்தது அவனுக்கு உபயோகமாக இருந்தது. கட்டடத்தின் உள்வாங்கிய மடிப்புப் பகுதிபோல் தெரிந்த இடைவெளியில் நுழைந்ததும் எதிர்பாராமல் நிற்கும் மனிதனைப் போல் திவாகரின் வீடு தெற்கு நோக்கி முகம் காட்டிக்கொண்டிருந்தது.

சென்னை வீட்டைப் போலவே திவாகரின் வீடு, இங்கேயும் மஞ்சள் வண்ணம் பூசப்பட்டு, தனி காம்பவுண்டுக்குள் இருந்ததை அவன் புன்னகையுடன் பார்த்தான். வீட்டின் முன்புறம் இருந்த சிறிய மண் திட்டில், வீட்டைத் தாண்டிய உயரத்துடன் இரண்டு வாழைமரங்கள் கன்றுகளுடன் தழைத்திருந்திருந்தன. கதவில், பெல்ட்டுகளின் பக்கிள்ஸை நினைவுறுத்தும், பழங்காலத்து கறுப்பு நாதாங்கி வெளியே தொங்கிக்கொண்டிருந்தது. வாசலில் கிடந்த இரண்டு ஜோடி செருப்புகளோடு தனது செருப்பையும் கழற்றிப்

போட்டுவிட்டு கதவைத் தட்டினான். சத்தமிட்டு கொட்டாவி விடும் அலுப்பான நாயின் குரலைப் போல கீல்பட்டைகளின் இழுவைச் சத்தத்துடன் மீனாட்சிதான் கதவைத் திறந்தாள். 'வாங்கண்ணா' என்றாள். எதிர்பார்த்திருந்தாலும் அவளது முகம் அவனது வருகையை விரும்பி இருந்தது. திவாகர் சிரித்த முகத்துடன் உள்ளிருந்து எழுந்து வந்தபடி, 'வாடா' என்றான். சீனுவாசன் அருக்காலில் தலை தட்டிவிடும் எச்சரிக்கையுடன் நன்றாகக் குனிந்து உள்ளே சென்றான்.

சீனுவாசன் தமயந்தியை எதிர்பார்த்திருந்தான். அவளைக் காணும் ஆர்வமே அவனை இங்கு வரவழைத்திருந்தது. கோரைப் பாயில் அமர்ந்தவுடன் வெறுமையுணர்வை அடைந்தான். வந்தவுடன் கேட்கக் கூடாத நாகரிகம் கருதி அமைதியாக இருந்தான். மீனாட்சி தண்ணீர் கொண்டுவந்தாள். சீனுவாசன் பார்த்து யூகித்தவரை இரண்டு பெண்கள் வசிப்பதற்கான அடையாளங்கள் எதுவும் தென்படவில்லை. வாசலிலும் மூன்று ஜோடி செருப்புகள் இல்லாததை நினைத்தான். தணித்துக் கொள்வதுபோல் அவன் செம்பு நீர் முழுதும் குடித்தான்.

ஐந்து வருடங்களுக்கு முன்பு அந்த வருடத்தின் இலையுதிர் காலத்தின் ஒரு ஞாயிற்றுக்கிழமையில், தமயந்தி சென்னை வந்திருந்தாள். தூரப் பயணத்திற்கான, கறுப்பு நிறச் சாதாரண நைலான் பையும் மெட்டல் வளையங்களிட்ட மலினமான ரெக்ஸின் தோள் பையுமாக அவள் திவாகர் வீட்டுக் கம்பிக் கேட்டைத் திறந்தபோது, யாரோ ஒரு விற்பனைப் பிரதிநிதி என்றுதான் சீனுவாசன் நினைத்தான். எண்ணெய் பசை படிந்து இறுகிய முகத்துடன், விருப்பமற்றத் தனிமையில் ஊறியவளாய் சோர்வுற்று காணப்பட்டாள். சிமிண்டு வராந்தாவில் கால் நீட்டி அமர்ந்திருந்த சீனுவாசனைப் பார்த்தபோது, (தனது சூழல் மறந்து,) பெண்ணுக்கும் ஆணுக்குமான இயல்பான ஈர்ப்பில் அவள் கண்கள் அவனை விரும்பக்கூடிய பார்வையை வெளிப்படுத்தின. யுகாந்திரமான மானுட பழக்கத்தில் அவன் உடனடியாக அப்பார்வையை ஊக்குவித்தபடிப் பார்த்தான். பின்பு, ஒழுங்குகள் தவறாத ஒரு ஆண்மகனாக, ஆமை தலையை உள்ளிக்கிழுத்துக்கொள்வதுபோல் தன் பார்வையின் செய்தியை மெதுவாக மறைத்துக்கொண்டான். ஆண்களின் நடத்தைகள் குறித்த ரகசியம் எல்லோருக்கும் சொல்லப்பட்டுவிட்ட பிறகும் அது ஒரு கவர்ச்சியான பொய் என்பதாகவே நம்பிக்கொள்ளும் அனேக பெண்களைப் போலவும் – அவன் பார்வை சொன்னதை – நாகரிகத்திற்காக அவன் போலியாகத் தலையை உள்ளிக்கிழுத்துக்கொண்ட பண்பாட்டை – அவள் அப்படியே ஏற்றுக்கொண்டாள். தன் அக்காவின் வீட்டின் முன்பு, அப்படி

ஒரு ஆளை எதிர்பார்த்திராத அவள், வீடு மாறி வந்துவிட்டதாக குழம்பியும் போனாள்.

மீனாட்சி வீடு?

சீனுவாசன், அதுவரை அவளின் பெயரை மட்டுமே தெரிந்திருந்தவன் உற்சாகமாக யூகித்தவனாய், 'தமயந்தியா?' என்றான். அவள் புன்னகைத்து ஆமாம் என்பதாய்த் தலை யாட்டினாள். குரல் கேட்டு வெளியே வந்த மீனாட்சி, எந்தத் தகவலும் சொல்லாமல் வந்திருக்கும் ஆச்சர்யத்துடன் 'வாடி' என்றாள். அவள் கடந்து சென்றபோது அவளின் திரண்ட பின்பக்கத்தையும் நடையசைவையும் சீனுவாசன் மோகத்துடன் ரசித்தான். எப்படியும் ஒரு நாள் அதைத் தழுவிவிடும் ஆவலை ஏற்படுத்திக்கொண்டான்.

அன்றோடு தமயந்தி தனது திருமண உறவை முறித்துக் கொண்டு வந்து இரண்டு வருடங்கள் கடந்திருந்தன. திருமண மான முதல் வாரத்திலேயே அவளது கணவன் அவளை கொண்டுவந்து தாய்வீட்டில் விட்டுவிட்டுச் சென்றுவிட்டிருந் தான். மிகக் கடினமாகக் கடந்துசென்ற அந்தரங்கமான அந்த இரண்டு வருடங்களையும் பெற்றோர்கள் இல்லாத திருச்சி வீட்டில், அவள் தனிமையில் கழித்திருந்தாள். உறவின் அதிகாரத்தோடு தங்கிக்கொள்வதற்கு அவளுக்கு அக்காவை விட்டால் போக்கிடம் இல்லாதிருந்தது. மேலும், திருச்சியைச் சில மாதங்கள் தள்ளிப் போடலாம் என்றும் அவள் நினைத் திருந்தாள். திருமண முறிவிற்கான காரணத்தை தமயந்தி யாருக்கும் சொல்லவில்லை. அவள் கணவனும் சொல்லவில்லை. கைவிடப்பட்ட மர்மக் கதையைப் போல் அது அப்படியே கிடந்தது. இதனால் எழும்பிய மோசமான சண்டைகளின் போதுகூட தமயந்தி, சிலையைப் போல் அழுத்தமாக இருந்தாள். மாப்பிள்ளை வீட்டில்; திவாகர், மிகவும் வற்புறுத்திக் கேட்ட போது, 'அவகிட்டேயே கேட்டுக் கோங்க' என்றுவிட்டார்கள். எவ்வளவு வற்புறுத்தியும் தமயந்தி, 'அவனை எனக்குப் பிடிக்கவில்லை' என்று மட்டும்தான் சொன்னாள்.

தமயந்தியின் அதிர்ச்சிகரமான இந்தத் திருமண முறிவுக்கான காரணத்தை, உறவினர்கள் பலவாறான கிளைக்கதைகளாக யூகிக்க முயன்றார்கள். திருமணத்திற்கு முன்பு அவள் யாரை யாவது காதலித்திருக்கலாம் என்று பலரும் யூகிக்க முடிந்த எளிமையான காரணத்தை, மீனாட்சி மறுத்தாள். சங்கரியும் 'அது உண்மைதான்' என்றாள். 'கடை கண்ணிக்கிப் போகணும்னாகூட அவளுக்குப் பத்துவாட்டி தார்க்குச்சி போடணும்' என்றாள். எது உண்மையாக இருக்கும் என்று

ஜே.பி. சாணக்யா

யாருக்கும் உறுதிபடுத்த முடியவில்லை. தமயந்தி, தனது கவலைகளை வெளிப்படுத்த விரும்பவில்லையென்றாலும் அவள் முகம், புரிந்துகொள்ள முடியாத வெளிச்சமற்றத் தன்மையை அடைந்துகொண்டிருந்ததை யாருமே விரும்ப வில்லை. உறவினர்களின் கேள்விகளுக்கு அவளைப் போல் எடுத்தெறிந்து பேசிவிடும் குணம் மீனாட்சிக்குக் கிடையாது என்பதையே அவளால் புரிந்துகொள்ள முடியவில்லை. ஒருவகை யில் இதை இப்படி எதிர்கொள்வதால் மட்டுமே உறவினர்களின் வாயை மூடமுடியும் என்று தமயந்தி நினைத்திருக்கலாம் என்றான் திவாகர்.

வெயில் வாசலில் இருந்து கூடத்திற்கு நகர்ந்து வந்திருந்தபோது, சங்கரி முன்னே விழுந்த நிழலுடன் வீட்டுக்குள் வந்தாள். ஏதோ வெளுப்பான ஆவியைப் போல சட்டென யூகிக்க முடியாதபடி அவளது ஆடையும் வெயிலும் இருந்தன.

என்னக்கா சமைக்கிறீங்களா? விருந்தாடி வந்தாச்சா? என்றாள்.

அவள் சீனுவாசனின் வருகையைத் தெரிந்துகொண்டு தான் வந்திருந்தாள். பல வருடங்களுக்கு முன்பு நேர்முகத் தேர்வுக்காக அவள் சென்னை வந்திருந்தபோது, திவாகரின் வீட்டில் இரண்டொரு முறை அவளைப் பார்த்திருந்தான் சீனுவாசன். சங்கரி, பாலியெஸ்டரும் காட்டனும் கொண்ட மெல்லிய மஞ்சள் நிற நைட்டி அணிந்திருந்தாள். சமையல் சாய்ப்பின் நிழலில் பளீர் வெண்மைக்கும் அருகில் வைத்த மஞ்சளைப் போல் அவள் மங்கலாகத் தெரிந்தாள். பின்பு, வேண்டுமென்றே சூரிய வெளிச்சம் அவளின் பின் தோற்றத்தில் படியும்படியாக பேசுவதற்கான இருவரின் இடைவெளிகளை அவசியமற்று அதிகரித்துக்கொண்டு உள்ளே இருப்பவர்களின் பார்வைகளுக்குத் தன்னைக் கொடுத்தபடி நின்றாள். வெயில், அவளது மெல்லிய ஆடையை, தன் ஆக்ரோஷமான வெளிச்சத் தால் விழுங்கிவிட்டபிறகு, ஆடையற்ற கறுப்புப் பெண்ணைப் போல, வெறும் நிழலுருவமாக, ஒயிலாக நின்றுகொண்டிருந்தாள்.

பேச்சுவாக்கில் அவள் நைட்டியை உயர்த்தி முழங்காலுக்கு மேலே, தொடையை யூகிக்கும்படி நிறுத்தினாள். அது வேறொரு தருணத்தில் வேறொரு அர்த்தத்தைத் தரும் என்பதை அறியாத அப்பாவித்தனம் நிரம்பியவளாகத் தன்னைக் காட்டிக் கொண்டாள். முடிகளற்ற அவளது மழமழப்பான கால்கள், செம்பால் செய்யப்பட்டதுபோல வசீகரமாக மின்னின. உள்ளே அமர்ந்திருக்கும் சீனுவாசனைப் பார்த்தபடி தாமதமாக,

'வாங்க' என்றாள். அவனும் 'வரேன். என்ன சவுரியம்தானா?' என்று கேட்டுவிட்டு சிரித்தான். இருவருமே அந்தச் சமிக்ஞையை நன்கு படித்தவர்களைப் போலக் கண்களால் பார்த்துக் கொண்டார்கள். உடனடியாக அவனை வீழ்த்தவேண்டு மென்கிற ஆவேசம் அவளுக்குள்ளிருந்து பாய்ந்துகொண்டிருந்தது. அவளது சுடிதார்: ஒரு பாத்திரத்தைப் போலவும் அவள் உடல்: நின்ற இடத்திலிருந்தபடியே நழுவிச் சென்று கலக்கும் ஒரு திரவத்தைப் போலவும் அவனுக்குள் இறங்கிக்கொண் டிருந்தது. சிக்குண்டிருப்பதில் பெருமை கொள்ளும் மனிதனாகவே சீனுவாசனும் இருந்ததால் வீழ்த்த வேண்டிய தேவையே இல்லாமல் இருந்ததில் சங்கரி நிதானமடைந்தாள்.

சங்கரியின் வருகையைச் சீனுவாசன் எதிர்பார்த்திருக்க வில்லையாயினும் அவள் வந்திருந்ததை விரும்பினான். இத்தனை வருடங்களுக்குப் பிறகும் அவள் கால்களில் மெட்டி இல்லாதிருப்பதைப் பார்த்ததும் கழுத்தில் மஞ்சள் கயிற்றைத் தேடினான். அவள் உடல், குழந்தை பெற்ற தளர்ச்சியை அடையாதிருப்பதை அவனால் யூகிக்க முடிந்தது. அவள் கைகளைப் பின்புறம் கட்டிக்கொண்டும் கைகளைக் கோர்த்து தலைக்குமேலே உயர்த்தித் திமிர் முறித்துக்கொண்டும் – அப்போது அவள் மார்புகள், சிலையிலிருந்து உயிர்த்து வெளி வருவதுபோல இருந்தன – மீனாட்சியிடம் பேசிக்கொண் டிருந்தாள்.

மருந்துகளின் பலன்களை அறிந்த ஒரு மருத்துவரைப் போல அனைத்துச் செயல்களின் விளைவுகளையும் அவள் அறிந்தே செய்தாள். மௌன சாட்சியைப் போல் திவாகர் அலுப்புடன் அவளைப் பார்த்தான். புகைப்படத்தில் இருக்கும் கவர்ச்சியான, வாசனைகள் அற்ற, ஒரு கனிதான் அவள் என்பதை அவன் முன்பே உணர்ந்திருந்தான். அனுதினமும் தன் மனைவியோடு பழகியும்கூட பெண்கள் குறித்து அறிந்து கொள்ள முடியாத குழப்பமும் ஒவ்வொரு நாளும் அவர்கள் ஒரு புதிய பிரதேசமாக, ஒரு தீவாக, மாறிவிடுவதாக எண்ணினான். இந்தப் பெண்களுக்கு என்னதான் வேண்டும்..? தமயந்தியையும் சேர்த்துதான் அவன் அவ்வாறு நினைத்தான்.

தமயந்தியின் வருகை அங்கிருந்த ஆண்களுக்கு இன்பமாக இருந்தது. புதிய இடம்; அக்காவின் உரிமை; மாமாவின் அரவணைப்பு; புதிய ஆணின் (சீனுவாசன்) இருப்பு; அவளைப் பற்றி எதுவும் தெரிந்திருக்காத நகரம். எல்லாமே தமயந்திக்குப் புதிய வாழ்க்கைக்கான கனவுகளை உற்பத்திசெய்தன. மீனாட்சி

உட்பட அவர்கள் அனைவருமே புத்துணர்வை அடைந்திருந் தார்கள். சீனுவாசன் ஒற்றைக்காலில் காத்திருக்கும் கொக்கைப் போல எல்லோருக்குமான ஒரு விடுமுறை நாளை எதிர்நோக்கி யிருந்தான். தமயந்திகூட துரதிருஷ்டமான ஒரு மனிதனின் ஒருநாளைய அதிர்ஷ்டத்தைப் போல் கண்ணுக்குப் புலனாகாத அந்த விடுமுறையை எதிர்நோக்கியிருந்தாள். அவள் தனக்கான ஒரு நிகழ்வாக, அதை நினைத்தாளே ஒழிய, யாரோடும் தன்னைப் பொருத்திக்கொள்ளவில்லை. ஆனால், மண்ணி லிருந்து எட்டிப்பார்க்கும் துளிரைப் போல் சீனுவாசனின் இருப்பு, அவளுக்குள் முளைவிட்டிருந்தது. அதே சமயம் அது வளரக்கூடியதும் அல்ல என்பது திவாகருக்கும் தெரியும். திவாகரும்கூட அந்தச் சூதாட்டத்தில் மறைமுகமாகப் பங்கேற்றிருந்தான். ஏனென்றால் மீனாட்சியைத் திருமணம் செய்த போதே அவன் தமயந்தியின் ரகசியப் புன்னகையைப் பெற்றிருந்தான். நாகரிகம் மிகுந்த அக்காவின் கணவனாக; சமயம் வரும்போது, அவனால் நிகழ்த்தப்படாமல், அவளாக அவனை அடைபவளாக; அவன், 'கண்ணியமாக' நடந்து கொண்டான். நீர் குறைந்திருக்கும் மண்குடத்தில் கூழாங்கற் களைப் போட்டு நீரை உயர்த்தி தாகம் தணித்துக்கொள்ளும் காகத்தின் நிதானமும் புத்திக்கூர்மையும் அவனுக்கு இருந்தன.

சென்னை வீட்டின் அந்த சிமிண்டு வராந்தாவில், சுவரில் சாய்ந்தமர்ந்து கால்மேல் கால்போட்டு நீட்டிக்கொண்டு, தளர்வாய்ப் பின்னிய சடையை முன்பக்கம் இழுத்துப் போட்ட படி, தமயந்தி மாத நாவல்களைப் படிப்பதைப் பார்க்கும் போது கதைகளில் வரும் ஒரு வசீகரமான இலட்சியக் கதா பாத்திரத்தைப் போலவே இருந்தாள். கடந்த வருடங்களில், வறுமையானவனின் அன்பளிப்பைப் போல் சிக்கனமாக மாறி விட்டிருந்த அவள் வார்த்தைகள்கூட தற்போது புத்துயிர் பெற்றிருந்தன. ஆனால் வெளிப்படையாகச் சொல்ல முடியாத ரகசியங்களின் அழுத்தங்களால் வெயில் தாங்காத பூவைப் போலும் வதங்கியிருந்தாள்.

பொழுதின் பளு கரைந்துகொண்டிருக்கும் மாலை நேரங்களிலும் குளிர்ச்சியான காற்று வீசும் முன் இரவு நேரங் களிலும் வராந்தாவில் அமர்ந்தபடி தமயந்தி ரேடியோவில் பாட்டுக் கேட்பதை விருப்பமாகக் கொண்டிருந்தாள். பல சமயங்களில் அவள் எந்தப் பாட்டையும் முழுமையாகக் கேட்க முடியாதபடி ஸ்டேஷன்களின் அலைவரிசைகளைத் தேடிய படி ரேடியோவையும் குழப்புவாள். சில சாயங்காலங்களில், அவளின் மார்பு உயரம் இருக்கும் கம்பிக்கேட்டில் கைகளைக் கோர்த்து மேலே வைத்து, உடல் ஒட்டி நின்றபடி, தெருவின்

வளைவில் வண்டிகளின் சத்தத்தை வைத்து எந்த வீட்டு மனிதர்கள் வருகின்றார்கள் என்று யூகிப்பாள். ஜோடியாக செல்லும் எந்த வயதுடைய தம்பதியர்களாக இருந்தாலும் அவர்களின் முகபாவனைகள் மற்றும் உரையாடல்களை வைத்தும் அவர்கள் நடக்கும் – பில்லியனில் அமர்ந்துகொண்டு போகும் – இடைவெளிகளை வைத்தும் அவர்களின் நெருக்கத்தை அனுமானிப்பாள். சந்தடியற்ற தருணங்களில் அவளுக்கு வேடிக்கைப் பார்க்க ஆகாயமும் வானத்தின் வழியே வீடு திரும்பும் பறவைகளும் இருக்கவே செய்தன.

துளசிச் செடிகளும் குத்துச் செடிகளைப் போல வளர்ந் திருக்கும் மல்லிகைச் செடிகளும் கொண்ட முன் வராந்தாவிலும் அவள் மனதைப் போலவே தாழிடப்பட்ட உள்ளறையிலும் தொலைக்காட்சியிலும் அலுப்பூட்டும் அளவுக்குத் தன் இருப்பை வைத்திருந்த அவள், அதிசயமாக அன்று மீனாட்சியிடம், 'நான் போய் காய்கறி வாங்கிட்டு வரேன்' என்றாள். 'அவளுக்கும் வெளியே போய்ட்டு வர்றது நல்லா இருக்கும்' என்றான் திவாகர். அவள் சீனுவாசனைக் கூப்பிட்டாள். கூப்பிடும்வரை இருந்த தைரியம், ஜோடியாகச் சாலையில் இறங்கிய பிறகு தொலைந்து போனது. நெற்றியிலும் காதோரங்களிலும் வழியும் வியர்வையைச் சேலைத் தலைப்பால் துடைத்தபடி மணப் பெண்ணைப் போல் குனிந்துகொண்டே போனாள். அவளின் புடவை சரசரப்பும், வளையல்களும் கொலுசுகளும் கூடி எழுப்பும் நுட்பமான ஒலிகளைக் கேட்டுக்கொண்டபடி அவன் நடந்து வந்தான்.

வீட்டுக் கதவுகள் மூடிக்கிடக்கும் நகரத்துத் தெருக்கள் ஒரு வகையில் அவளுக்குச் சௌகர்யமாக இருந்தன. திறந்திருக்கும் சன்னல்கள், உளவுத் தன்மைக் கொண்டவை என்பதைச் சில நாட்களிலேயே புரிந்துகொண்டிருந்தாள். காய்கறிகளைத் தேர்ந்தெடுத்தபோது அவன் வெளியில் நின்றதை அவள் விரும்ப வில்லை. பிரதான சாலையில் வாகனங்களுக்கும் எதிரில் நடந்து வருபவர்களுக்கும் நெருக்கடியில் இடம்விட்டு நகர்ந்த போது அவள் அனேகமாக கைப்பிடித்திருக்க வேண்டிய அவனது கரத்தை வெட்கத்தால் தடுத்திருந்தாள். வீடு நெருங்கிவிட்ட போது சந்தர்ப்பத்தை இழந்துவிடும் தயக்கத்தை மீறி, அவள் ஒரு வரி பேசினாள்: 'அப்பாவோட போகும்போதுதான் இப்பிடி பயமில்லாம இருக்கும்' என்றாள்.

சீனுவாசனைச் சற்றுப் படுத்து ஓய்வு எடுக்கும்படி சொல்லி விட்டு குடையை எடுத்துக்கொண்டு மளிகை சாமான் வாங்கு

வதற்குக் கிளம்பினான் திவாகர். மீனாட்சிக்குச் சமையலில் உதவி செய்தபடி ஓயாமல் பேசிக்கொண்டிருந்தாள் சங்கரி. அவள் பேச்சின் மறைமுகமான குவிமையம் சீனுவாசன்தான் என்பதை மீனாட்சி அறிந்தே இருந்தாள். சங்கரியும் 'அது' மீனாட்சிக்குத் தெரிந்தாலும் பரவாயில்லை எனும்படிதான் நடந்துகொண்டாள். பின்பு, சங்கரியை உள்ளே சென்று பீரோவில் உள்ள தலையணை உறைகளை எடுத்து மாற்றிப்போடச் சொன்னாள் மீனாட்சி. சங்கரி உள்ளூர அடைந்த உற்சாகத்தைக் காட்டிக்கொள்ளாமல் இயல்பாகச் செல்வதைப் போல தலையாட்டிக்கொண்டு சென்றாள். 'கொஞ்சம் வெளில போய் உக்காருங்களேன் பெருக்கிடறேன். காலையில பெருக்கினியாக்கா?' என்றாள் சத்ததுடன். 'இன்னொருதரம் பெருக்கிவுடு' என்றாள் மீனாட்சி.

சுவர்களால் தடுக்கப்பட்ட பகல் நேர இருட்டில் சீனுவாசனை உற்றுப்பார்த்தாள் சங்கரி. அவன் 'நீங்க பெருக்குங்க' என்றபடி அவளைப் பார்த்துப் புன்னகைத்தான். அவள் மெல்ல மெல்ல நெருங்கி கையைக் கட்டிலில் வைத்துப் பிடித்தபடி பெருக்கினாள். அது ஒரு மென்மையான அழைப்பு என்பதை அவன் பெண்களிடம் கண்டிருந்தான். புரண்டு அவள் கைமீது சரிந்தான். அவள் கையை இழுத்துக்கொள்ளவில்லை. அவன் சிரித்தபடி அவள் கையைக் கிள்ளினான். மீனாட்சி இருப்பதாக அவள் கண்களால் சாடை காட்டினாள்.

சீனுவாசன் எழுந்து முன் வராந்தாவுக்கு வந்தான். வெயில் முன்னைவிட உள்ளே நகர்ந்து வந்திருந்தது. 'நல்ல வெயில்' என்றான். மீனாட்சியும் 'ஆமாம்' என்றாள். 'உங்க ஊர்ல இந்த வெயிலுக்கு என்ன பண்ணுவீங்க?' என்று உள்ளிருந்தபடி கேட்டாள் சங்கரி. அவன் அவளைத் திரும்பிப் பார்த்து, 'நல்ல நெழலாப் பார்த்துத் தூங்குவோம்' என்றான். அவனுக்கு நாற்காலி எடுத்து வந்துபோட்டு 'உக்காருங்க' என்றாள் சங்கரி. அவன் வெயிலைப் பார்த்துக்கொண்டிருந்தான் 'மரியாதை மனசுல இருந்தா போதும், தைரியமா உக்காருங்க' என்று சங்கரி கிண்டலடித்ததும் மீனாட்சி வாய்விட்டுச் சிரித்தாள். அவள் அப்படி உரிமையுடன் அவனுடன் கலகலப்பாக இருந்தது மூவருக்குமே பிடித்திருந்தது. அவனும் லேசாகச் சிரித்தான். சங்கரி வேலைக்குத் தேவையான நேரத்தை நீட்டித்துக்கொண்டிருந்ததை மீனாட்சி உணரவே செய்தாள். அறைக்குள்ளே செல்ல வேண்டிய ஆர்வத்தைச் சீனுவாசன் கட்டுப்படுத்திக் கொண்டிருந்தான். பழைய தலையணை உறைகளை உருவி கொடியில் போட்டு புதியதை மாட்டி சமதளமாகத் தட்டிப் போட்டு படுக்கையைச் சரிசெய்தாள் சங்கரி. அதில் நிறைவுணர்வை அடைந்தாள்.

முன் வராந்தாவுக்கு வந்த சங்கரி, 'போய் ரெஸ்ட் எடுங்க' என்றாள். 'என்ன கிண்டலா?' என்றான். 'வெய்ய நேரத்தில உங்க ஊர்ல அதானே செய்வீங்க!' என்றாள். மீண்டும் கூட்டாகச் சிரித்தார்கள். சீனுவாசன் சிரித்தபடியே உள்ளே சென்று அவளைப் பார்த்துக்கொண்டு நின்றான். அவன் அப்படிச் செய்வான் என்பது அவளுக்கும் தெரிந்திருந்தது. அதை எதிர் பார்ப்பாள் என்று அவனும் யூகித்துத்தான் செய்தான். மீனாட்சிப் பார்க்காத நேரமாக அவனைத் திரும்பி விருப்பமாகப் பார்த்தாள். அவன் கண்ணடித்தான். அவள் வெட்கத்தில் முகத்தை வாசல் பக்கம் திருப்பிக்கொண்டாள்.

வாசலில் இருந்து வராந்தாவில் நிரம்பியிருந்த வெளிச்சத்தில் தமயந்தி வழக்கம்போல அமர்ந்து மாத நாவல் படித்துக் கொண்டிருந்தாள். (அவளருகில் இதுபோன்ற நாவல்கள் அடுக்கி வைக்கப்பட்டிருந்தன. படிப்பது ஒரு நாவலாக இருந்தாலும் வாங்கியுள்ள எல்லா நாவல்களையும் எடுத்துப் பக்கத்தில் வைத்துக்கொள்ளும் பழக்கம் அவளுக்கு இருந்தது.) சீனுவாசனைப் பார்த்ததும் தமயந்தி நீட்டியிருந்த கால்களை மடக்கியபடி புன்னகைத்தாள். அவனும் புன்னகைத்தபடியே அவளைக் கடந்து வீட்டினுள் செல்ல எத்தனித்தபோது, 'பக்கத்தில் ஏதாவது நல்ல படம் ஓடுதா?' என்றாள். 'படம் ஓடுது; நல்ல படமான்னு எனக்குத் தெரியாது' என்றான். அவள் கண்கள் அவனைக் குறும்பாகப் பார்த்து விருப்பமாகத் தீண்டிவிட்டு புத்தகத் திற்குள் நுழைந்துவிட்டன. இதனூடாக அவனோடு சேர்ந்து வெளியில் செல்வதற்கான மற்றுமொரு சமயத்தை அவள் எதிர்பார்த்துக்கொண்டிருப்பதை அவனிடம் தெரிவித்திருந்தாள்.

உள்ளே நுழைந்தவனிடம் 'இந்த ஃபேனை உள்ளே கொண்டு போய் வைக்க முடியுமா?' என்று கேட்டாள். நான்கு றெக்கைகள் கொண்ட அந்தக் கறுப்பு நிற சின்னி ஃபேன் ஓடாமல் நிறுத்தி வைக்கப்பட்டிருந்தது. விசிறியின் பிளக்கை பிடுங்க சென்றான். 'வேணாம், என் பக்கம் கொஞ்சம் நகர்த்தி வைங்க' என்றாள். மின் விசிறியைத் தொட்டுத் தூக்கியவனை எட்டி உதைத்தது போல் விருட்டென்று 'ஷாக்' அடித்தது. தூக்கிய வேகத்தில் மின் விசிறியைச் சடாரெனப் போட்டான். விசிறியின் முன்பக்க ஜன்னல் வலைப் பிரிந்து, சிமிண்டு தரையில் உருண்டோடி கேட்டில் மோதிக் கவிழ்ந்தது. தமயந்தி பலமாக சிரித்துக் கொண்டிருந்தாள். அதிர்ச்சியூட்டும் உலோகச் சப்தம் அனைவரையும் திடுக்கிட வைத்திருந்தது. மீனாட்சியும் திவாகரும் ஓடிவந்து எட்டிப்பார்த்தார்கள். அதை யாரும்

விரும்பவில்லை என்று தெரிந்தும்கூட அவள் சீனுவாசனின் அதிர்ச்சியான முகத்தை நினைத்து நினைத்து சிரித்துக்கொண் டிருந்தாள். சாப்பிட்டுக், கைகழுவும் போது தமயந்தி அவனிடம் தனியாக மெல்லிய குரலில் சொன்னாள். 'நான் அதைத் தூக்கும் போது 'ஷாக்' அடிச்சது. அதனால்தான் உங்கள நகர்த்த சொன்னேன்' என்றாள். அவன் அவளை ஆச்சர்யத் துடன் பார்த்தான். ஆனால் அவள் மீண்டும் சத்தமிட்டுச் சிரிக்கத் தொடங்கியிருந்தாள்.

தமயந்தியின் வெளிப்புற முதிர்ச்சியும் புரிந்துகொள்ள முடியாத நடவடிக்கைகளும் ஒன்றுக்கொன்று பொருந்தாமல் இருப்பதாக சீனுவாசன் திவாகரிடம் பகிர்ந்துகொண்டான். திவாகரும் அதை ஆமோதித்தாலும் குழந்தையிலிருந்தே அவள் இப்படித்தான் என்றான். தமயந்தியின் சுபாவம் குறித்து சில முடிவுகளுக்கு வந்திருந்த திவாகர், நட்பை இழந்துவிடும் பயத்தில், நண்பர்கள் அல்லாத யாரையாவதுதான் அவளுக்கு மறுமணம் செய்யத் தீர்மானித்திருப்பதாக சீனுவாசனிடம் சொன்னான். ஆனால் தமயந்தி, தலை சீவி, பூச்சூடி அலங்கரித்துக்கொண்டு, வெளி வராந்தாவில் இருட்டோடு இருட்டாக சீனுவாசனுக்காக மணிக்கணக்காகத் தெருவை வெறித்திருப்பதை அவர்கள் உணரவே செய்தார்கள்.

அன்று, சீனுவாசன் வேலைக்குச் சென்று திரும்பியபோது, தமயந்தி கேட்டில் கை வைத்தபடி யாருமற்ற தெருவை வெறித்துக் கொண்டிருந்தாள். அவனைப் பார்த்ததும் புன்னகைத்துக் கேட்டைத் திறந்தாள்.

'ரெண்டுபேரும் மார்க்கெட் போயிருக்காங்க. வந்தா சாப்பிடச் சொன்னாங்க'என்றாள். இவன் 'பரவாயில்லை அவங்க வரட்டும்' என்றபடி உள்ளே சென்றான்.

பையை வைத்துவிட்டு முகம் கைகால் கழுவுவதற்குக் கிணற்றடிக்கு வந்தவனிடம் உள்ளே சென்றபடியே, 'அவ போட்டாதான் சாப்பிடுவீங்களா?' என்றாள். குரலில் நம்ப முடியாத அளவுக்கு ஆத்திரம் கூடியிருந்தது. அவளின் உரிமை யைத் திடுக்கிடலுடன் ரசித்தவன் சிரித்த முகத்துடன் பார்த்தான். அவள் பார்வை அவ்வீட்டின் தனிமையை உபயோகப்படுத்தத் தூண்டும் அளவுக்கு இருந்தது. அவசரமான முத்தங்களையும் கட்டியணைப்பையும் நினைத்தான். அவள் ஊடலாக முறைத்துக் கொண்டிருந்தாள். புன்னகைத்தபடியே, 'சாப்பாடு எடுத்து வைங்க சாப்பிடலாம்' என்றான்.

முதல் தனிமை   91

சீனுவாசன் உள்ளே வந்ததும் பாயை எடுத்துப் போட்டாள். தட்டை அலம்பி, அவன்முன் வைத்தவள், 'அவ வந்த பிறகே சாப்பிடுங்க' என்று கூறியபடி, வாசலுக்குச் சென்றாள். அவன் அவமானத்துடன் சுவரில் சாய்ந்து அமர்ந்துகொண்டான். அவள் முன்னைப் போலவே கம்பிக்கேட்டில் சென்று நின்று கொண்டாள். புகைப்படத்தில் இருக்கும் சித்திரத்தைப் போல அசையாமல் வெகுநேரம் அங்கேயே நின்றுகொண்டிருந்தாள்.

சீனுவாசன் யாரிடமும் எதுவும் பகிர்ந்துகொள்ளாதிருந்தும் மறுநாள் தமயந்தி திருச்சிக்குக் கிளம்பிவிட்டிருந்தாள். மீனாட்சி யும் திவாகரும் எத்தனையோ முறைத் தடுத்தும் பையைப் பிடுங்கி வைத்தும்கூட அவளை நிறுத்த முடியவில்லை. வீட்டை விட்டுச் செல்லும்வரை திவாகர் வீட்டில் அவள் ஒரு மிடறு தண்ணீர்கூட குடிக்கவில்லை. கிளம்பியபோது அவள் முகம், முதன்முதலில் இவ்வீட்டுக்கு வந்தபோது இருந்த கடினத்தையும் களைப்பையும் அடைந்திருந்தது.

மீனாட்சியின் செல்ஃபோன் அடித்தது. திவாகர்தான் பேசினான். அவளை மீன் மார்க்கெட்டிற்குக் கிளம்பி வரச்சொன்னான். 'ஒண்ணுக்கு ரெண்டுவேலைதான் இவருகிட்டே' என்று அலுத்துக் கொண்டபடி ஒயர்கூடை எடுத்துக்கொண்டு சங்கரி யிடம் சமையலைப் பார்த்துக்கொள்ளச் சொல்லிவிட்டுப் போனாள். சங்கரிக்குச் சட்டென வியர்த்தது. அவள் உடலில் ஒரு நடுக்கம் பரவியது. சிக்கிக்கொண்டதுபோல உணர்ந்தாள்.

அவள் முன் வராந்தாவில் இருந்தாள். மென்மையாகக் கனைத்தான் சீனுவாசன். 'என்ன கனைப்பெல்லாம் பலமா இருக்கு!' என்றாள் சங்கரி. 'கொஞ்சம் தண்ணி குடுங்களேன்' என்றான். 'ஹாலுக்கு எந்திரிச்சி வாங்க. அவங்க யாராவது வந்துட்டா தப்பா எடுத்துக்குவாங்க' என்றாள். அவன் அப்படியே அமர்ந்திருந்தான். அவள் தண்ணீரைச் செம்பில் சாய்த்து எடுத்துக்கொண்டு உள்ளே சென்றாள். தண்ணீரை ஒரு கையால் வாங்கியபடி அவளை எட்டிப் பிடித்தான். அவள் சிரித்தபடித் திமிறினாள். 'விடுங்க, ப்ளீஸ். அவங்க வந்துடுவாங்க' என்றாள். 'எங்கூட ஊருக்கு வறியா?' என்றான். 'வந்து!?' எனக் குறும்பாகக் கேட்டாள். சும்மா கொஞ்சநாள் இரு' என்றான். 'உங்க வொய்ஃப் ஒண்ணும் சொல்லமாட்டாங்களா?' என்றாள் ஆவலுடன். 'நாம வேற எடத்துக்குப் போலாம்' என்றான். அவளை இழுத்துக் கட்டி அணைக்க முற்பட்டான். அவள் மிக லாவகமாக மீனைப் போல நழுவினாள். அவளின் உடல் மிருதுவாக இருப்பதாகச்

சொன்னான். அவள், 'உங்கக் கை கரடி போல இருக்கு' என்று கடகடவெனச் சிரித்தாள். அவள் சிரிப்பதை ரசித்தான்.

அவளை இழுத்து முத்தமிட நெருக்கினான். அவளுக் குள்ளிருந்த யாரோ எழும்பியதுபோலச் சட்டென மூர்க்கமாக அவனைக் கட்டிலில் தள்ளிவிட்டு மீண்டும் அதே சிரிப்பைச் சிரித்தாள். அவள் தள்ளியதற்குச் சிரித்திருக்கவில்லையன்றால் கண்டிப்பாக அது ஒரு அசம்பாவிதத்தை மூர்க்கமாக எதிர்க்கும் வேகம்தான். மீண்டும் அவளை நெருங்க அவனுக்கு அந்தத் தள்ளலே பயமாக இருந்தது. இருப்பினும் எதிரே நின்று கொஞ்சிப் பேசும் அவளின் நடவடிக்கைகள் அவள்மீது மோகத்தைத் தூண்டின. அவன் எழாமல் அவளாக கட்டிலில் அமர்வாள் என்று எதிர்பார்த்தான்.

அவன் அவளை மோகத்தோடு தலையசைத்துக் கூப்பிட் டான். அவன் ஏதோ சிரிப்புக்கொத்து சொன்னதுபோல மீண்டும் கடகடவெனச் சிரித்தாள். பின்பு கண்களால் வாசலைக் காட்டி, 'கதவு தெறந்திருக்கு' என்றாள். அவன் எழுந்து கட்டிலின் விளிம்புக்கு வந்தான். அவள் கைகளைப் பிடித்தான். விரல்களில் முத்தமிட்டான். அவள் அவனை வேடிக்கைப் பார்த்தாள். 'என்னை உங்களுக்குப் பிடிச்சிருக்கா?' என்றாள். அவன் ஆமாம் என்பதாகத் தலையாட்டினான். மீண்டும் அவளை நெருக்கி உதடுகளில் முத்தமிட முயற்சித்தபோது மீண்டும் முன்னைப் போலவே நெட்டித் தள்ளினாள். இந்தமுறை அவமானப் பட்டவனாக அவளை முறைத்தான். காலையிலிருந்து அவளுடைய எல்லா நடவடிக்கைகளிலிருந்தும் உந்துதல் பெற்றிருந்த அவன் சட்டென எழுந்து அவளைப் பிடிவாதமாக இழுத்துக் கட்டிலில் தள்ளினான். அவள் அவனை நகங்களால் பிராண்டினாள். ஆழமான கீறல்கள் எரிச்சலை ஏற்படுத்தின. விபரீதம் என அவன் உணர்ந்தபோது சம்மதமற்ற ஒரு நபருடன் போராடுவதை நினைத்தான். அவள் அவனைப் புரட்டித் தள்ளிவிட்டு, 'இதெல்லாம் எனக்குப் பிடிக்காது' என்றபடி வேகவேகமாகச் சமையல் சாய்ப்புக்குச் சென்றாள். அவன் அதிர்ச்சியுடன் எழுந்து உட்கார்ந்திருந்தான். ஒரு வகையில் அவளைப் புரிந்துகொள்ள முடியாததாலும் வெளித் தெரிந்துவிடும் அபாயத்தாலும் அப்படியே அமர்ந்திருந்தான். அவள் தனது ஆடைகளைச் சரிசெய்தபடி அழுதபடியே அங்கிருந்து சொன்னாள்: 'எந்திரிச்சி ஹாலுக்கு வாங்க ப்ளீஸ்'.

தமயந்தியின் இரண்டாவது திருமணம் அடுத்த இரண்டு வருடங் களுக்குப் பிறகு சென்னையில்தான் நடந்தது. மனைவியை

இழந்த அவர், அரசு அலுவலகம் ஒன்றில் கணக்காளராக இருந்தார். இந்தத் திருமணம் தவிர்க்கப்பட முடியாத உறவினர்களுக்கு மட்டும் சொல்லப்பட்டது. பீமாஸ் ஓட்டலின் அருகிலுள்ள முருகன் கோவிலில் மிகவும் எளிமையாக நடந்து முடிந்தது. செலவு முழுதும் திவாகரும் சீனுவாசனும் ஏற்றுக் கொண்டிருந்தார்கள். நம்பமுடியாத விஷயம்: சென்ற திருமணத்திலாவது அவள் ஒரு வாரத்திற்குப் பிறகு கொண்டுவந்து விடப்பட்டாள். இந்த முறை, மூன்றாவது நாளே, அவளாகவே வந்துவிட்டிருந்தாள். மாப்பிள்ளைத் தரப்பில் இந்த முறையும் அவளிடமே கேட்டுக்கொள்ளுங்கள்; இதுபோல் திமிர் பிடித்தப் பெண்ணை இந்த உலகத்திலேயே பார்க்க முடியாது' என்று கத்திவிட்டுப்போனார்கள். அவளைக் கேட்டபோது பழையபடியே, 'எனக்கு அவனைப் பிடிக்கவில்லை' என்றுதான் சொன்னாள். மிகவும் வற்புறுத்திக் கேட்டபோது, 'அவனைப் பற்றிச் சொல்ல எதுவுமே இல்லை' என்றாள்.

'உனக்கு எப்பிடித்தாண்டி மாப்பிளை வேணும்?' என்று கத்தினாள் மீனாட்சி. 'உனக்காக, என் நகை; அவரு சேர்த்து வச்சப் பணம்; ஃபிரண்ஸ்ங்ககிட்டக் கடன்; ஏண்டி உனக்கு என்னதாண்டி வேணும்?' என்று மீனாட்சி அழுதாள். திவாகர் அவளை அடக்கினான். சுவரில் சாய்ந்து கால்நீட்டியிருந்த தமயந்தி, அழும் பாவனைகள் எதுவுமின்றி கண்ணீர் விட்டுக் கொண்டிருந்தாள். 'நான் ஏதாவது ஒரு வேலைக்குப் போயி உங்க கடனையெல்லாம் திருப்பிக் கொடுத்திடறேன். திட்டாதே அக்கா' என்றாள்.

இந்தமுறை திவாகர் நடந்தவற்றைத் தெரிந்துகொள்ள வேண்டி மாப்பிள்ளையை அவர் வேலை செய்யும் அலுவலகத்தில் சந்தித்தான். அவர், திவாகரைப் பார்த்ததுமே, 'என்னை அவமானப்படுத்திவிட்டீர்கள். மரியாதையாகப் போய்விடுங்கள்; இல்லையென்றால் போலீஸுக்குப் போவேன்' என்று குதித்தார். அங்குள்ளவர்கள் அனைவரும் திவாகரைப் போகச்சொன்னார்கள். மீண்டும் தமயந்தியுடன் அனைவரும் போராடிப்பார்த்தார்கள். கடைசியாக மீனாட்சி, 'உனக்கு என்ன வேணும்னு சொல்லு. இல்லேன்னா அங்க என்ன நடந்ததுன்னு சொல்லு. எதுவுமே சொல்லலேன்னா, நீ இனிமே இங்கே இருக்கக் கூடாது' என்றாள்.

வெவ்வேறு நபர்களுடன் திருமணங்கள்; ஒரே விதமான பிரிவு. ஒரே விதமான பதில்கள். உண்மையிலேயே அவர்களுக்குப் புதிராக இருந்தது.

நண்பர்கள் இருவரும் வெளிக்கிளம்பிச் சென்று, மனம் விட்டுப் பேசியபடி ஊர் சுற்றிவிட்டு, மதிய சாப்பாட்டுக்கு வந்திருந் தார்கள். தோட்டத்து வாசலில் வைத்து மீனாட்சி இலை கழுவிக்கொண்டிருந்தாள். சங்கரி பாயை எடுத்துப்போட்டு தண்ணீர் வைத்தாள். மீனாட்சியுடன் சேர்ந்துகொண்டு சங்கரியும் பரிமாறினாள். அவள் குனிந்து பரிமாறியபோது நைட்டியின் தலைப்பின் வழியே உள்ளாடையற்ற மார்புகள் வெளித் தெரிவதை – அவன் பார்ப்பதை – அவள் அனுமதிப்பதை – அவள் முறுவலித்துக் காட்டிக்கொண்டாள். ‘ஏன் உங்க வொய்ஃபைக் கூட்டிட்டு வரலே’ என்றாள் சங்கரி. ‘அவ அவங்க அம்மா வீட்டுக்குப் போயிருக்கா’ என்றான். ‘பொண்ணுங்களை சைட் அடிக்கிறதுக்கின்னே கொண்டுபோய் விட்டுட்டு வந்திருப்பீங்க!’ என்றாள் சங்கரி. எல்லோரும் சிரித்தார்கள்.

சாப்பிட்டு முடித்தபோது சங்கரிக்குத் தமயந்தியிடமிருந்து போன் வந்தது. அவள் பேசிவிட்டு திவாகரிடம் தந்தாள். சில குடும்ப விவகாரங்களைப் பேசிய பிறகு அவன் சீனுவாச னிடம் தந்தான். தமயந்தி எடுத்தவுடன், ‘என்ன எங்க வீட்டுக் கெல்லாம் வரமாட்டீங்களா?’ என்றாள். இதை எதிர்பார்க்காத சீனுவாசன் சந்தோஷத்தில் மூழ்கினான். கண்டிப்பா வரேன்’ என்றான். ‘எப்போ?’ ‘சாயங்காலம்?’ ‘கண்டிப்பா வரணும்! உங்கக்கிட்டே நிறையப் பேசணும்’ என்றாள். அதில் உரிமையும் கணிக்கமுடியாத விருப்பங்களும் இருந்தன. சங்கரி ஃபோனை வாங்கியதும் எல்லோரிடமும் சொல்லிக்கொண்டு வேகவேகமாகக் கிளம்பினாள். மீனாட்சி, ‘சாப்புட்டுப் போடீ’ என்றாள். ‘லேட்டா போனா திட்டுவா. என்றபடி நடந்தோடி னாள். அதன் வழக்கத்தை உணர்ந்து திவாகரும் மீனாட்சியும் இயல்பாகச் சிரித்தனர்.

சீனுவாசன்,‘சங்கரிக்குத் திருமணம் ஆகிவிட்டதா?’ என்று கேட்டான். திவாகர் சிரித்தபடி ஆகிவிட்டதாக தலையாட்டி னான். அவன் சிரிப்பைச் சீனுவாசனால் புரிந்துகொள்ள முடியவில்லை. உள்ளிருந்து மீனாட்சி, ‘ம் . . . ஆச்சு, ஆச்சு . . . தமயந்தியும் இவளும் இப்போ ஒண்ணாதான் இருக்காங்க. அவளையாவது அவ புருஷன் ரெண்டு நாள் கழிச்சி கொண்டு வந்து விட்டுட்டுப் போனான். இவ ஃபர்ஸ்ட் நைட் முடிஞ்ச மறா நாளே பழனிக்கு பஸ்புடிச்சிப் போயி, தாலியக் கழட்டி உண்டியல்ல போட்டுட்டு வந்துட்டா’ என்றாள்.

சீனுவாசன் நம்பமுடியாத வியப்புடன் திவாகரைப் பார்த்தான். திவாகர் உதட்டைப் பிதுக்கி தோளைக் குலுக்கிச்

சிரித்தான். மீனாட்சி ஸ்வீட் எடுத்துக்கொண்டு வந்தாள். சீனுவாசன் ஆர்வமேலீட்டோடு, 'ஏன் மாப்பிள்ளை பிடிக்கலையா?' என்று கேட்டான். 'பிடிக்காமையா மூணு வருஷம் சின்சியரா விழுந்து விழுந்து லவ் பண்ணா!

'லவ் மேரேஜா!??'

'ஆமாம்... வீட்டை எதிர்த்துக் கல்யாணம் பண்ணிகிட்டா...'

'அப்புறம் ஏன் வந்துட்டாங்க.??'

'இவளும் அவளை மாதிரியே வாயத் தொறக்க மாட்டேங்கிறா.' என்றாள் மீனாட்சி.

குமுதம் தீராநதி, நவம்பர், 2012

ஏழு மாதங்களும் ஒரு நாளும்

நகரம் தன் பெருவாரியான அலுவலக நேரத்தை முடித்துக்கொள்ளும் அந்தச் சாயங்கால வேளையில் மேலாளரின் அறையிலிருந்து வெளியில் வந்தான் கொளஞ்சியப்பன். விசனத்துடன் பால்கனியில் இருந்த படிக்கட்டில், குரோட்டன்ஸ் தொட்டிகளுக்கு அருகில் உட்கார்ந்துகொண்டான். இன்றும் ஊருக்குச் சென்றுவருவதற்கான விடுமுறை கேட்டு, தோல்வியில் முடிந்ததில், அவன் மிகவும் நம்பிக்கையற்றுப் போயிருந்தான். அவனையும் அறியாமல் கண்ணீர் திரண்டு நின்றது. தனிமையாக இருந்தால் அழலாம் என்று நினைத்தான். விரல் களால் கண்களை நிருடித் துடைத்துக்கொண்டான். இன்றோடு அவன், ஊருக்குப் போய் ஏழு மாதங்கள் முடிந்துவிட்டிருந்தன. மூன்று பிள்ளைகளும் ஒரு மனைவியும் கொண்ட ஒருவனுக்கு; நினைத்தால் எட்டுமணி நேரத்தில் சென்றுவிடக்கூடிய பயண தூரத்தில் இருப்பவனுக்கு, இது மிகப்பெரிய இழப்பு தான்.

மேலாளரும் தன் அறையைப் பூட்டிக்கொண்டு சென்றபிறகு, குளிர்சாதனத்தின் இயக்கத்தைத் அலுப்புடன் துண்டித்தான். கடைசி அறையிலிருந்து தொடங்கி எல்லாச் சன்னல்களையும் அடைக்கத் தொடங்கினான். அலுவலகத்திற்குள் மாலை வெளிச்சம் கொஞ்சம் கொஞ்சமாகத் துண்டிக்கப் பட்டு உருவாகிக்கொண்டிருந்த இருட்டில் பழக்கப் பட்ட எந்திரத்தைப் போல் புழங்கினான். அவனது

மூடும் வேகத்திற்கேற்ப சத்தமிடும் மரச் சன்னல்களை முன்பு எதிர்கொண்ட சிறுவனின் மனோபாவத்தோடு அவன் இப்போது எதிர்கொள்ளவில்லை. உயர்ந்து நிற்கும் அழகிய கதவுகளை அதிகாரத்துடன் நிற்கும் அந்த மனிதர்களை வெறுத்தபடி அவன் தாழிட்டான். அவர்கள் நினைத்தால் அவனுக்கு விடுமுறை கொடுக்க முடியும். அவன் வாழ்க்கை அத்தனை முக்கியத்துவமாய் யாருக்குமே இல்லாமல் போனது குறித்து அவன் தன் தலையெழுத்தைத்தான் நொந்துகொண்டான். பின்புறக் கதவைச் சாத்தி உள் தாழிட்டு பூட்டுப்போட்டுப் பூட்டினான். தரை முழுதும் பரப்பப்பட்ட கார்பெட்டின் மெதுத்தன்மை எப்போதும்போல் இதமாக அவனைப் பின் தொடர்வதாக உணர்ந்தான். குளிர்சாதனத்தால் சில்லிப்பு ஏறியிருந்த ஃபிளவர் வாஷைத் தொட்டுப்பார்த்தபடி வராந்தாவுக்கு வந்தான். சோர்வாக முன்பக்கப் படிக்கட்டில் அமர்ந்துகொண்டான்.

எதிரில் கட்டடத் தொழிலாளர்கள் கை, கால்களை அலம்பிக்கொண்டபடி வேலையிலிருந்து விடுபட்டுக்கொண்டிருந்தார்கள். அவர்கள் வீட்டுக்குச் செல்வதையோ அல்லது குடும்பத்தோடு ஒன்றாகப் பணிபுரிவதையோதான் அவன் உள்ளூர கவனித்துக்கொண்டிருந்தான். இனி மறுநாள், அலுவலகம் திறந்த பின்பு தரையை லைசால் போட்டுத் துடைப்பதும் கழிவறைகளை ஹார்பிக் மற்றும் பினாயில்களால் அலம்பிவிடுவதும் மீண்டும் சன்னல்களையும் கதவுகளையும் திறந்துவைப்பதும் அலுவலர்களின் ஏவல்களுக்கேற்ற சில்லறை வேலைகளைச் செய்வதும்தான் அவனுக்காகக் காத்திருந்தன.

பகல் முழுதும் அலுவலர்களின் அரட்டையிலும் வேலையிலும் மூழ்கியிருந்த கட்டடத்தின் பளு அவன் தலையில் இறங்கியதுபோலிருந்தது. இருட்டும்வரை, தான் என்ன நினைத்துக்கொண்டிருக்கின்றோம் என்றறிய முடியாதபடி குழப்பமான எண்ணங்களிலும் ஏக்கமான வீட்டு நினைவுகளிலும் அவன் ஆழ்ந்திருப்பது அவனது அன்றாடங்களில் ஒன்றாகியிருந்தது. இதனூடாக, அவன் தலையும் கண்களும் தெருவின் அசைவுகளுக்கேற்ப எந்திரமாகத் திரும்பிக்கொண்டிருப்பதை அவனே அறியாதிருப்பான்.

கொளஞ்சியப்பன் இந்த அலுவலகத்திற்கு வேலைக்கு வந்து இந்த ஆகஸ்ட் மாதத்தோடு மூன்று வருடங்கள் முடிகின்றன. அவன், இரவு நேரத்தில் செக்யூரிட்டியாகவும் பகல் நேரத்தில் அலுவலகப் பியூனாகவும் வேலை செய்துகொண்டிருந்தான். வேலை செய்வதற்கு ஆட்கள் இருக்கும் பட்சத்தில் புதிய

வேலைகள் பிறக்கும் என்பதுபோல் அவன் வேலைக்கு வந்த பிறகு அவனை இரவு நேரக் காவல் வேலையும் செய்யச் சொன்னார்கள். ஊரில் பட்ட அவஸ்தைகளுக்குப் பதிலாக அவன் இவற்றை ஏற்றுக்கொண்டான்.

கொளஞ்சியப்பனின் உருவம் பிறர் மதிக்கத்தூண்டும்படி இல்லாதது அவனது குற்றமல்ல. அவன் கண்கள் பிதுக்க மடைந்த கன்ன எலும்புகளுக்குப் பின்னே உள்ளடங்கி இருண் டிருந்தன. செங்கருமை நிறத்தில் இருந்தான். மோசமான வறுமையிலிருந்து தற்போது அவன் பாதுகாக்கப்பட்டிருந் தாலும் அவன் முகம் எப்போதும் எதையோ நினைத்துப் பயந்திருப்பதிலும் ஏங்கியிருப்பதிலுமே நிலைத்திருந்தது. செம்பட்டையும் கலைந்த பஞ்சைப் போல் மிக மெல்லியதுமான தலைமுடி நடு மண்டையோடு நின்றுவிட்டிருந்தது. அவை எப்போதும் வளர்வதும் இல்லாமல் வீழ்வதுமில்லாமல் ஒரே அளவில் இருந்தன. பின்புற முடியைத் தோள்வரை வளர விட்டிருந்தான். அதற்குக் காரணம் அவன் பலவருடங்களுக்கு முன்பு ஒருமுறை மண்ணெண்ணெய் ஊற்றித் தன்னை எரித்துக் கொள்ள முயற்சித்ததன் விளைவாகக் களிம்பு தடவியதுபோல் பின் கழுத்து முழுதும் பரவலான வடு இருந்தது. இதனால் அவன் எப்போதும் சட்டைக் காலரின் கழுத்துப் பொத்தானை யும் சேர்த்துப் பூட்டியிருந்தான். பெரும்பாலும் பிறர் உடுத்திய ஆடைகளையே அணிவதால், அவன் பொறுத்தமான ஆடை களோடும் தோற்றம் தராதிருந்தான்.

அவன் நகாதா அவென்யூவுக்கு வருவதற்கு முன் ஊரில் மரம் வெட்டுவதற்கும் வெளியூர்களில் கரும்பு வயல்களுக்கான 'கான்' பறிப்பதற்கும் ஆண்துணை இல்லாத வீடுகளில் எப்போதாவது விறகுகளைப் பிளந்து தருவதற்கும் முள்வேலிகள் அடைப்பதற்கும், நாட்டுக் கொத்தனார்களுக்கு உதவி செய் வதற்கும் என அவனால் முடிந்த அத்தனை வேலைகளுக்கும் சென்றுகொண்டிருந்தான். திருமணமானதிலிருந்து சாலை யோரப் புறம்போக்கில் வீடுகட்டிக்கொண்டு தங்கத்தொடங்கிய அந்த நாளை ஒரு நாளின் பல சமயங்களில் அவன் வெறுத்தான். குழந்தைகளின் ஈர்ப்பிலும் மனைவியின் குறிப்பிடத்தக்க அழகிலும் அன்றாடங்களின் அனேக நேரங்களில் வலிந்து இழுக்கப்பட்டதால், அவன் ஏரில் பூட்டிய மாட்டைப் போல், முதலாளிகள் போதும் என்று சொல்லும்வரை வேலைகளைச் செய்தான். பட்டினி அதிகரித்த நாட்களில் பிள்ளைகளுக்காக ஒருமுறை இருளர்களுடன் சேர்ந்து பாம்புப் பிடிக்கக்கூடச் சென்றான். அவன் மனைவி அன்று வேலைகளில் மூழ்கிய படியே வெகுநேரம் அழுதுகொண்டிருந்தாள். 'என்ன

வேலைக்குப் போனாலும் பாம்புப் பிடிக்கப் போகக் கூடாது' என்று கேட்டுக்கொண்டாள். இரவில் மட்டுமே உணவு கிடைத்துக் கொண்டிருந்த அவனது வறுமையான வாழ்வில், வேலையற்ற மீதி நாட்களில் ஊரில் தேடப்பட்டுக்கொண் டிருக்கும் ஒரு திருடனைப் போல், வீட்டின் உள்ளறையிலேயே படுத்துக்கிடந்தான்.

பின்பு ஒருநாள், அச்சம்பவம் நடந்தேறியது. உருவத்தில் மற்றவர்களைக் கவர்பவனாக இல்லாதுபோனாலும் வாழ்க்கை யில் எதையுமே சிறப்பாகப் பெற்றிருக்காத அவனுக்கு, பயமே பணிவாக மாறியிருந்தது ஒருவகையில் நல்லதுதான். பணமும் அதிகாரமும் பெற்றிருந்த மனிதர்களுக்கு, சாப்பாட்டின் மூலையில் உள்ள சிறிது ஊறுகாயைப் போல் மனிதாபிமானமும் இருந்தபோது இவனைப் போன்றவர்களுக்கு அது உதவியாக இருந்தது. ஏழைகளின் ஆபரணங்களான வறுமையும் பணிவும் பணக்காரர்களை மிகவும் கவருமென்று அவனுக்குத் தெரிந்திருக்க வில்லை. உச்சி வெயிலில் ஊரே தங்களின் வீடுகளுக்குள் முடங்கியிருக்க, அவன் மட்டும் வாசலில் கால் நீட்டி அமர்ந் திருந்தான். சத்தமிடாமல் இரைதேடும் விலங்கைப் போல் அவன் வீட்டு வாசல் முன்பு வந்து நின்ற காரை அவன் வியந்து பார்த்து கால்களை மரியாதைக்காக மடக்கிக் கொண்டான். மேலாளர் கார் கதவைத் திறந்து இறங்கியபோது காரிலிருப்பவர் தனக்கு வேலை தரப்போகிறவர் என்பதை அறியாமல் அவர்களையே பார்த்துக்கொண்டிருந்தான். அவர் விசாரித்த ஊருக்கு வழியைச் சொல்லிய பிறகு, மேலாளர் கேட்டுக்கொண்டதிற்கிணங்க தெருவினுள் இருந்த பெட்டிக் கடையில் சிசர்ஸ் ஃபில்டர் சிகரெட்டுகள் வாங்கிவந்து தந்தான். (அவர் எப்போதும் அந்த சிகரெட்டுகளைத் தவிர வேறெதையும் புகைப்பதில்லை) பார்ப்போரிடமெல்லாம் வேலை கேட்டுக்கொண்டிருந்த அவன், கழுத்தில் போட்டிருந்த துண்டை பேச்சுத்துணைக்குப் பிடித்தபடி அவரிடமும் வேலை கேட்டான். அவர் அவனுக்கு என்ன வேலை தெரியுமென்று கேட்டார். அவன் தனக்குத் தெரிந்த நாட்டுப்புற வேலைகள் அனைத்தையும் சொன்னான். அவருக்கு வழி காட்டுவதற்கும் வேலைக்குமாக – கட்டியிருந்த அழுக்கு வேட்டிச் சட்டையுடன் – அப்போதே காரில் ஏற்றிச்சென்றார். அனேகமாக அவருக்கு வழிகாட்டிய பிறகு ஐம்பது ரூபாயாவது இனாம் தருவார் என்று அவன் நினைத்திருந்தான்.

அலுவலகத்தின் வெளிக்கேட்டையும் பூட்டிவிட்டு, சிறிய நடையில், அருகிலுள்ள பேருந்து நிறுத்தத்திற்குச் சென்றான்.

காற்று நகர்த்திச் செல்லும் ஒரு பொருளைப் போல் மெலிந்த எடையும் எந்நேரத்திலும் சிறிய அதட்டலில் பின்வாங்கும் பயமும் கொண்ட அவன், இருட்டும்வரை அந்த நிழற்குடை சிமிண்டு பெஞ்சிலேயே அமர்ந்திருப்பான். பிரதான சாலைக்குச் செல்ல, அவன், தனது அலுவலகத்திலிருந்து ஐந்து பெரிய வீடுகளைக் கடக்க வேண்டியிருந்தது. அவனது அலுவலகம் இருக்கும் தெருவிலுள்ள வீடுகள் அனைத்தும் நகரத்தின் புதுமைகளைக் காட்டிக்கொண்டிருந்தன. (அவன் அந்தப் பகுதியை விட்டு அதிகம் வெளியே செல்லாதவன்.) அது அவனுக்குப் பார்ப்பதற்கு வியப்பாகவும் ஆசையாகவும் இருந்தது. மனிதர்கள் தங்கள் மகிழ்ச்சிக்காக எவ்வளவு ரூபாய்களைச் சம்பாதிக்கின்றார்கள். எப்படியெல்லாம் வாழ்கிறார்கள் என்று நினைத்தான்.

இருட்டிய பின்பு மீண்டும் அலுவலகம் வரும் அவன் முன்புற அறையைத் திறந்து வைத்துவிட்டு வீட்டைக் குறித்த பல்வேறு நினைவுகளுடன் படிக்கட்டில் அமர்ந்திருப்பான். அலுவலகத்தில் பணிபுரியும் பல்வேறு மனிதர்கள் பற்றி; அவனைக் கடக்கும் தன்னைப் போன்றவர்கள் பற்றி; நகரும் சொர்க்கங்களைப் போல் இருக்கும் கார்களைப் பற்றி; பணமிருந்தும் பிச்சையிடாத மனிதனைப் போல் மாறிவிட்ட மேலாளரைப் பற்றி; கொஞ்சம் படித்திருக்கலாம் என்பது பற்றி, அவன் அவ்வப்போது நினைத்துக்கொண்டிருப்பான். பின்பு, ஏழரை மணிவாக்கில் கெல்லீசில் உள்ள தொழிலாளர் குடியிருப்புக்குச் சென்று சாப்பிட்டுவிட்டு மீண்டும் அலுவலகம் திரும்புவான். மாற்றமற்ற ஒரே நாளைப் போல எல்லா நாட்களும் அவனுக்கு இப்படியே கழிந்து கொண்டிருந்தன.

இன்று அவனுக்கு நீண்டதாக நடந்து எங்கேயாவது செல்ல வேண்டுமென்று தோன்றியது. பிள்ளைகளின் முகங்களும் தின்பண்டங்கள் விற்கும் கடைத்தெருவும் அவனுக்கு ஞாபகம் வந்தன. கண்ணாடிப் பெட்டிகளில் தின்பண்டங்கள் அடுக்கி வைக்கப்பட்டிருக்கும் பேக்கரிகளை அவன் அவ்வப்போது நின்று பார்ப்பான். எத்தனை வகைத் தின்பண்டங்கள்! அவன் அவற்றின் பெயர்களையோ சுவையையோ ஒன்றைக்கூடத் தன் வாழ்நாளில் அறிந்தது இல்லை. அவை இனிப்பாக இருக்கும் என்பதை யூகித்திருக்கின்றான். அலுவலகத்தின் பகல் நேர இடைவேளைகளுக்கான தின்பண்டங்களும் தேனீரும் வாங்கு வதற்கு, ஹாட் பாக்ஸும் ஸ்டெயின்லஸ் ஸ்டீல் பிளாஸ்க்கும் எடுத்துக்கொண்டபடி தேங்காய் எண்ணெயில் வேகும் நேந்திரம் சிப்ஸ்களின் வாசனையை நுகர்ந்தபடி அக்கடையை அவன் கடப்பான். ஒளிமிகுந்த கண்ணாடிப் பெட்டிக்குள் தங்க நாணயங்

களின் குவியலைப் போல அவை கொட்டிக்கிடப்பதை ரசிப்பான். தன் பிள்ளைகளுக்கு அவற்றை வாங்கித்தரவேண்டு மென்று நினைத்திருக்கின்றான். அவனது கிராமத்து டீக்கடையில் விற்கும் வறிக்கியும் ரவுண்டு பன்னும்கூட, இங்கும் விற்பது குறித்து அவன் ஆச்சர்யப்பட்டான். இந்த நிறுவனத்தின் முதலாளி திடீர்திடீரென்று சோதனை நிகழ்த்துபவராக இருந்தார். கூடத்திலிருந்து படுக்கையறைக்குச் செல்பவரைப் போல் மும்பைக்கும் சென்னைக்கும் பறந்துகொண்டிருந்தார். கொளஞ்சியப்பனுக்குச் சினிமாவுக்குச் சென்றபோது ஒருமுறை யும் கண்காட்சிக்கும் கடற்கரைக்குமாகச் சென்று வந்தபோது ஒருமுறையும் அலுவலத்தில் இல்லாததற்காகப் பிடிபட்டு வேலை போய்விடப் பார்த்தது. அதற்குப் பிறகு வெளியே செல்லும் நினைவுகளையும் சொந்த விருப்பங்களையும் தொலைவிலிருக்கும் தன் குடும்பத்தை நினைத்துக் கட்டுப்படுத்திக்கொண்டான்.

வலப்பக்கத் தெருமுனை வளைவு, சோம்பலாய் நகரும் சாம்பல் நிற மேகங்களோடு தெரிந்தது. இடப்பக்கம் நெருக்கடி களோடு கூடிய டீக்கடையும் ஒரு நடுத்தர ஓட்டலும் அவ்விடத் திற்கு பொருத்தமற்றப் பழங்காலச் சலூனும் பத்திரிகைகள், தினசரிகள் விற்கும் கடை ஒன்றும் இருந்தது. அந்தத் திசை அவனை எப்போதும் கவர்வதில்லை. அவன் வலப்பக்கம் முகம் வைத்து சிமிண்டு பெஞ்சில் உட்கார்ந்தான். எதிரிலுள்ள பம்பை புளியமரம் புழுதியில் முகம் மூடியிருந்தது. அருகிலுள்ள சாலையோர இளநீர் கடையில் காய்கள் முகம் சுருங்கிக் கிடந்தன. இளநீர் கறைபடிந்த வெட்டுக் கத்தி சைக்கிள் ஹேண்டில் பாரில் தொங்கிக்கொண்டிருந்தது. பிளந்து போடப் பட்ட இளநீர் காய்களின் வறண்ட குழியில், தாகம் கொண்ட நாய் ஒன்று தேங்கி நின்ற மழை நீரை நக்கிக்கொண்டிருந்தது.

நகரத்தின் எல்லா நாட்களும் திருவிழாக் கூட்டம்தான். இருப்பிடங்களை நோக்கிச் செல்லும் களைப்படைந்த முகங்கள், பேருந்துகளிலும் வாகனங்களிலும் நடையிலும் அவனைக் கடந்துகொண்டிருந்தன. விதவிதமான உணர்ச்சிகள் கொண்ட அம்முகங்களை அவனுடைய அனுபவத்தை வைத்து அவனால் புரிந்துகொள்ள முடிந்தது. அவன் ஊரையும் மனைவி குழந்தை களையும் நினைத்துக்கொண்டான். திருமணமாகிப் பல வருடங்கள் கடந்தும் பகலில் சாத்திக் கிடக்கும் வீட்டை அவனுடைய அப்பா திட்டிக்கொண்டிருந்தார். அதன்பின் கணவனும் மனைவியுமான அவர்கள் கள்ளக் காதலர்கள் போல் வயல்களில் சந்தித்துகொண்டிருந்ததை நினைத்துத் தனக்குத் தானே சிரித்துக்கொண்டான். வெட்கம் அறியாமல் அவள் கொடுக்கும் ஒத்துழைப்பு எப்போது நினைத்தாலும்

அவள் மேல் தாபத்தைப் படரவிட்டபடி இருந்தது. இந்த ஏழு மாத இடைவெளியில் இந்நினைவுகளை நினைத்தாலே அவனுக்குக் கண்களில் நீர் திரள ஆரம்பித்தது.

ராக்கம்மாள் அணைக்கரைக்கும் அப்பால் உள்ள கிராமத்திலிருந்து வந்தவள். அவள் வெளுப்பாகக் குள்ளமாக இருந்தாள். மந்த உணர்வு படிந்திருக்கும் உருண்டையான முகத்தில், சிறிய நெற்றியும் மூக்கும் அழகிய பெரிய உதடுகளும் வாய் திறந்தால் தெரியும் சற்றே எடுப்பான பற்களையும் கொண்டிருந்தாள். இதனால் அவள் முகத்தில் வாய்ப்பகுதி பிரதான இடத்தைப் பெற்றிருந்தது. சாம்பலிட்டுப் பல்விளக்கும் அவளின் பற்கள் ஆரோக்கியமான ஈறுகளுடன் இருந்தன. உறுதியும் அடர்த்தியும் கொண்ட கறுமையான கேசத்தையும் குட்டையான விரல்களையும் பதுங்க வைத்தப் பொருட்களைப் போல அடங்கிய கச்சிதமான மார்புகளையும் விரிந்த கெட்டியான பின்பக்கத்தையும் கொண்டிருந்தாள். மூன்று பிள்ளைகள் பிறந்தும் அவனைப் போலவே உடலுறவில் ஆர்வம் குறையாதிருந்தாள். அவனுக்காகவே பிறப்பிக்கப்பட்டவள் போல் அவனது எண்ண ஓட்டத்தினூடே வெளிவாழ்க்கையிலும் கலந்துவிட்டவளாக இருந்ததினால், அவசரமாகச் கூடும்போதும், மெதுவான அணுகுமுறைகளில் இணையும்போதும் அவனது உடலின் பயண நேரத்திலேயே தனது திருப்தியை தெரிவித்துக்கொண்டிருந்தாள். இது அவனுக்கும் அவளுக்கும் இருக்கும் ராசிப்பொருத்தம் என்று கொளஞ்சியப்பன் அவளிடம் சொன்னான்.

அன்று பகல் முழுவதும் விளையாடி சிரித்துக்கொண்டிருந்த ராக்கம்மாளின் பிரிவின் துயரம், பின்பாதி இரவில் பிள்ளைகளை விடுத்து அவனுடன் படுக்கைக்கு வந்துவிட்ட பின்புதான் அவனுக்குத் தெரிந்தது. அலைக்கழிப்பான நினைவுகளுடன் ஒரு உடலுறவு. சிறிது நேரத்திற்கெல்லாம் ராக்கம்மாள் பிள்ளைகளோடு சென்று படுத்துக்கொண்டாள். இத்தனை தொலைதூரத்திலிருந்து வந்திருக்கும் அன்றும்கூட அவள் அப்படி நடந்துகொள்வாள் என்று அவன் எதிர்பார்க்கவில்லை. பேசிக்கொண்டிருக்கலாம் என்று கூப்பிட்டுப் பார்த்தான். கூடத்திற்கு வரச்சொல்லி விளக்கெரியவிட்டு படுத்துக் கொண்டவள், பின்பு முனகும் குரலில் பேசுவதும் ஒருக்களித்தபடி அயர்ந்து தூங்கிவிடுவதும் சட்டென விழித்துப் பேசுவதுமாக இருந்தாள்.

விளக்குகள் ஒளிர ஆரம்பித்ததும் இரவைத் துணையின்றிக் கடத்துவது குறித்த பயத்தில் அலுவலகத்திற்குச் செல்வதைத்

தவிர்க்கும் முகமாகப் பேருந்து நிறுத்தத்திலேயே அமர்ந்திருந் தான் கொளஞ்சியப்பன். பின்பு எழுந்து ஊழியர்களுக்கான குடியிருப்பை நோக்கி குறுக்குத் தெருவில் நடக்க ஆரம்பித்தான். திறந்தவெளி சாக்கடைகளை ஒட்டிய வீடுகளில் அடுப்புப் புகையும் கொசுவர்த்திகளின் மணமும் தெருவில் கசிந்திருந்தன. சொக்காயில் பித்தளை சாவிகள் தொடையில் தட்டுப்பட்டுக் கொண்டே இருப்பது சிறு வலியாகவும் உறுத்தலாகவும் இருந்தது. குடியிருப்பில் தங்கியிருக்கும் திருமணமாகாத அலுவர்கள் அனைவரும் சினிமாவுக்குச் சென்றிருந்தார்கள். சமையல்காரர் மொட்டைமாடியில் துண்டைவிரித்துப் படுத்திருந்தார். அவன் தோட்டத்து இருட்டைப் பார்த்தபடி நின்றுகொண்டே சாப்பிட்டான். ஓடாத டிவி முன் சிறிது நேரம் அமர்ந்திருந்தவன் எழுந்து நடக்க ஆரம்பித்தான்.

அலுவலகத்திற்குத் திரும்பி வந்தவன், இரண்டுமாடிகள் கொண்ட கட்டடத்தில் தினந்தோறும் ஒற்றை ஆள் தனித்துப் படுப்பதை நினைத்தபடி கதவைத் திறந்தான். குளிர்சாதனம் வெளியிட்டிருந்த சில்லிப்பின் மிச்சம் இன்னும் இருந்தாலும் காற்றில்லாத அறை மட்கிய வாடையோடு மூச்சுத் திணறச் செய்தது. மின்விசிறியைச் சுழலவிட்டு வியர்வையும் நடந்துவந்த களைப்பும் தீர சற்று அமர்ந்திருந்தான். அவனுக்கு ஊருக்குப் போய்விட வேண்டும் போலிருந்தது. பொட்டல் வெளியா யிருப்பினும் அந்தச் சமவெளியில் சாயங்காலங்களில் எழும்பி வரும் அலாதியான ஆடிமாதக் காற்றை நினைத்தான். பகலின் வெம்மைகள் தீர்ந்துபோகும்படி இரவு முழுதும் வீசும் தென்றலை நினைத்தான். ஒரு வேளை உணவாக இருந்தாலும் பிள்ளைகள் புடைசூழ அமர்ந்து மனைவியின் கையால் சாப்பிடுவதை விரும்பினான். பிரச்சினைக்குரிய எல்லா விஷயமும் ஏதோ ஒரு இடத்தில் முடிவுக்கு வந்துவிடுவது போல விடிந்ததும் அவன் வேலையை விட்டுச் சென்றுவிடலாம் என்னும் எண்ணத்தில் நிலைத்திருந்தான். பிள்ளைகளின் எதிர் காலத்தைவிட அவர்களின் அன்றாடம்தான் அவனை வதைத்தது. அவன் மனமுருகி கடவுளை வேண்டிக்கொண்டான். பின்பு, கதவை அடைத்து விளக்கை அணைத்துப் படுத்தான்.

மேலாளரின் அறைக்கு அவன் மூன்றுமணி வாக்கில் அழைக்கப் பட்டபோது உண்மையில் பயந்துபோனான். மம்மிடாடி பேருந்து நிறுத்தத்தில் அவன் அமர்ந்திருந்ததை அலுவலகப் பெண் ஒருத்தி பார்த்துவிட்டு வந்து அவரிடம் சொல்லி யிருந்தாள். மதியம் அவன் ஊழியர் குடியிருப்புக்குச் சாப்பிடச் செல்லவில்லை என்பதையும் தெரிவித்திருந்தார்கள். மேலாளர்

அவனை அமைதியாகப் பார்த்தார். எக்காரணத்தை முன்னிட்டும் வேலையை மட்டும் விட்டுவிடக் கூடாது என்று அவன் கெட்டியாக முடிவு செய்திருந்தான். ஊருக்குப் போய் எத்தனை மாதங்களாகிறது என்று கேட்டார். அவன் கடன் கேட்பவனைப் போல் மிகவும் தயங்கி ஏழு மாதங்கள் என்றான். தோன்றிய வியப்பை அவர் சட்டெென நிறுத்திக் கொண்டார். ஒரு மனிதனுக்கு ஏழு மாதங்கள் விடுமுறை தராமல் இருந்தது குறித்து நினைவில்லாதவர்போல் நடந்து கொண்டார். அவனுக்கு உதவுவதாகச் சொன்னார். 'முதலாளி ஜெர்மன் சென்றிருக்கிறார். கண்டிப்பாக இந்த இரண்டு நாட்களில் வரப்போவதில்லை. சனிக்கிழமை இரவு அலுவலகத்தைப் பூட்டிவிட்டு கிளம்பிப் போய் பிள்ளைகளைப் பார்த்துவிட்டு ஞாயிற்றுக்கிழமை இரவு இங்கே வந்துவிட வேண்டும். இது யாருக்கும் தெரியக் கூடாது. தெரிந்தால் என் வேலை போய்விடும்' என்றார். நன்றியுணர்ச்சியால் உந்தப்பட்டு பரிதாபம் தொனிக்க அவன் சட்டெெனத் தலை யாட்டிக் கையெடுத்துக் கும்பிட்டான். கண்களில் நீர் திரண்டதைக் கட்டுப்படுத்திக்கொண்டான். அவர் அவனைப் பார்த்து தர்மம் செய்ததைப் போல் புன்னகைத்தார். (இனி அவர் தன் குற்றவுணர்ச்சியிலிருந்து மீண்டுகொள்ளலாம்தான்!) கொண்டுவந்த சாப்பாட்டுக் கப்புகளில் மீந்திருப்பதைச் சாப்பிட்டுவிட்டு அவனைக் கழுவச் சொன்னார். அவன் உற்சாகமாக நடந்துபோனான்.

தனக்கு ஒதுக்கப்பட்ட, பூட்டுவதற்கு வசதிகொண்ட சிமிண்டு ரேக்கில் அலுவலர்களின் கண்களுக்குத் தெரியாமல் பிள்ளைகளுக்கும் மனைவிக்கும் வாங்கி வைத்திருந்த பால் மணிகள், அலங்கார பிளாஸ்டிக் வளையல்கள், முத்துமாலைகள், மலிவுவிலை கவுன்கள், புடவைகள் அனைத்தையும் அவன் கவனமாக எடுத்துக்கொண்டான். அது அவர்களுக்கு மிகவும் உயர்ந்தவை என்று அவனுக்குத் தெரியும். அவை இந்த ஏழு மாதங்களில், அலுவலர்களுக்கான வேலை முடிவதற்காகக் காத்திருந்த நேரங்களில் ரோட்டோரங்களில் வாங்கியவை. சாயங்காலம் முடியட்டும் எனக் காத்திருந்தவன், மின்சாரம் நின்றபோது மெழுகுவர்த்தி வெளிச்சத்தில் குளியலறைக்குச் சென்று சவரம் செய்துகொண்டான். அவன் முகத்தை அவள் தொட்டுப் பார்க்கும் எண்ணம் அவனுக்குக் கிளர்ச்சியூட்டியது. அவன் தன் குடும்பத்திற்காகத் தேக்கி வைத்திருக்கும் வார்த்தை களையும் முத்தங்களையும் கட்டியணைப்புகளையும் கிடைத் திருக்கும் அந்த ஒரு இரவில் கழித்துவிட ஆவேசம் கொண்டான். அனுமதி கிடைத்திருந்தாலும் விலக்கு அளிக்கப்பட்ட ஒரு

கைதியைப் போல் ஏழு மணிக்குமேல், அலுவலகத்தைப் பூட்டி விட்டு கட்டைப் பையைத் தூக்கிக்கொண்டு உற்சாகமாகத் தெருவில் நடந்தான்.

எட்டுமணி நேர பயணத்திற்குப் பிறகு, பேருந்து அவனை நெடுஞ்சாலையில் இறக்கிவிட்டு பிரிந்து சென்றது. அங்கிருந்து அவனது ஊருக்கு மூன்று கிலோமீட்டர் தொலைவு இருந்தது. அந்தச் சிறு நகரம் விடிவதற்கு முந்தைய இருட்டில் மூழ்கி யிருந்தது. புழுதி அடங்கியிருந்த தெருவில் காலியான பழ வண்டிகளும் அம்பாசிடர் கார்களும் மினி லாரிகளும் ஆங்காங்கே நின்றிருந்தன. இனி அவனுக்கான பேருந்து வருவதற்குள் விடிந்துவிடலாம் என்று நினைத்தான். மேலும் அவன் கடந்த மூன்று வருடங்களில் தன் ஊருக்குச் செல்லும் பேருந்துகளின் கால அட்டவணையை மறந்திருந்தான். எல்லா நேரங்களிலும் பேருந்துகள் இருந்தது போலும் அந்தச் சமயத்தில் விடியும்வரை பேருந்துகள் இல்லையென்றும் இரண்டு விதமாகவும் குழப்பமாக யூகித்தான். ராக்கம்மாளின் முகமும் பிள்ளைகளின் முகமும் அவனை நெகிழ்த்திக்கொண்டிருந்தன. அவன் நடக்க ஆரம்பித்தான்.

நடையால் உடலில் எழும்பிய சூடு விடிகாலைப் பனிக்கு உணக்கையாக மாறியது. கடக்கும் இடங்களிலெல்லாம் அவன் பணிபுரிந்த சிரமமான வாழ்க்கையை நினைத்துக் கொண்டான். பால்யகாலமும் அவனது அப்பாவோடு அதிகாலையில் மீன் பிடிக்கச் சென்ற அந்த நாட்களும் அவனுக்கு நினைவுக்கு வந்தன. அவன் கால் படாத இடமே இல்லை யெனும்படி விரிந்த அவனது ஊர் வயல்கள் மந்தமாய்ப் பனியில் மறைந்திருப்பதை மனப் புன்னகையுடன் பார்த்துக் கொண்டே நடந்து வந்தான்.

தெருமுனைத் தந்திக் கம்பத்தில் கட்டப்பட்டிருந்த எருமை மாடு வாலாட்டியபடி கொசுக்களையும் சுள்ளான்களையும் ஓட்டிக்கொண்டிருந்தது. வீட்டுக்குச் செல்லும் இறக்கத்தில் காய்ந்த மண்கட்டிகள் முரடுதட்டி நடையைத் தடுமாறவைத்தது. நாய் குரைப்பு சப்தமும் அவனது இருமலையும் கேட்டதுமே வீட்டில் விளக்கெரிந்தது. அனுதினமும் இருக்கும் எதிர்பார்ப்பு. மூத்தவள் இருளுருவமாக வாசலுக்கு வந்து, சந்தேகத்துடன் நின்று பார்த்தாள். ‘அம்மா அப்பா வருது’ என்று உள்ளே பார்த்துக் கத்தியபடி நடையோட்டத்துடன் அவனை நோக்கி வந்தாள். இருட்டில், மகிழ்சியின் பிரகாசம் அவள் முகத்தில் மத்தாப்பூ போல மலர்ந்ததை அவன் பார்த்தான். வாசலுக்கு வந்தபோது மற்ற பிள்ளைகளும் ஏதோ விளையாட்டு என்பது

போல் எட்டிப்பார்த்தார்கள். பின்பு அவனை நோக்கி தூக்கபுத்தியுடன் ஓடி வந்தார்கள்.

வாசலிலேயே பிள்ளைகள் அவனைக் கட்டிக்கொண்டன. அவனுக்கென்று இருக்கும் இடையறாத ஒரே பந்தம். அவனுக்குச் சந்தோஷம் பொங்கிவழிந்தது. வாசலில் ராக்கம்மாவை எதிர்பார்த்தான். துணுக்காக என்னவோ உணர்ந்தான். கேட்கும் தைரியமற்று பிள்ளைகளோடு உள்ளே சென்றான். வீட்டுக்குள் சென்று அமர்ந்தவுடன் அவன் மகன், "அம்மாவுக்கு அம்மை போட்டுருக்கு" என்றான். கொளஞ்சியப்பன் தன்னைவிட்டு எதுவோ நழுவுவதை உணர்ந்தான். பிள்ளைகளைப் பார்த்து வெறுமனே சிரித்தான். அவன் அவர்களோடு வாழ்ந்திருக்காத ஏழுமாதங்கள் அவன் முன்னே இரும்பாக நின்றன.

உள்ளறையில் மண் தொம்பையை ஒட்டி, வேப்பிலைப் படுக்கையில் நிர்வாணத்தை மறைத்தபடி மெல்லிய வாயில் புடவைப் போர்த்தி ஒருக்களித்திருந்தாள் ராக்கம்மாள். வேப்பிலைத் தழைகளின் வாசனையும் அவளின் வாசனையும் சேர்ந்திருந்த காற்றற்ற அடக்கமான அந்த அறையில் அவன் மவுனமாக அவளைப் பார்த்தபடி உட்கார்ந்திருந்தான். அவனைப் பார்த்ததும் சிரித்தாள். பிள்ளைகள் முன்னறைக்கு ஓடின. சௌத்தாள் பையில் கைவிட்டுப் பொருட்களைத் தேடும் சலசலப்புக் கேட்டது அவர்களுக்கு.

ராக்கம்மாள் அவன் எண்ணங்களை அறிவாள். வெயிலில் இருந்து நிழலுக்கு மாறியபின்பு அவனது முகத்தில் தெரிந்த மாறுதலைப் பார்த்தாள். முன்பைவிட திருத்தமாகத் தெரிந்தான். அவளுடைய அம்மை சீராகும் வரை அவன் அங்கே இருக்கப் போவதில்லை என்று அவளுக்குத் தெரியும். அவனுக்கு நிறைய நாட்கள் விடுமுறை இருக்காது என்றும் அவளுக்குத் தெரியும். அவன் முகம் தன்னைக் குறித்த ஏமாற்றத்தில் வாடிவிட்டதைப் பார்த்தாள். அவள் எப்போதும் அவன்மீதான அன்புடனும் பிரியத்துடனும் இருந்தாலும் அவனுக்கு அளிப்பதற்கென்று வைத்திருக்கும் ஒரே ஒரு அன்பளிப்பு அவள் உடல்தான். அவனை வெறுங்கையோடு அனுப்புவது குறித்து அவள் அழத் தொடங்கினாள். அது அவளுக்கானதும்கூடத்தான்.

குமுதம் தீராநதி, ஆகஸ்ட் 2013

உயர்திரு. காளியம்மாள் அவர்கள்

அன்று ஞாயிற்றுக்கிழமை. காளியம்மாள் மதியத்திற்குமேல் குளித்துவிட்டு ரயில் நிலையத்திற்கு வந்தாள். பிளாட்பாரத்திற்கு ஏறிச்செல்லும் சிமிண்டு சரிவுப்பாதை, சமதளத்திற்கு மாறும் முனையில் – டிக்கெட் கவுன்டருக்குப் பின்னால் – கள்ளிப்பெட்டிகளை, உட்கார்வதற்கு ஒன்றும் மேடையாக ஒன்றும் வைத்திருந்தாள். (இரண்டுமே சமமான உயரத்தில் இருப்பவை.) அலுமினியத் தாம்பாளத்தில் கட்டிவைத்திருந்த மல்லிகைப் பூக்களை எடுத்துக் கோலிப் பரப்பினாள். பழைய டிஸ்டம்பர் டப்பாவில் தண்ணீரை ஊற்றி ரோஜாக் களை பையிலிருந்து எடுத்து ஃபிளெவர் வாஷைப் போலப் குத்திட்டு நிற்க வைத்தாள். ஈர சணல் சாக்கில் இருந்த அரும்புகளைக் கால் பகுதியில் அடக்கிக்கொண்டு நூல்கண்டையும் பிளேடையும் எடுத்துப் பலகையில் போட்டுவிட்டு சௌகர்யமாக அரக்கி உட்கார்ந்தாள். இனி அவள் விரல்கள் ஒரு தானியங்கி நெசவைப் போல பூக்களைத் தொடுக்க ஆரம்பித்தால் அவள் முகம் வேடிக்கைப் பார்ப்பதைத் தியானத்தைப் போல் செய்யும்.

காளியம்மாளுக்கு மூச்சு விடமுடியாத பீப்பாயைப் போல மிகக் குண்டான உடம்பு. அப்பாவி சிறுமியைப் போல் முகம். கைகள் உருளை யாகச் செழுமையான தொடைகளைப் போல இருந்தன. அக்குளுக்கும் கீழே உள்ள சதைத் திரட்சி யால் கைகளிரண்டும் ஸ்டாண்டில் பொறுத்தப்

பட்டு தன்னிச்சையாகக் காற்றில் துடுப்புபோடுவதைப் போல அசையும். கழுத்தே இல்லாதவளைப் போல் தலை தோளோடு ஒட்டியிருக்கும். நடந்தால், தும்பிக்கையில்லாத பெண் பிள்ளையார் புடவைக் கட்டிக்கொண்டு சுலோமோஷனில் நடப்பது போலிருக்கும். சென்றவாரம்தான் வேண்டுதலுக்காகத் தலையை மொட்டை அடித்திருந்தாள். இதனால் அவள் மேலும் முரட்டுத்தனமாகத் தெரிந்துகொண்டிருந்தாள்.

லிங்கனைத் திருமணம் செய்யும்வரை காளியம்மாள் பாலியல் தொழில் செய்துவந்தாள். ரயிலடியில் இருக்கும் ஒயின் ஷாப்பில் லிங்கன் வேலை செய்துகொண்டிருந்தான். அவனால் வீட்டுக்கு வருமானமும் இல்லை; சுமையும் இல்லை. அவன் சம்பாதித்து அவனே செலவு செய்துகொள்வான். லிங்கன் அவளுக்கு வாடிக்கையாளராகத்தான் வந்தான். பின்பு ஒருநாள் அவளிடம் வந்து "என்னைக் கல்யாணம் பண்ணிக் கிறீயா?" என்றான். "குடிக்காம வந்து கேளு" என்றாள். மறுநாள் காலையிலேயே அவளை எழுப்பி டீ வாங்கிக் கொடுத்து விட்டுத் திரும்பவும் கேட்டான். அடுத்தநாள் அவர்கள் சானடோரியம் முருகன் கோவிலில் சம்பிரதாயமாகக் கல்யாணம் பண்ணிக்கொண்டார்கள். அன்று இரவு அவள், "இனிமே தொழில் பண்ணமாட்டேன்" என்றாள். அவன் அப்பாவியாக, "துட்டுக்கு என்ன பண்ணுவே" என்றான்.

காளியம்மாள் எப்போதும்போல் பூக்களைத் தொடுத்தபடி தன் எதிரே உள்ள நகைக்கடை விளம்பர போர்டை பார்த்தாள். (அவ்விடத்தில் எப்போதும் பெண்களே விளம்பரத்தில் இருந்தார்கள்.) விளம்பரப் பெண் கச்சிதமான உடலமைப்புடன் இருந்தாள். எதிர்வீட்டுப் பெண்ணைப் பார்ப்பதுபோல் காளியம்மாள் ஒரு நாளின் அனேக நேரங்களில் அவ்வுடலின் கச்சிதத்தை அளவெடுப்பதுபோல் பார்த்துக்கொண்டிருப்பாள். பேருந்தில் எப்போதும் இருவர் இருக்கையில் அவள் ஒருத்தி மட்டுமே அமர்ந்து வந்தாள். இன்று அதிகாலையில் கோயம்பேடுக்குச் சென்ற பேருந்தில் கண்டக்டர் புதிய ஆள். இரண்டுமூன்றுமுறை அவளை வக்கிரமாகப் பார்த்துச் சென்றான். அவள் முறைப்பாக, "இன்னாப்பா?" என்றாள். பிறகு அவன் முன்பக்கம் வரவே இல்லை. சமயத்தில் லிங்கனும் கூட அவளை, "போடி பீப்பா" என்றுவிடுவான். அன்று முழுதும் சமயம் அமையும்போதெல்லாம் அவனைத் திட்டிக்கொண் டிருப்பாள். ஒவ்வொரு வசைக்கும் அவள் ஏதோ ஜோக்கடித்தது போல் அவன் சிரித்துக்கொண்டிருப்பான்.

இளைப்பதற்காகச் செய்துபார்த்த பிரம்ம பிரயத்தனங்கள் எதுவுமே அவளுக்கு உதவவில்லை. மக்கள் அவளை ஊதிப்

பருத்த அங்கங்களாக மட்டுமே பார்க்கின்றார்கள் என்பதைக் கசப்பாக நினைத்தபடிதான் தெருக்களில் நடந்தாள். தீர்க்க முடியாத நோயைப் போல அந்த எண்ணம் அவளுக்கு ஆழமாக வேரோடிவிட்டிருந்தது. சிறுவர்களும் குழந்தைகளும் அவளை அதிசயத்தைப் போல் பார்த்தார்கள். அவளோடு மிக நன்றாக உறவாடும் வாடிக்கையாளர்கள் உட்பட ரகசியமாய் அவள் உடலைக் கவனிப்பது அவளுக்குத் தெரியும். ஒருவகையில் காளியம்மாளுக்குத் தன் பகல் நேரங்கள் அவமானமாக இருந்தன. சில நாட்கள் தன்னைமீறித் தூங்கும்போது அதன் பிரக்ஞையி லிருந்து அவள் விடுபட்டிருந்தாள். அப்பகுதியின் புகழ்பெற்ற பாதிரியார்கூட இந்த வகைதான் என்பதை அவள் கண்டு கொண்டபிறகுதான் இது குறித்து சிரிக்கவே கற்றுக்கொண்டாள்.

தாழத்தொடங்கும் மாலைநேரத்தில் சானடோரியம் ரயில் நிலையம் மஞ்சளான நகரத்தைப் போல இருந்தது. காகங்கள் மின்சாரக் கம்பிகளில் ரயில் நிலையத்தைத் தாண்டிய தூரம் வரை அமைதியாக அலகுகளால் சிறகுகளை நீவிக் கொண்டும் சூன்யத்திலும் நிலைத்திருந்தன. மாலை வெயில், காளியம்மாளுக்கும் மேற்குப் பக்கக் கட்டடங்கள் மீது சாய்ந்திருந்தது. காற்று தென்மேற்கிலிருந்து வீசத்தொடங்கி யிருந்தது. ரயில்ரோட்டுக்கும் இரு பக்கத்து அடுக்குமாடிக் குடியிப்பின் பால்கனிகளில் உலர்ந்துகொண்டிருந்த ஆடைகள் காற்றிலாடிக்கொண்டிருந்தன. ரயில்வே கேட் மூடுவதற்கான மணிச்சத்தம் ஒலிக்க ஆரம்பித்தபோது காளியம்மாள் அங்கிருந்து கேட்டைத் திரும்பிப்பார்த்தாள். காகங்கள் பறந்து சர்ச்சைத் தாண்டிச் சென்று மறைந்தன. நீளமான கம்பிகேட், தொங்கும் இரும்புப் பட்டைகளுடன் புயலடிப்பில் சாய்ந்த கொடிக்கம் பத்தைப் போல் சாலையை மறிப்பதற்கு தயாராக நின்று கொண்டிருந்தது. கேட் மூடப்படுவதற்குள் தப்பித்துவிடும் வேகத்துடன் வாகனங்கள் பதற்றத்துடன் விரையத் தொடங்கின. சாலையின் இரைச்சலுடன் எங்கோ ஸ்பீக்கர்களில் ஒலிக்கும் சினிமா பாடலுடனும் ரோட்டோரத்து மக்களின் அன்றாடங் களின் குரல்களை மீறியும் கலந்தும் மணிச்சத்தம் தொடர்ந்து ஒலித்துக்கொண்டிருந்தது. சில வினாடிகளில் கேட் மிக மெதுவாகத் தரையிறங்கி கொக்கியில் மாட்டி அதிர்வில் மேலெழும்பி சாலையை அதிகாரத்துடன் மறித்தது.

காளியம்மாளின் இடப்பக்கம் ரயில்வே கேட்டும் வலப் பக்கம் ரயில் நிலையத்தின் தொடக்கமும் இருந்தன. ரயில்வே கேட்டின் நடவடிக்கைகள் அவளுக்கு மிக நெருக்கமாக இருந்தன. வழக்கம்போல கேட் மூடப்பட்டபிறகு கம்பிக் கேட்டின் கீழே உள்ள இடைவெளி வழியே ஆட்கள் குனிந்து

ஜே.பி. சாணக்யா

செல்வதும் மோட்டார் பைக்காரர்கள் வண்டியைக் கிட்டத் தட்ட படுக்கவைத்துத் தள்ளி நகர்த்திச்செல்லவும் தொடங்கி னார்கள். 'இந்த மனுஷங்களுக்கு என்னதான் அவசரமோ! அஞ்சி நிமிஷம் நின்னா இன்னா? என்று தனக்குத்தானே அங்காலாய்த்தாள் காளியம்மாள். சமயங்களில் ஒல்லியும் திடமும் கொண்ட சிலர் வண்டியை விட்டு இறங்காமலே சர்க்கஸ்காரர்களைப் போலக் குனிந்து நழுவி வண்டியை நகர்த்திச் சென்றுவிடுபவர்களை, 'பலே ஆளுதான்' என்பாள். சிலர் மோட்டார் சைக்கிளைச் சாய்த்த பின்பு நகர்த்தவும் முடியாமல் தூக்கவும் முடியாமல் கம்பிக்கும் கீழே சிக்கிக் கொண்டும் முக்கிக்கொண்டும் கிடப்பார்கள். அப்போது பொதுமக்கள் பலரும் காளியம்மாளைப் போலவே சிரிப்பார்கள்,

அப்போது டிவிஎஸ்.எக்ஸல் வண்டியில் நடுத்தர வயதைத் தாண்டிய முஸ்லீம் ஒருவர் வத்தல் பாக்கெட்டுகளோடு கேட்டின் முன்பு வந்து கால்களை ஊன்றி நின்றதை அவள் பார்த்தாள். ரயில்வே கேட்டின் கம்பியின் உயரத்தைத் தாண்டி, வத்தல் பாக்கெட்டுகள் ஒரு வைக்கோல் திரையைப் போல் அவரது பின்பக்கத்தை மறைத்துக்கொண்டிருந்தன. அவரின் முன் பக்கமும் அவ்வாறே கழுத்துவரை வத்தல் பாக்கெட்டுகளையும் சில சாக்குப் பைகளையும் வைத்திருந்தார். வெள்ளை நிற எம்ராய்ட்ரி தொப்பியுடன் அவர் தலை, வத்தலுக்குள்ளிருந்து எட்டிப்பார்ப்பதுபோல் வினோதத் தன்மையுடன் வெளியே நீட்டிக்கொண்டிருந்தது. ஆக்ஸிலேட்டரைத் திருகுவதற்கும் தரையில் கால்களை ஊன்றி நின்றுகொள்வதற்கும் அவருக்கு வாய்ப்புகள் இருந்தன. எந்த ஒரு அவசரத்திலும் அவர் நினைத்தாலும் சட்டென இறங்கிவிட முடியாதபடி தோற்றம் தந்துகொண்டிருந்தார். கடந்தவர்கள் அனேகமாக அவரைத் திரும்பிப் பார்த்துச் சென்றார்கள். தன் அனுபவங்களால் எல்லாவற்றிற்கும் உரிய காலத்துக்காகக் காத்துக்கொண் டிருப்பதை ஏற்றுக்கொண்டவரைப் போலத் தெரிந்தார்.

மோட்டார் பைக்காரர்கள் குனிந்து செல்லும் அவ்வழியை வத்தல்காரர் முற்றிலும் மறைத்திருந்ததால் கிழக்கே செல்லும் வண்டிகள் ஒவ்வொன்றும் வத்தல்காரரின் அருகிலும் பின்னாலும் வந்து நிற்கத் தொடங்கின. கேட்டின் மீதிப்பகுதி கம்பிகளால் தடுக்கப்பட்டிருந்தது. ரயில் சிறிது தாமதமானாலும் அகலம் குறைந்த அந்தச் சாலை, நீளமான வாகன அணி வகுப்பைப் போல அவஸ்தையாக மாறிவிடுவதும் அடிக்கடி நடப்பதுதான். வத்தல்காரருக்கும் பின்னே சில நபர்கள் மோட்டார் பைக்கில் முன்பின்னான வினாடிகளில் வந்து நின்றார்கள். வத்தல்காரருக்கும் பக்கவாட்டில் பெரியவர்

ஒருவர் வந்து வண்டியில் நின்றார். பின்பு அது புறப்படுவதற்குக் காத்திருக்கும் ஊர்வலத்தைப் போல் மாறத் தொடங்கியது.

காளியம்மாளுக்கு வத்தல் சிறுவயது ஞாபகங்களைக் கிளறியது. அவரின் தோற்றமும் அவளுக்கு இணக்கமாக இருந்தது. இந்தப் பகுதியில் அவரை அவள் இதுவரை பார்த்ததில்லை. நகரத்தில் எங்கோ எதற்காகவோ இதன் வழியாகச் செல்பவராக நினைத்தாள். பின்பு அவர் இதே பகுதியிலேயே பல கடைகளுக்கும் சரக்குப் போடுபவராகத் தனது கவனத்திலிருந்து தப்பித்தவராகவும் இருக்கலாம் என்று நினைத்தாள். நிறையக் குழந்தைகள் இருக்கும் என்று தன்போக்கிற்கு யூகித்தாள். அப்போது ஒரு மோட்டார் பைக்கில் மூன்றுபேர் அமர்ந்து வந்து பின்னால் நின்றார்கள். வந்ததும் முன்னால் நின்றவரைப் பார்த்து, 'ஹேய்... வழி உடுப்பா' என்று கத்தினார்கள். காளியம்மாள் அவர்களை அங்கிருந்து பார்த்தாள். அம்மூவரும் நன்றாகக் குடித்திருந்தார்கள். முன்னால் நின்ற நடுத்தர வயதுக்காரர் 'எங்க வழியிருக்கு எங்க போசொல்றீங்க?' என்றார். அம்மூவரும் வத்தல்காரரின் பின்புறத்தைப் பார்த்து 'ஹேய்... வத்தலு வழி வுடுய்யா' என்று மீண்டும் கத்தினார்கள். அவர் அவர்களைத் திரும்பிப் பார்க்க முயற்சித்தவரைப் போல பக்கவாட்டில் திரும்பினார். காளியம்மாள் பக்கத்திலிருப்பவரிடம் பேசும் ஒலித்திறனில் அங்கிருந்தே அம்மூவரையும் தனக்குத்தானே, "அய்யே... பீடை..." என்றாள்.

மூவரில் பின்னால் இருந்தவன் அவர் முகத்தையே பார்க்காமல் "ஹேய் என்னா மொறைக்கிறே! வழிய உடு. இல்லேன்னா ஏன் முன்னாடி நிக்கிறே!?" என்றான். வத்தல்காரர் சற்று நிமிர்ந்து கவனித்தார். அங்கிருக்கும் அனைவருக்குமே இது அபத்தமாகப்பட்டது. சிலர் சிரித்தார்கள். காளியம்மாளும் சிரித்தாள். "லூசாடி இவனுங்க" என்றாள். வத்தல்காரர் அங்கிருந்தபடி, "ரெண்டு நிமிஷம்ப்பா! வண்டி போயிடும்." என்றார். "அது எங்களுக்குத் தெரியும்டா தூம... குனிஞ்சி போடா" என்றான் அவன். அவர் கடுப்புடன் அமைதியாக இருந்தார். பக்கத்திலிருந்தவர் சிரித்துக்கொண்டே, "அவர் எப்படிப்பா குனிஞ்சி போமுடியும்? "என்றார். "அது எங்களுக்குத் தெரியும். நீ ஒம் பொத்தலை மூடு" என்றான் நடுவிலிருப்பவன். காளியம்மாள், "அட பேமானி" என்றாள். அவர்களின் துச்சத்தனம் தெரிந்ததும் ரயில்வே கேட்டில் யாரும் எதுவும் பேசவில்லை. இதற்குள் அவர்களுக்கும் பக்கத்திலும் மோட்டார் பைக்குகள் வந்து நிற்கத்தொடங்கின. காளியம்மாள் ரயில் ஏறுவதற்கு நின்றுகொண்டிருந்த போலீஸ்காரரைக் கூப்பிட்டுக் காட்டினாள். அவர் தலையாட்டிக் கேட்டுக்கொண்டு அங்கேயே

நின்றுகொண்டிருந்தார். காளியம்மாளுக்கு அவரைப் பிடிக்காது. அவள் பாலியல் தொழிலைக் கைவிட்டும் அவளை அழைத்துக் கொண்டிருக்கும் நபர் என்பதால் பெயரளவுக்குப் பேசுவாள்.

"ங்கோத்தா டேய்... போறியா இப்ப எறங்கி வருதாடா ங்...கொம்மாள!" என்று கத்தியது பிளாட்பாரத்தில் கேட்டது. காளியம்மாள் பூக்களைக் கட்டிக்கொண்டே, அதன் ரசாபாசத்தை எதிர்பாராதபடி ரயிவே கேட்டைத் திரும்பிப் பார்த்துச் சிரித்தாள்.

வத்தல்காரர் இடம் வலமாகத் திரும்பி ரயிலை எதிர் பார்த்தார். வண்டியில் கடைசியில் அமர்ந்திருந்தவன் இறங்கி, வண்டிகளின் இடைவெளியில் நடந்து வத்தல்காரரிடம் வந்தான். அவர் மறைக்கப்பட்ட பயத்துடன் அவனைப் பக்கவாட்டாகத் திரும்பிப் பார்த்தார். காளியம்மாள் ஒருவாறு அவனை யூகித்தாள். அவன் தலையெல்லாம் கலைந்து கண்கள் சிவந்து அழுக்குச் சட்டையுடன் நின்றுகொண் டிருந்தான். அவர் மிகவும் தணிவாக "சரக்கை வச்சிகிட்டு எப்பிடிப்பா இதுல போமுடியும்?" என்றார். "போமுடியாதுன்னு தெரியுதுல்ல! அப்போ எதுக்கு முன்னாடி வந்து நிக்கிறே! இங்க பாரு! எத்தனை வண்டி உன்னால போமுடியாம நிக்கிது!" அவர் தயவுடன் புன்னகைத்தார். திரும்பி நடந்தவன் வத்தல் பாக்கெட்டை எட்டி ஒரு உதை உதைத்தான். காளியம்மாளுக்குச் சட்டென பதறியது, "அடப் பாவிப் பையா" என்றபடி பூ கட்டுவதை நிறுத்திவிட்டுப் பார்த்தாள். வத்தல்காரர், "ஏய் தம்பி, சரக்குமேல கை வச்சின்னா மரியாதைக் கெட்டும் ஆமா!" என்று அவர் இருக்கையிலிருந்து எழும்ப முயன்றார். அவன் அவரை அடிக்கவும் நெட்டவும் ஆரம்பித்தான். அவர் பரிதாபமாக வண்டியைப் பிடித்துக்கொண்டு கத்தத் தொடங்கினார். மீதமிருந்த ஒருவனும் ஓடிவந்தான் அவரை நோக்கி. காளியம்மாள் அங்கிருந்து கத்தியபடியே எழுந்து பின்பக்கம் மண்ணைத் தட்டிவிடுபவளைப் போலத் தட்டிக்கொண்டு ரயில்வே கேட்டை நோக்கி வேகவேகமாக வந்தாள். அவளைப் பொருத்தவரை அது ஓட்டம்தான். பக்கத்தி லிருந்தவர்கள் சிலர் சமாதனப்படுத்தியதை அவர்கள் பொருட் படுத்தவில்லை. நொடிகளிலேயே எல்லோரும் நகரத்தின் நடவடிக்கைகளில் ஒன்றாக அதைப் பழித்தபடி வேடிக்கைப் பார்க்கத் தொடங்கினார்கள்.

பாதசாரிகளுக்கான சிறு தடுப்பு வழியே ஒருக்களித்து நுழைய அவள் உடல் மிகவும் சிரமப்பட்டது. உடலை பிதுக்கி வெளியில் இழுத்தபடி கேட்டைக் கடந்தாள். ஸ்டேஷனில் ரயில் வந்து நிற்கும் சத்தத்தை அவள் கேட்டாள். மூவரில்

வண்டியை ஓட்டி வந்தவன் வத்தல்காரரைப் பலநாள் காத்திருந்த எதிரியைப் போல் அடித்துக்கொண்டிருப்பது மக்களின் நெரிசலினூடாக அவளுக்குத் தெரிந்தது. காளியம்மாள் விரலை மடக்கி வாயில் வைத்து அழுத்தமாக விசிலை அடித்தாள். "டேய் பாபு . . . மகேசு . . ." என்று சத்தமாக ஒயின்ஷாப்பு பக்கம் பார்த்துக் கத்திக் கூப்பிட்டுவிட்டு சகதியில் நடப்பவளைப் போல் கூட்டத்தை விலக்கிக்கொண்டு நடந்தாள். அவள் கத்தலுக்கு உடலை நெளித்தும் அசைந்தும் இடம்கொடுத்தார்கள் வாகனதாரிகள். தெற்குப் பக்க பால்கனிகளில் சிலர் நிற்பதை அவள் பார்த்தாள். மேலும் சில பால்கனிக் கதவுகள் அப்போது திறந்தன.

காளியம்மாள், வந்தவேகத்திற்கு ஒருவனைப் பிடறியில் ஓங்கி அடித்தாள். முரட்டு அடி. அவன் வத்தலில் சாய்ந்து கவிழ்ந்தான். அவளது தடியான உடல் உச்சமாகக் கோபத்துடன் கத்திக்கொண்டு அடிப்பது பொருத்தமாக இருந்தது. மூன்றாமவன் பைக்கை ஸ்டாண்ட் போட்டுவிட்டு 'ஏய் ஏய்' எனக் கத்தியபடி வந்தான். அவன் சுதாரிக்கும் முன்பு உள்ளங்கையை அகலமாக விரித்து ஆவேசமாக முகத்தில் அடித்தாள். அவ்வாறு அடிப்பது குறித்து அவளுக்குத் தெரியும். வேடிக்கைப் பார்த்த ஆண்கள் ஒவ்வொருவரும் அவளைப் பிரம்மித்து ரசித்தார்கள். ஒயின் ஷாப்பிலிருந்து இரண்டு இளைஞர்களும் லிங்கனும் விற்பனை மேசையைத் தாவிக் குதித்து கூட்டத்தை விலக்கிக்கொண்டும் கத்திக்கொண்டும் பாய்ந்து வந்தார்கள். வந்தவேகத்தில் அம்மூவரையும் வளைத்துக்கொண்டு அடிக்கத் தொடங் கினார்கள். கடைசியாக வந்தவனை காளியம்மாள் எதிர் கொண்டு ஓரடி வைத்து மூக்கில் குத்தினாள். அவன் மற்றொரு வண்டி மீது சாய்ந்தான். சிறிய தும்பிக்கையைப் போன்ற அவளது கை பின்னுக்கு ஓங்கி முன்னுக்கு வீசும்போது சண்டையின் தன்மையை நன்கு அறிந்திருந்தது. அது ஆக்ரோஷ மான வீச்சுதான். விழுந்தவனை எட்டி வயிற்றில் உதைத்தாள். அடிவாங்கியவர்களும் பயமுறுத்துவதற்காகக் கத்தியபோது அவர்களை மீறி காளியம்மாள் ஆங்காரமாகக் கத்தினாள். அவளின் குரல்சத்தமே உறுமலைப் போல அவ்விடத்தைத் திகைக்க வைத்தது. மேலும் ஒன்றுக்கு மேற்பட்டவர்களை எப்படிக் கையாளுவது என்பது அவளுக்கு நன்றாகத் தெரிந் திருந்தது. ரயில் கிளம்பி ஸ்டேஷனைக் கடக்கத் தொடங்கியதை அவள் சத்தத்தாலே உணர்ந்தாள். இரும்புச் சக்கரங்கள் தண்டவாளத்தில் ஊர்ந்து ஓடி ஸ்டேஷனை விட்டுச் தாளமிட்டுச் செல்லும் சத்தம் அவளை எப்போதும்போல மகிழ்ச்சிக்குள்ளாக்கியது. ஆனால், வியாபாரம் கை நழுவுவது

அந்நேரத்திலும் ஞாபகம் வந்தது. கட்டுப்படுத்த முடியாத ஆவலுடன் ஒருவனைச் சட்டையைப் பிடித்து இழுத்து செவுளைக் கட்டி அறைந்தபடி ரயிலைப் பார்த்து மீண்டாள். ரயிலின் வாசற்படிகளில் நெரிசலில் பிதுங்கியபடி சன்னல்களில் குனிந்தபடி ஆர்வத்துடன் சண்டையைப் பார்த்துச் செல்லும் பயணிகள் அவளுக்கு மங்கலாகத் தெரிந்தார்கள். அவள் சட்டென இரக்கம் கொண்டவளாக, ‘ஏய் உடு உடு’ என்று திரும்பிக் கத்தினாள்.

வெப்பக்காற்று வீசியதுபோல் இடமே சூடாகியிருந்தது. காளியம்மாள் சுற்றுமுற்றும் பார்த்தாள். எப்போதும்போல் ஆட்கள் அவளை நேரிடையாகப் பார்ப்பதிலிருந்து தங்களை விலக்கிக்கொண்டார்கள். ஆனால், அவளைப் பார்த்துத் தீரமுடியாதவர்களைப் போல ரகசியமாகப் பிரம்மிப்புடன் பார்த்துச்சென்றார்கள். பால்பேதமற்ற சில வயதான கண்களில் ரசிகத்தன்மையைக் கண்டாள்.

கேட் திறந்தவுடன் காளியம்மாள் பைக் சாவியையை உருவி எடுத்துக்கொண்டு ட்ராஃபிக்கை சரி பார்ப்பவளைப் போல கூட்டத்தைப் பார்த்து, “போ . . . போ” என்று கத்தினாள். வண்டிகள் அவள் சொல்லுக்குக் கட்டுப்பட்டவை போல நகர ஆரம்பித்தன. வத்தல்காரர் அப்படியே நின்றுகொண் டிருந்தார். காளியம்மாள் அவரைப் பார்த்துக் கத்தினாள். “அதான் கேட்டு தொறந்தாச்சில்ல! போ . . . போ” என்றாள். அவர் அவள் முகத்தைக் கூடப் பார்க்க முடியாமல் தயக்கத்துடன் வண்டியைக் கிளப்பிக்கொண்டு நெரிசலில் ஊர்ந்தார். அடாவடி செய்த மூவரும் ரயில் சென்றபிறகு வந்த நிசப்தத்தில் கரை ஒதுங்கியவர்களைப் போலப் போதை கலைந்து சாலையை விட்டு ஒதுங்கி நின்றிருந்தார்கள். முதன்முதலில் வத்தல்காரரை அடித்தவனுக்கு மூக்கு உடைந்து ரத்தம் வந்துகொண்டிருந்தது. அவர்களின் சட்டைகள் கிழிபடும் அளவுக்குக் கசங்கியிருந்தன. பைக் மட்டும் அப்படியே நடுச்சாலையில் நின்றுகொண்டிருந்தது. ரத்தம் வந்தவன் கர்ச்சீப் எடுத்து மூக்கைப் பிடித்தான்.

சற்றுமுன்பு குளித்துவிட்டு வந்திருந்த – சண்டையால் கலைந்துவிடாத – இன்னும் மீதமிருந்த – அவளின் புத்துணர்ச்சி யில் காளியம்மாள் அழகாக இருந்தாள். அந்த மாலையில், ஆண்களுக்கான தனித்துவம்கொண்ட உலகத்தில் அவள் ஏற்படுத்திய பிம்பத்தைக் கண்ட எவரும் அவளை மறக்க முடியாது. ஒரு முரட்டு ஆணுக்குச் சமமான கவர்ச்சியாக அவளது பெண்மை வெளிப்பட்டிருந்தது அவளுக்கு நல்லது தான். அவளை அலட்சியமாகக் கடக்கும் – வெறும் சதைப் பிண்டமாகப் பார்க்கும் – பல அடுக்குமாடிக் குடியிருப்பு

வாசிகளும் இன்னும் அவளை அவ்வப்போது பாலுறவுக்கு அழைத்துக்கொண்டிருக்கும் சில போலீஸ்காரர்களும் இனி அவளை முன்புபோல் பார்க்க முடியாதுதான்.

காளியம்மாள் பைக் சாவியுடன் பிளாட்பாரத்தை நோக்கி நடந்தாள். அவர்கள் மூவரும் சாவியைச் சத்தமாகக் கேட்க வெட்கப்பட்டபடி, "அக்கா, அக்கா ப்ளீஸ்கா!" என்றபடி அவளைப் பின்தொடர்ந்தார்கள். சற்று முன்புவரை அவர்கள் போட்ட ஆட்டமும் அமுங்கிவிட்ட திமிரும் அவளுக்குச் சிரிப்பை வரவழைத்தது. சிரிக்கக் கூடாது என்று அவளுக்குத் தெரியும். சிரிக்கவே தெரியாத ஒரு ஆளைப் போல; அவர்கள் மீது கடுங்கோபத்தில் இருப்பவளைப் போல; ஆட்காட்டி விரலில் சாவியைச் சுற்றிக்கொண்டே ரயில் நிலைய நடை மேடையை நோக்கி நிதானமாகப் போய்க்கொண்டிருந்தாள்.

வீடு திரும்பும் கலை

பத்மாவதி படுக்கையிலிருந்து எழுந்து நிலைக்கண்ணாடியின் மேலிருந்த குழல் விளக்கைப் போட்டாள். ஏற்கனவே உணர்ந்த உண்மையை மேலும் தெரிந்துகொள்பவளைப் போலக் கண்ணாடியில் தன் முகத்தை அசையாமல் நின்றபடியே பார்த்துக்கொண்டிருந்தாள். கண்ணாடியின் பிம்பம் இன்னொருத்தியைப் போல அவளையே பார்த்துக்கொண்டிருந்தது. கடந்த ஐம்பத்திநான்கு வருடங்களில் நாளுக்கு நாள் ஏற்பட்டுவரும் மாற்றத்தில் சமீபமாக ஏதோ ஒரு விரும்பத்தகாத மாறுதல் இருந்தது. (அது இத்தனை வருடங்களும் இருந்த ஒன்றுதான்.) கண்களின் கீழே மேலும் கீழும் விரல்களால் மென்மையாகத் தடவிப் பார்த்தாள். அவள் தன் கடந்த காலத்தில் கை விட்டிருந்த எல்லாவிதமான நினைவுகளாலும் ஆக்கிரமிக்கப்படும் குழப்பமான அந்த வினாடிகளில் தனது முழு உடலையும் பார்த்தபடி நின்றுகொண்டிருந்தாள். கண்ணாடியிலிருந்து விலகிக் கொள்வதைத் தவிர்த்து அவளுக்குச் செய்வதற்கு ஒன்றுமில்லை. தலைமுடியை அள்ளி முடிந்து குளிர்சாதனத்தை நிறுத்தினாள். குளியலறைக்குச் சென்று கதவடைத்துக் கொண்டாள்.

குளியலறை நிலைக்கண்ணாடியில் அவளைப் பார்த்தபடி உதடுகளில் நுரை பிதுங்க பல் துலக்கிக் கொண்டிருந்தவளுக்கு உற்சாகக் குறைவு வந்தடைவதை நிறுத்த முடியவில்லை. முந்தைய வருடங்களைப் போல் பகிரங்கமாக ஏற்றுக் கொள்ளும் மனநிலையும் இன்று வரவில்லை.

ரகசியமாக அது என்னவென்று வெளியில் சொல்ல முடியாத படி, எப்போதோ அவளுக்குத் தெரிந்துவிட்டிருந்தது. இரண்டாவது குழந்தை பிறந்தபிறகு; அல்லது, தன்னைப் போல அழகான யாரோ திருமணமாகாத சுதந்திரமான பெண்ணைப் பார்த்தபோது வந்திருக்கலாம். நிச்சயமாகச் சொல்ல முடியாது. ஏனெனில் அது ஆரம்பத்திலிருந்தே அடிக்கடி இயல்பாகத் தோன்றிக்கொண்டிருந்த அந்தக் கணங்களிலேயே கொல்லப்படுவதற்கு நிகராக புறக்கணிக்கப் பட்டுக்கொண்டிருந்தது.

வாஷ் பேசினில் வாய்க் கொப்பளித்து இரவு ஆடையை உருவி ஸ்டாண்டில் போட்டாள். உள்ளாடையற்று உறங்கும் இந்தத் தொடர் நாட்களை அவள் சற்றே வியப்புடன் நினைத்தாள். சிறுவயதிலிருந்தே பெண்களுக்கான உள்ளாடை களின் முக்கியத்துவத்தை அவள் தன் அம்மாவாலும் பாட்டி யாலும் உணர்த்தப்பட்டு வளர்க்கப்பட்டிருந்தாள். ஆண்களுக்கு அவர்களின் விருப்பம், தேவை சம்மந்தப்பட்டது என்பதை அவள் கல்லூரியில் காதலித்தபோதே கண்டுகொண்டாள். எப்போதும் உடல் குறித்த ஒரு எச்சரிக்கையுணர்வைப் பெண்களைத் தவிர யார் கொண்டிருக்கின்றார்கள் என்பதை அவள் பருவ வயது வந்தபோதே சிந்தித்திருக்கிறாள். விடுதி களில் அவள் சினேகிதிகள் அனுபவித்த அச்சுதந்திரம் அந்நாளில் அவளுக்குச் சிரிப்புக்கொத்தைப் போல் ஆகியிருந்தது.

அவளின் நிர்வாணம் வழக்கத்திலிருந்து, விலக்கிக் கொள்ளப்பட்ட புத்துணர்வை அடைந்திருந்தது. குடும்பத்தோடு வசிக்க நேர்ந்த பொழுதுகளானாலும் குளியலறை ஓர் தனி உலகம்தான். மூடப்பட்டக் கதவின் பின்னே அவள் மட்டுமே அறிந்துகொள்ளும் இன்னொரு உலகம். இருப்பினும் ஆட்களற்றத் தனிமை இப்போதுதான் மிக நீண்ட நாட்களைக் கொண்டிருக்கிறது. வீட்டு நபர்களின் நடமாட்டம் கலக்காத இந்நாட்களில் வீடே அவளது அந்தரங்க அறையைப் போல மாறிவிட்டிருந்தது. உணவு, உறக்கம், வீட்டுச் சுத்தம், இன்பத்திற் கான காரியங்களைச் செய்தல், உறவுகளை பேணுதல் என இவற்றை எந்த இடத்திலிருந்தும் எப்போதுவேண்டுமானாலும் தொடங்க முடியும்.

யதார்த்தமும் கற்பனையும் கூடும் துணையற்ற புணர்ச்சி யில் இருந்த குற்றவுணர்ச்சியற்ற இளமையை நினைத்தாள். அதுவே அவளின் அப்போதைய துயரமாகவும் மாறிவிடும் போலிருந்தது. உலகத்தின் கண்களில் வயதாகிவிட்டவர்களின் அந்தரங்கம், இல்லாத ஒன்றாக ஆக்கப்பட்டுவிட்ட தனிமையில், அவளின் தாழ்ந்து தொங்கிய – ஆடைகளின் மறைவினால்

மேலும் வெளுத்துத் தெரிந்த – உருண்டையான மார்புகளைக் கண்ணாடியில் பார்த்துக்கொண்டிருந்தாள். அவள் முலைக்காம்பு கள் அதன் நேர்த்தியை முதல் பிள்ளை ரஞ்சனுக்குப் பாலூட்டி முடித்தபோதே இழந்துவிட்டிருந்தன. தவிர்க்கவியலாத எல்லோருக்குமான உடல் உபாதைகளை அறிந்தபின்பு உடல் மீது விழுந்த அலட்சியம்; எப்போதாவது எதற்கான வடிகாலாகவோ மாறிப்போன உடலுறவு கணங்கள், என அனைத்தும் பாலுறவற்றப் பிரச்சினைகளின்மேல் கவனத்தை வெளிப்படையாகக் கோரிவிட்டிருந்தன. புதியவர்களிடம் மட்டுமே தோன்றும் 'துரதிருஷ்டமான' ஆர்வங்கள், சலிப்பின் வறண்ட மணலில் நடந்த ஊர்வலத்தைத் திசைத் திருப்புவது போல இருந்திருக்கின்றன. அவை வெறும் மினுமினுப்புதான்; வைபவங்கள் முடிந்தபின்பு பட்டுப்புடவைகள் பீரோவுக்குள் செல்வதுபோல. வெஸ்டர்ன் டாய்லெட்டை ஃபிளஷ் அவுட் செய்துவிட்டு அவள் மென்மையாக அமர்ந்தாள். எல்லாவற்றி லிருந்தும் மிகவும் அந்நியமாக, அவரவர்களுக்கு மட்டுமே பிடிக்கின்ற – மற்றவர்களுக்குப் பிடிக்காத – என்ன ஒரு மோசமான தனிப்பட்ட நிஜம்! அவள் பெருமூச்செரிந்தாள்!

பத்மாவதி வழக்கத்திற்கு மாறாக இன்று அதிக நேரம் ஒப்பனையில் செலவிட்டாள். வெண்ணிறத்தில் கடல் நீலப் பூக்களும் மஞ்சள் பூக்களும் விரவிய காட்டன் புடவையில், முன்பு தெரிந்த தோற்றம் கொஞ்சம் மறைந்துவிட்டிருந்தது. அது எப்போதும் ரகசியமான ஆறுதல். மேலும் ஆரோக்கியமான நியூட்ரீஷியன் நிறைந்த உணவு பளபளப்பான அவள் சருமத்திற்குச் சலுகை செய்துகொண்டிருந்தது. மிக உயர்ந்த குதிகால் செருப்பை அவள் ஆரம்பத்திலிருந்தே விரும்பவில்லை. ஒப்பனை செய்யாததைப் போல, நகங்களுக்கும் உதடுகளுக்கும் அதனதன் நிறங்களிலேயே ஒப்பனை இடுவது அவளது ரசனையின் முதிர்ச்சியைக் காட்டக்கூடியதுதான். 'U' வடிவத்தில் முதுகின் பின்புறம் கத்தரித்துவிட்டிருந்த ஆங்காங்கே நரைத்திருந்த தலைமுடியைப் பாண்டில் போனி டைல் போட்டு நுழைத்துவிட்டபிறகு வாட்டர் ப்ரூஃப் மஸ்கராவை நரைகளின்மேல் தீற்றினாள். கண்ணாடியில் தன்னைத் திருப்தியுடன் பார்த்துக்கொண்டாள். அவளது ஒப்பனைப் பொருட்களின்மீது அவளுக்கு மதிப்பு எழுந்தது. கைப்பையில் கார் சாவியை உறுதிசெய்துகொண்டு கதவை அடைத்து லிஃப்டை நோக்கி நடந்தாள். அவள் கூந்தல் குதிரையின் வாலைப் போல் அவள் நடையசைவுக்கு ஏற்றாற் போல் அசைந்தாடியபடி முதுகைத் தொட்டுச் செல்ல, அவளது நடைவேகம்: மீதமுள்ள பாலுணர்வின் ஆற்றலைச் சொல்லிக் கொண்டிருந்தது.

கார் பார்க்கிங் வந்தபோது இளமைக் கூட்டப்பட்டப் புத்துணர்ச்சியோடு இருக்கும் தன்னை யாராவது தற்போது பார்க்க வேண்டுமென்று அவள் நினைத்தாள். ரஞ்சனின் டொயோட்டாவும் கீதாவின் மாருதியும் மூன்று மாதங்களாய்ப் போர்த்தப்பட்டுக் கிடந்தன. இருவரும் தந்தையைப் பார்க்க மும்பைக்குச் சென்றிருந்தவர்கள் இன்று சாயங்காலம்தான் வருகிறார்கள். ரஞ்சனுக்கு அப்பாவுக்குப் பிறகு லெதர் ஃபேக்டரியின் முதலாளி ஆவதுதான் கனவு. கீதா அப்பாவுடனேயே தங்கி பல் டாக்டருக்கு நான்காம் ஆண்டுப் படித்துக்கொண்டிருந்தாள். அவர், தனது தோல் பதனிடும் மற்றும் தோல் பொருட்கள் உருவாக்கும் தொழிற்சாலையை விரிவுபடுத்தும் திட்டத்தில் முன்னைவிட அதிகமாகப் புதைந்துபோயிருந்தார். குடியிருப்பின் முகப்பிலிருந்து வேப்பமரம் காற்றசைவில் பழுத்த இலைகளைக் கொட்டிக்கொண்டிருப்பதை அங்கிருந்து பார்த்தாள். கார் உறைகளின் சுருக்கங்களை இழுத்துவிட்டாள். பிள்ளைகளின் கார்களைக் கடந்து தனது சாம்பல் நிற மிட்சுபிஷி காரைப் பார்த்தபோது முதலில் அதை சர்வீஸ் செய்ய வேண்டுமென்று நினைத்தாள். திறந்து அமர்ந்து எஞ்சினை உசுப்பினாள். அப்பார்ட்மென்ட் கேட்டைக் கடந்து வாகனங்கள் நிறைந்த சாலையில் லாவகமாகப் பூனைபோல் நுழைந்து கலந்தாள். விமான நிலையத்திற்குச் செல்லும் பாதையை மறந்துவிட்டது போல் ஒருமுறை நினைவுபடுத்திக்கொண்டாள்.

2

எந்த வழியாகச் செல்கிறோம் என்ற நினைவு அவளுக்குத் தெளிவாக இல்லாதது மயக்கத்தைப் போலிருந்தது. ஒவ்வொரு பல்முனை சாலைகளிலும் எந்தத் திசையில் செல்வது என்ற குழப்பங்கள் தோன்றி மறைந்தன. ஆனால் போக்குவரத்து குறைந்திருக்கும் பிரதான சாலையில் அவள் சரியான இலக்கை நோக்கிப் பயணிப்பவளாக இருந்தாள். சேமிப்பிலிருக்கும் ரூபாயிலிருந்து அந்தரங்க இன்பத்திற்கான செலவுத்தொகையை எடுத்துச் செல்பவளைப் போல் அன்றைய நாளை உள்ளார்ந்த மகிழ்ச்சியுடன் நினைத்துக்கொண்டிருந்தாள். கண்ணாடிகளால் மூடப்பட்ட கான்கிரீட் கட்டடங்களைத் தாண்டி பார்சன் மேனர் வந்தபோது கடிகாரத்தைப் பார்த்துவிட்டு இடமாகத் திருப்பி, வைர நகை வியாபாரிகளின் கடைகளை ஒட்டிய மாபெரும் ஷாப்பிங் காம்ளக்சின் கார்கள் நிறுத்துமிடத்தில் வண்டியை நிறுத்தினாள்.

தூங்குமூஞ்சி மரத்தின் கிளைகள் கட்டடத்தை முட்டி மேலேறிக்கொண்டிருந்தன. சற்றே அழுத்தத்துடன் நகரும் காற்று வாசலில் இருந்து பின்பக்கம் கடந்துசென்றது.

அவ்விடத்தில் எப்போதும் அவள் அதை உணர்ந்திருக்கிறாள். அது வழியற்றக் காற்று. தோட்டத்து வழியே சென்று பின்பக்கக் கட்டடத்தில் மோதித் தரையிறங்கும். நகர இரைச்சலையும் கட்டடத்தின் பக்கவாட்டில் இருந்த ஏசி பிளான்டுகளின் உறுமலையும் கேட்டபடி மழைநீரைப் போலத் தாரையாக இறங்கிக்கொண்டிருக்கும் வெப்பமானத் தண்ணீரைப் பார்த்தபடியும் தரைத் தளத்திற்கும் கீழிருக்கும் படிக்கட்டை நோக்கிச்சென்றாள்.

மேற்கத்திய சங்கீதமும் குளிர்சாதனத்தின் சில்லிப்பும் ரோஜாவின் செயற்கை வாசனையும் கதவைத் திறந்தவுடன் அவளைத் தழுவின. அங்கே சுற்றிப் பார்ப்பதற்கும் அவளுக்குப் பிடித்த ஏதாவது ஒன்றை வாங்கி அனுபவிப்பதற்கும் தோதான இடமாக அவ்விடம் இருந்தது. நேராகப் புத்தகங்களின் அணிவகுப்பில் நுழைந்தாள். ஆளுயர ரேக்குகளில் வசீகரிக்கும் நேர்த்தியோடு எண்ணிக்கையற்ற புத்தகங்களின் வரிசைகளில் தன்னிச்சையாக கண்களை மேயவிட்டு நடந்தவள், கடையில் எதுவும் வாங்கும் எண்ணமில்லாமல் வலம் வந்தாள். அவள் விதியென்றுதான் சொல்ல வேண்டும். அந்தப் புத்தகத்தைப் பார்த்தாள். அதன் முகப்போவியம்தான் அவளை முதலில் கவர்ந்தது. மென்நீல வண்ண அட்டையில் அனேக நீலங்களின் வேறுபாடுகளோடு ஓவியம் வரையப்பட்டிருந்தது. நேர்த்தியான புத்தக வடிவமைப்பு உணர்ச்சி மீட்டலைப் போல ஈர்த்துக்கொண்டிருந்தது. புத்தகப் பிரிவில் இருந்த இளைஞன் அவளைப் பார்த்துப் புன்னகைத்தான். பதிலுக்கு இவளும் புன்னகைத்தாள். அது ஒன்றைப் பற்றிய இருவரின் ஒரே மாதிரியான கணங்களாகும்.

புத்தகத்தை விட்டு அங்குமிங்குமாய் நடந்து ரோஸ்வுட்டில் செய்யப்பட்ட ஒரு சாய்வு நாற்காலியையும் புதிதான தொழில் நுட்பத்துடன் வந்திருந்த ஜெர்மன் வாஷிங்மெஷினையும் விலை கேட்டுவிட்டு, மெட்டல் சாவிக்கொத்து ஒன்றை எடுத்தாள். அவளுக்குள் அந்தப் புத்தகத்தின் வண்ணம் மெல்லிய ஒலித்திறனில் கசியும் இசையைப் போல நினைவோடிக் கொண்டிருந்தது. பின்பு எல்லாப் பகுதிகளையும் சுற்றிவிட்டு பில் போடுமிடத்திற்கு வந்தபோது அந்த இளைஞன் ஆங்கிலத் தில், 'புத்தகம் வாங்கவில்லையா மேம்?' என்று கேட்டான். இவள் புன்னகைத்து இல்லையென்பதாய்த் தலையாட்டினாள். அப்போது அவள் அதை என்னவென்று திட்டவட்டமாக உணரமுடியவில்லையாயினும் தான் ஒன்றின்மீது சாய்தலில் இருக்கிறோம் என்பதைப் பிற்பாடு நினைத்தாள். அவன், "அது ஒரு சுவாரஸ்யமான கதைப்புத்தகம். முழுக்க முழுக்க காதல்

கதைகள் நிரம்பியது” என்றான். கடைக்காரர்கள் இப்படித் தான் எதையாவது உளறிக்கொண்டிருப்பார்கள் என்று எண்ணிக் கொண்டு “எனக்குப் புத்தகம் படிப்பதற்கு நேரமில்லை” என்றாள். ‘இதன் விலை என் மாதச் சம்பளத்தில் நான்கில் ஒரு பங்கு. முடிந்தால் எனக்கு வாங்கித் தருவீர்களா?’ என்றான். (கதையில் தான் இப்படியெல்லாம் நடக்க முடியும்!)

பத்மாவதி அவனை அக்கடையில் சில மாதங்களாகப் பார்த்திருக்கிறாள். ஆனால் இன்று அவன் முகம் அவளுக்கு கடந்தகாலத்தை நினைவூட்டியது. இத்தனை நாளில் இல்லாத ஒரு கோணத்திலும் அவளுடைய இந்நாளையத் தன்மையிலும் அவன் அப்படித் தெரிந்திருக்கலாம். அவனுக்குக் கடையிலுள்ள பொருட்களைப் பற்றி, உயர்குடியினருக்கு ஏற்ற வகையில் கூறுவதில் ஒருவித நாசுக்கு இருந்தது. இருப்பினும் மனிதர்களை அணுகிச் சட்டெனப் பேசிவிடுவது அவனுக்கு இயல்பாக வந்திருக்கிறது என்று நினைத்தாள். “இங்கே இன்னும் எத்தனை நாள் வேலை செய்வாய்?” என்றாள். அவன் தன் வேலைக்கு ஆபத்து என்றுணர்ந்தபடி “தவறாக ஏதாவது கேட்டிருந்தால் மன்னித்துக்கொள்ளுங்கள்” என்று ஆங்கிலத்தில் சொல்லிவிட்டுப் பதற்றத்துடன் நகர்ந்தான். விரிந்த அவன் முதுகும் தோளும் கச்சிதமாக இருந்தன. (கழுத்திலிருந்து இறங்கும் சரிவான நீள்முக்கோணத்தைப் போல அவை இருந்தன.) அவள் புன்னகையுடன் அந்தப் புத்தகத்தை இரண்டுப் பிரதிகள் எடுத்துவரச் சொன்னாள். அவன் எதிர்ப்பார்த்திருந்தாலும் தயங்கினான். அவன் தயக்கத்தை ரசித்தாள். எடுத்து வந்த புத்தகப் பிரதிகளில் ஒன்றை அவனிடம் நீட்டினாள். அவன், “உங்க கையெழுத்துப் போட்டுக்கொடுங்க ப்ளீஸ்” என்றான். “ஒரு கதைப்புத்தகத்தைப் படிப்பதற்கு, அதுவும் முன்பின் அறிமுகமில்லாத ஒரு நபரிடம் சொல்லி வாங்கிக்கொள்வதற்கு ஒரு சாமார்த்தியம் இருக்கத்தான் வேண்டும்” என்று சிரித்தபடி சொன்னாள். அவன், “எனக்கு உங்களை நன்றாகத் தெரியும்” என்றான். ஆச்சர்யத்தில் கண்கள் அகல அவனைப் பார்த்தாள். “அழகானவர்களை ஞாபகம் வைத்துக்கொள்ள வேண்டிய தில்லை. மனதில் நிரம்பிவிடுவார்கள்” என்றான். அவள் தன் வெட்கத்தை சிரமத்துடன் கட்டுப்படுத்திக்கொள்ள வேண்டி யிருந்தது.

பில் கவுன்டரிலிருந்து வெளியே வந்து காஃபி டேவுக்குச் சென்று நகரத்தின் பிரதான தெரு தெரியும் கோணத்தில் அமர்ந்துகொண்டவள், எக்ஸ்பிரஸ்ஸோ காஃபியை ஆர்டர் செய்தாள். அப்புத்தகத்தை எதிர்பார்ப்புடனான புன்னகையோடு பிரித்துப்பார்த்தாள். என்ன ஒரு துணிச்சல் அவனுக்கு! அவள்

சட்டென உற்சாகமாக ஆகியிருந்தாள். அவள் தனது கல்லூரி காலத்து கால்பந்தாட்ட வீரனை நினைத்துக்கொண்டாள். இன்னும் தீவிரமாக அவளின் கடந்த காலத்தோடு இவனைப் பொருத்திப் பார்த்தபோது, இவன் அவனாகிவிடும் அபாய மிருந்ததையும் அவள் ரசித்தாள். சின்னஞ்சிறிய மீசை. அழகிய முகம். சாந்தத்தின் பின்னே ஒளிந்திருக்கும் அந்தரங்க வலிமை. ஒப்பனையால் மறைக்கப்பட்டிருக்கும் தன் வயதை –கண்ணாடி யில் தெரியும் தளர்ந்த உடலை – நினைத்தாள். அவனிடம் பொய் சொல்லிவிட்டதுபோலச் சங்கடப்பட்டாள்.

3

முன்னுரை அற்றப் புத்தகம். தலைப்பின் முதல் பக்கத்தைக் கடந்து கதையை ஆரம்பித்தவுடனே பத்மாவதிக்கு நம்பமுடியாத அதிசயத்தைப் போலத் திடுக்கிடல் வந்தது. கதையில் வரும் பெண்ணின் வயதும் பத்மாவதியின் வயதை ஒட்டி இருந்தது. அவள் புன்முறுவல் செய்தபடி புத்தகத்தை மூடிவிட்டு விதியை நினைத்து யோசனையுடன் அமர்ந்திருந்தாள். சந்தோஷத்திற்குப் பிறகு தோன்றும் கடினத்தன்மையை நினைத்தும் கதையின் முடிவு தரும் சோகத்தை நினைத்தும் புத்தகத்தை நிரந்தரமாக மூடிவிடவும் நினைத்தாள். (இது போன்ற கதைகள் இதுவரைக்கு மான தன் நம்பிக்கைகளை இடறிவிடும் என்று பயந்தாள். மேலும் அவள் இதயத்தின் முன்னுணர்தலால் கதையின் சோகமான உணர்வை அடைந்துகொண்டிருந்தாள்.) தான் கடந்து வந்த நெடும்பாதையை நினைத்தாள். வரவிருக்கும் சந்தர்ப்பங்களின் மேல் இருக்கும் நம்பிக்கையும் அவநம்பிக்கை யும் அவளை அலைக்கழித்தன. பிடித்தமான பூதத்தைத் தனக்குள் உலவவிடும் பீதியுடன் வேறுவழியின்றி புத்தகத்தை மறுபடியும் திறந்தாள் . . .

கதையின் நாயகியான “அவள் அந்தப் பழம்பெரும் நூலத்தில் நுழைகிறாள். நூலகரை அவளுக்குக் கொஞ்சம் தெரிந்திருக்கிறது. வருகைப் பதிவேட்டில் கையெழுத்திட்டு விட்டு, வாரப் பத்திரிகைகள், தினசரிகள் வாசிக்கும் முதல் கூடத்தைக் கடந்து பழைய புத்தகங்களின் நெடியடிக்கும் பெரும் கூடத்தினுள் தயங்கி நடக்கிறாள். புத்தக அலமாரி களின் கடைகோடியில் நிழலுருவமாகச் சன்னலில் இருந்து பாயும் வெளிச்சத்தின் முன்பு சற்றுக் கூன் விழுந்தவராக நூலகர் நின்றுகொண்டிருக்கிறார்.

இவள் பார்த்ததை அவர் அங்கிருந்து பார்க்கிறார். தன் நடைச் சப்தத்தைக் குறைத்து நடக்கிறாள். ஆழ்ந்த கண்களுடன் அதே நீள அங்கியுடன் எப்போதும் இப்படியே தோற்றம்

தரும் அவர் அவளை நோக்கித் திரும்புகிறார். அருகில் வந்தவுடன் அவர் முகத்தில் கவலையா சந்தோஷமா என்று கண்டுபிடிக்க முடியாத அந்தப் பாவனையை ஆராய்ச்சி செய்தபடி பதிலுக்காக வினாடிகளில் காத்திருக்கிறாள். அவர் முகம் ஒன்றுமில்லாத் தன்மையில் ஆழ்ந்திருக்கிறது. அவளின் தினப் பிரார்த்தனைக்குப் பலனாக அவரது நடவடிக்கை இருக்க வேண்டுமென்று எதிர் பார்க்கின்றாள். அவர், அவளின் சகலமான காலத்தையும் ஊடுருவிப் பார்க்கிறார். அவளின் தேவையை ஊர்ஜிதம் செய்துகொள்வதுபோல் வேறு வழியின்றித் தெற்குப் பக்கத்தில் இருந்த நீளமான அலுமினிய ஏணியைக் காட்டிவிட்டு உள்ளே நடந்து செல்கிறார்.

காலத்தின் தூசிபடிந்த அடுக்குகளில் எங்கோ ஒளிந்திருக்கும் அவளுக்கு விருப்பமான புத்தகத்தைத் தேடி அப்பிரிவுக்குள் செல்கிறாள். அவளைத் தவிர இந்தக் காலை நேரத்தில் யாரும் இருக்கமாட்டார்கள் என்று நினைத்துக்கொண்டது அவளுடைய தவறுதான். அதன் கடைகோடியில் ஒருவன் அமர்ந்து புத்தகம் வாசித்துக்கொண்டிருக்கின்றான். நூலகத்தில் அவன் உதவியாளராக இருக்கலாம். அடுத்தப் பிரிவு வழியாக நிதானமாக நடந்து அவனைப் பக்கவாட்டில் பார்க்கின்றாள். புத்தக அடுக்குகளின் நிழல் அவன் அமர்ந்திருக்கும் நாற்காலிமீது சாய்ந்திருக்கிறது. அவன் தடிமனான ஒரு பழைய புத்தகத்தில் ஆழ்ந்திருக்கின்றான். அவனை நெருங்கிப் பார்த்ததும் அவளுக்குத் தூக்கிவாரிப்போடுகிறது. கணங்களில் அவள் உடல் நடுங்கி அதிர்கிறது. சுயநினைவு இழந்தவள்போல் அவனைப் பார்க்கின்றாள். பலவீனமாகி, திருட்டைச் செய்தவள் போல் பதற்றத்துடன் திரும்பி நடக்கின்றாள்.

அவள் இதயம் காதலின் மென்மையில் உருக்குலைகிறது. தன் குடும்பத்தை நினைத்து அவனிடமிருந்து விலகி நடக்க வேண்டுமென்று அறிவுறுத்தப்பட்டவுடன் அவள் வறட்சியான உணர்வை அடைகிறாள். ஏதோ ஒரு பொருள்; யாரோ ஒருவரின் குரல்; எதேச்சையாகக் கேட்கும் ஒரு பாடல்; புரட்டும் பக்கங்களில் ஒரு வார்த்தை; கடந்து செல்லும் ஒரு முகம்; அல்லது அந்தரங்கமான வாசனை; ஏதாவது ஒன்று அவனைத் தினமும் நினைக்கவைக்கத் தவறியதில்லை என்பதை அவள் இப்போது ஆழமாக நினைத்துக்கொள்கிறாள். இந்தச் சந்தர்ப்பத்தை இன்னொருமுறை நூலகரிடம் எதிர்பார்க்க முடியாது! அந்த முகம்! கடவுளே! நான் ஏன் அவனை மீண்டும் பார்த்தேன்? அவள் அங்கேயே முடிவெடுக்க முடியாத படி குழப்பத்துடன் நிற்கிறாள். வேறு வழியின்றி அவனை நோக்கி முன்னைவிடத் தளர்வாகத் திரும்பி நடக்கிறாள்.

அவள் அவனை பக்கவாட்டில் நெருங்குகிறாள். நாற்காலிக்குள் சப்பணமிட்டு ஒடுங்கிவிட்ட கச்சிதமான உடல். புத்தகம் அவனைவிடப் பெரிதாகத் தோற்றமளிக்கிறது. மூக்குக் கண்ணாடி வழியே வரிகளை ஊடுருவும் கண்கள் யோகநித்திரையிலிருப்பதுபோல் மெல்லியத் திறப்பிலிருக்கின்றன. அவள் நடைச் சப்தம் கேட்டு அவன் நிமிர்வான் என்று நினைத்தது பலிக்கவில்லை. நிமிர்ந்த பின்னும் அவளைக் குறித்த எந்தச் சலனமும் அவனிடம் இல்லை. அவள் அதிர்ச்சியடைகிறாள்.

அது அவன்தான் எனும்படி வேறொருவன்.

அவள் கால்கள் புடவைக்குள் நடுங்குகின்றன. அவன் எந்தச் சுவடுமில்லாமல் அவளை நிமிர்ந்து பார்த்து என்ன வேண்டும்? என்கிறான். அவள் தன் காதல் உணர்ச்சிகளைத் துண்டித்துக்கொண்டு, தான் தேடிக்கொண்டிருக்கும் புத்தகத்தைக் கேட்கிறாள். அவன் தன் புத்தகத்தை மூடி எழுந்து நடக்கின்றான். எதிர்பார்த்ததைவிட – அவளின் பழையக் காதலனைப் போல – உயரம். அவன் சிறிதுதூரம் நடந்து சென்று அவளுக்கான புத்தகத்தை அடுக்கிலிருந்து உருவி எடுத்து நீட்டுகின்றான். ரேக்கில் புத்தகத்தைத் தேடி அலைந்த அவன் விரல்கள் பியானோவின் கறுப்பு வெள்ளைக் கட்டைகளில் இசைக் குறிப்பைத் தொடர்வதுபோல அலைந்ததை அவள் ரசிக்கின்றாள். அவளின் நன்றிக்குப் புன்னகையைச் செலுத்திவிட்டு மீண்டும் நாற்காலியில் அமர்ந்து புத்தகத்தில் ஆழ்கிறான்.

பழைய நினைவுகளிலும் அழுகையிலும் அன்றிரவின் முன்பாதி இரவைக் கடத்திவிட்ட பின்னர் அடுத்த நாள் சமநிலையுடன் அவள் நூலகத்திற்கு வருகிறாள். அவளுக்காகக் காத்திருப்பவன்போல் அவன் அப்படியே அதே நாற்காலியில் அதே கோணத்தில் அமர்ந்திருக்கின்றான். நூலகக் கட்டடம் மட்டும் பூட்டப்படவில்லையென்றால் அவன் நேற்று வீட்டுக்குச் செல்லவில்லையென்றுதான் நம்பியிருப்பாள். அவள் துணிச்சலை வரவழைத்துக்கொண்டு பேசுகிறாள்.

நேற்று வீட்டுக்குப் போனீர்களா?

அவன் திரும்பி அவளைப் பார்த்துப் பொதுவாகப் புன்னகைக்கின்றான். அவளுக்குத் தன் கடந்தகாலத்தைப் புறக்கணித்துவிட்டு அவனை அள்ளி முத்தமிட வேண்டும் போலிருக்கிறது. அவளின் எதிர்பாராத பார்வையில் அவன் நிலைகுலைந்து போகிறான். புதிய தண்ணீரில் விழுந்துவிட்ட மீனைப் போல அவன் தன்னை உணர்கிறான். புத்தகத்தை மூடியபடி அறியமுடியாத வார்த்தைகளைப் படித்தவனைப்

முதல் தனிமை

போல் அவளைப் பார்க்கின்றான். இழந்துவிட்ட காதலைப் புதுப்பிக்க முடியாத வேதனையில் அவள் கண்கள் பனிக்கின்றன.

அவள் நூலகத்தை விட்டு வெளியேறிச் செல்கிறாள். அவன் அவளைப் பின்தொடர்கின்றான். (இனி பின்தொடர வேண்டியது அவனது விதி என்பதை அவள் தன் அனுபவத் தால் அறிந்திருந்தாள்.) அவள் தன் காரைத் திறந்து அமர்ந்து மென்மையாகக் கதறி அழுகிறாள். அவனும் மறுபக்கக் கதவைத் திறந்து காரில் ஏறி அமர்கின்றான். அதற்குள் அவள் மூக்கு ஆழ்ந்த அழுகையைச் சந்தித்ததுபோல் – தோல் சீவி கழுவப் பட்ட கேரட்டைப் போல் – மிகவும் சிவந்திருக்கிறது. அவள் விரும்பியதைப் போல் அவன் மடியில் படுத்து அழுகிறாள். அவன் தனது அதிசய உணர்ச்சியிலிருந்து மீளாமல் அமர்ந் திருக்கின்றான். வினாடிகள் கழித்து அவன் அவளிடம் குனிந்து கூந்தலை விலக்கி அவள் காதில் கிசுகிசுக்கின்றான்: “என்ன ஒரு பைத்தியக்காரப் பெண் நீ...”

பத்மாவதி புத்தகத்தைப் படித்தவாக்கில் மேசையில் கவிழ்த்தி வைத்தாள். காஃபி ஷாப்பின் தூண்களில் பதிக்கப் பட்ட கண்ணாடியில் தன் பிம்பத்தைப் பார்த்தாள். அதுவும் புத்தகத்தை மேசையில் கவிழ்த்தியிருந்தது. காஃபியை எடுத்து ஒரு மிடறு சுவைத்தாள். சூடான கசப்பும் இனிப்புமாக எதிர்பார்த்த சுவையில் திருப்தியடைந்தாள்.

4

அடுத்தநாள் உத்தேசித்துக் கிளம்பும் அனைத்திலும் அறியமுடியாத மர்மத்தின் சாயல் படிந்துவிட்டிருக்கிறது. அவளை அவளே பரிகாசம் செய்வதுபோலவோ அல்லது முதுகின் பின் ஒலிக்கவிருக்கும் குரல்களைப் புறக்கணிப்பது போலவோ அவள் நடந்துகொள்கிறாள். கடையை நோக்கி விரையும் அவளது மனம், புத்தகப் பிரிவுக்குச் செல்லும் வேறொரு வழியைக் கண்டுபிடிக்கிறது. எல்லாக் கேள்வி களையும் கொன்றுவிட்ட பிறகு பதில்கள் எப்படிப் பிறக்கும்? அவள் மார்புகள் பயத்திலும் தொடர்பு பெற முயற்சிக்கும் உணர்ச்சியிலும் விம்முகின்றன. அவன் கண்களில் நீதியின் பால் புறக்கணிக்கப்பட்ட எல்லாவற்றையும் ரகசிய வழிகளில் அடைந்துவிடும் சுவாரஸ்யமான திருட்டுத்தனம் ஒளிந்திருக் கிறது. பாழடைந்த காதலின் நினைவுகளுக்கு மெருகூட்டுவது போல் ஸ்பீக்கர்களில் இந்துஸ்தானி சங்கீதம்வேறு.

அவள் மார்புகளைப் புடவையால் சுத்தமாக இழுத்து இயல்பாக மறைக்கிறாள். அவன் பின்தலை, முகமற்ற கற்சிலை போல் தெரிகிறது. திரும்பிவிடலாம்தான். கூப்பிட்டதுபோல்

அவன் திரும்புகின்றான். குழப்பமான அதிர்வுகளால் எளிமையான கண்ணாடி பொம்மையைப் போல் தரையில் விழுந்து நொறுங்கிவிடும் அபாயத்திலிருந்து தன்னை அவள் பாதுகாத்துக்கொள்கிறாள். வழக்கமான மரியாதை நிமித்தமான ஒரு புன்னகையோடு கடந்துவிடலாம். இன்னும் கொஞ்சம் துணிச்சலும் பொய்மையும் இருந்தால் பாராமுகமாகக்கூடப் போக முடியும். வெட்கமாக இருக்கிறது. அவள் கால்கள் ஸ்தம்பித்து நின்றுவிடுகின்றன.

என்ன துணிச்சல்! புன்னகைக்கக் கூடாது என்று கண்களால் சிரிக்கிறாள். அது வார்த்தைகளை விட மோசமானது என்று தெரிந்தே செய்கிறாள். அவளது அசட்டுப் புன்னகையில் நேற்றைய கம்பீரம் தொலைந்துபோகிறது. அதிர்ஷ்டவசமாக அது அவளுக்கு மட்டுமே தெரிந்த தோல்வியாக இருக்கிறது. அப்போதுதான் அவளின் முன்னுணர்தலைப் போல், அவனை நெருங்கும் முன்னே அவன் பார்க்கக்கூடுமெனத் தன்னிச்சையாக இறுக மூடி மறைத்த மார்புப் பகுதியை – ஆதார நடவடிக்கையைப் போல் – அவன் கண்கள் ஊடுருவிப் பார்க்கின்றன. மறைக்கப்பட்ட ஆடைகளுக்குள்ளிருந்து வடிவ அழகும் மெதுத்தன்மையும் கொண்ட சாந்தமடைந்த அவள் மார்புகள் ரேடியத்தைப் போல ஒளிர்ந்துகொண்டிருக்கின்றன. மனமொத்த ரகசியம் காணவேண்டுமென்பதற்காகவே அவனை நினைவுகளாலே தூண்டிவிடுவது பற்றி அவளும் அறிந்து செயல்படுத்தவில்லை. அது இயல்பாகவே நடக்கிறது. வாழ்க்கையின் இடைவெளிகளின் ரகசியம் அறிந்த கொடுங் கோலனைப் போல் அவன் அவளை ஊடுருவிப் பார்க்கின்றான். அழகுதான் என்று அவள் மனதுக்குள் பழிப்புக் காட்டிக் கொள்கிறாள்.

5

...கசப்பும் இனிப்பும் துவர்ப்புமாய் அனேகச் சுவைகளில் வாழ்க்கை நெடிதாக நகர்ந்துவிட்டிருந்தது. எதிர்பார்க்க முடியாத படி இனிப்பான விஷயங்களின் முகங்கள் வெவ்வேறானதாக இருந்தன. அறியமுடியாதவற்றில் ஆழ்ந்த அனுபவமும் அறிந்த விஷயங்களில் தோல்வியுமாக இருந்தவற்றை அவள் வியக்கவே செய்தாள். சமூகப் பிடிப்பிற்காக ஒத்துக்கொண்ட பல விஷயங்களில்கூட அவள் இன்பத்தையும் பல்வேறு விருப்பமான சுவைகளையும் கண்டாள். சில விஷயங்களின் விளிம்பில் பிறர் கண்களுக்குத் தெரியாதவாறு ஒட்டிக்கொண்டிருந்த அந்த ரகசியத்தின் சங்கேதங்களை அடுத்த வீடுகளின் தினசரி களிலும் புராண கதைகளிலும் அவள் அறிந்துகொண்டு

தானிருந்தாள். ஒரே நபர் ஒரே சமயத்தில் பல்வேறு வேலைகளைச் செய்வதுபோல் அவள் பல்வேறு மனநிலைகளில் இதை ஆதரித்தாள், ஆட்கொள்ளப்பட்ட தனிமையில் ஒப்புக் கொள்ளவும் செய்தாள். எது தனக்கான வாழ்க்கை என்றபோது நழுவிச்செல்லும் துரோகமான கணங்களிலிருந்து தப்பித்து தியாகத்துடன் நின்றுகொள்வதுதான் என்பதையும் அவள் அறிந்திருந்தாள். இருப்பினும் அது ஆண்களுக்கானதும்கூடத் தான் என்று நினைத்தபோது முதுகுக்குப் பின் அவள் அந்தக் கணத்தைக் கன்னித்தன்மை இழக்காத காதலியைப் போல் தன்னம்பிக்கையுடன் நெருங்கியிருந்தாள்.

அவள் தன் வீட்டை நோக்கி விரைகிறாள். உடல் இளைத்து மெருகேறிவிட்ட இளமையை அவள் உணர்ந்தாள். 'அது', தான்தான் என்பதை அறிந்தபோது அவளுக்குக் குறும்பான புன்னகை தோன்றி மறைந்தது. அவசரங்களை அவளின் முன்அனுபவத்தால் கட்டுப்படுத்த முடியவில்லை. கடந்து விட்டதாய் நினைத்த யாவும் அவளை வியப்புக்குள்ளாக்குகிறது. குறைவான ஒளி சூழ்ந்த படுக்கையில் மென்மையான வெளிச்சம் கொண்ட ஒரு பகல் நேர சொப்பனம்! வெறுமையின் பூர்த்தியின்மை! எல்லாம் வாழ்க்கை மயம்! தூக்கத்திற்கும் கனவுக்கும் உள்ள சகஜத்தைப் போல அவளுக்குள்ளிருக்கும் அவளுக்கேயான ஒரு தருணம்.

அவள் கதவைத் திறந்து அவனை உள்ளே அழைக்கின்றாள். வீடு புத்துணர்ச்சி கொள்கிறது. சோஃபாக்கள், கூடத்தில் உள்ள ஓவியங்கள் அலங்காரவிளக்குகள் எல்லாமும் முக்கியத்துவம் பெறுகின்றன. அவன் சுற்றுமுற்றும் பார்த்தபடி உள்ளே வருகின்றான். வீடு பிறர் விரும்புபடி இருப்பதை நினைத்து அவள் ஆறுதல் கொள்கிறாள். அவன் பூனைபோல் அமர்கின்றான். தேனீர் தயாரிப்பதற்கான இடைவெளியில் அவனுக்குப் புரட்டுவதற்குப் புத்தகங்களைக் காட்டிவிட்டு, குளியலறையில் அவன் அறிந்துவிடாதபடி சப்தமிடாமல் அவரச அவசரமாக அவள் உடலைச் சுத்தம் செய்து கொள்கிறாள். (என்ன ஒரு பதற்றம்!)

பீங்கான் கெட்டிலில் சூடான முதல்தர தேனீர். அலங்காரமான பிளாஸ்டிக் ட்ரேயில் பிஸ்கெட்டுகள். தேனீரைப் பருகும் அவனைக் கவனிக்கின்றாள். சிகரெட் பிடிக்காத உதடுகள். ஓட்டத்தின் மீது அலையும் துருதுருப்பை நினைவுறுத்தும் கண்கள். உறுதியான அகலமான மார்புகளின் இருபக்கமும் மேவி நிற்கும் வழவழப்பான தோள்கள். முடியுடன் தெரியும் முழங்கைகள். கெட்டியாக அசையும் தொடையின் தசைகள். இரும்பைப் போன்ற முழங்கால்கள். ஆட்டத்தின்

போது இளமையின் மதர்ப்பின்மேல் வியர்வை வழிந்தோடும் அவன் உடல். அவளின் உடலை, வழங்கப்படாத அதிகாரத் துடன் முதன்முதலில் ஆக்கிரமித்த அந்த உடல். கனவை நெய்வதுபோல அவள் மென்மையாகவும் ஸ்தூலமாகவும் ஒத்துழைக்கிறாள். தான் இழந்தவைகளிலேயே மிகவும் உன்னத மானது என்று நினைக்கிறாள். இதழுரித் தந்த ஆழமான முத்தத்திற்குப் பிறகு உடல் பற்றிய முன்ஜாக்கிரதையை அவள் கொண்டிருக்கவில்லை. கனவில் நீந்துவதுப்போல் அது வசீகரமான பொய்யாய் இருக்கின்றது. அல்லது நம்பமுடியாத நிஜத்தைப் போல் சந்தேகத்திற்குரியதாக இருக்கிறது. அலட்சியப் படுத்தப்பட்டுவிட்ட – அவளே மறந்துவிட்ட – அனைத்திற்கும் கிடைக்கும் அதிமுக்கியத்துவத்தால் அவள் மகிழ்ச்சியால் தாக்கப்படுகிறாள். ஒன்றுபட்ட காந்தப்புலத்தைப் போல முழுமையான அர்ப்பணிப்பு, பண்பட்ட உடலுறவை நிகழ்த்துகிறது. பாடலின் முடிவிற்குப் பிறகான மௌனத்தின் எதிர்பார்ப்புடன் அது முடிவடைகிறது. எண்ணங்களற்ற உணர்ச்சிப்பூர்வமான வெறுமையில், எதுவுமற்ற அக்கணத்தில் அவள் தன்னை மிகவும் எடையற்று உணர்கிறாள்.

6

இன்னும் முடிக்காத அந்தக் கதையை; முழுமையான அளவற்ற வாசிப்புக்குப் பழக்கப்படாத புதிய புத்தகத்தின் மழமழப்பான தாள்களில் உள்ள அந்த வாசனையை; வெளிப் படையான ஒரு முத்தத்திற்கு இணையாக முகர்ந்தபடி மனமற்று மூடினாள் பத்மாவதி. அதன் விளிம்புகளையும் அட்டைப்பட ஓவியத்தையும் தாய்மையின் ஸ்பரிசத்தோடு மென்மையாக விரல்களால் வருடினாள். நிஜமான ஆழ்ந்த ஒன்றிலிருந்து தன்னை மீட்டெடுத்துக்கொள்ளும் சாமார்த்தியம் அவளுக்கு இருந்தது. ஆனால், பித்துநிலையைப் போல் அவள் மனம் புத்தகத்திலேயே நிலைத்திருந்தது. நேசித்துவிட்டப் பின்பு, பரிச்சயமில்லாத ஒன்றாக மறந்துவிடுவது கைதேர்ந்த துரோகி களுக்குக்கூட சிரமம்தான். அதற்கு நிச்சயம் எதிர்மறையான தன்னம்பிக்கை வேண்டும். இப்படி ஒரு புத்தகம் தன் கணவனின் கண்களில் படுவதை அவள் முற்றிலும் விரும்பவில்லை. ஏனெனில் அப்புத்தகமும் கதையும் அவளை உளவறிந்து எழுதப்பட்டதுபோல் இருப்பதாக அவள் நினைத்தாள். அவளின் கடந்தகால காதல் கதையை வரதராஜனுக்கு அவள் சொல்லி விட்டிருந்தாலும் இத்தனை வருடங்களில் அது எத்தனையோ முறை கௌரவமாக உளவறியப்பட்டிருந்தது அவளுக்குத் தெரியும்; எந்த ஒன்றிலிருந்தும் எந்தப் பூதமும் முளைக்கும் என்பது அவள் கண்டறிந்த அனுபவம்.

எதிர்படும் கண்ணாடி மூலமாகக்கூட தன்னை யாரும் கண்காணிக்கவில்லை என்பதை உறுதி செய்துகொண்ட பின்பு, அப்படி ஒரு புத்தகத்தையே பார்த்திராதவள்போல் மேசையின் எதிர்பக்கத்தின் ஓரத்தில் தள்ளிவைத்தாள். தழுவு பவரை விடுவித்து எழுந்துகொள்வதுபோல் புத்தகத்தை விடுத்து கைக்கடிகாரத்தைப் பார்த்தபடி எழுந்தாள். அவள் தவறவிட்டுச் செல்வதை யாராவது கூப்பிட்டுச் சொல்லிவிடும் அபாயகரமான சங்கடத்தைத் தவிர்ப்பதற்காக வேடிக்கைப் பார்த்தபடி அவசர மாக நடந்தாள். மகிழ்ச்சியான ஒன்றை, பிரிவதனூடாகவே நிகழ்ந்தவை யாவும் சோகமாக மாறிவிட்டிருந்தன அவளுக்கு. மேசைமேல் அனாதையாகக் கிடக்கும் புத்தகத்தை யாரேனும் பார்க்கக்கூடுமென அதன் எதிர்காலம் குறித்த விசனத்துடன் நாகரிகமான ஒரு திருடியைப் போல் அவள் வெளியேறினாள். இசைவான ஒன்றை இழந்துவிட்ட துக்கத்துடன் காரைக் கிளப்பினாள்.

விமானநிலையத்தில் எலக்ட்ரானிக் எழுத்துக்கள் ஓடி மறையும் அறிவிப்புப் பலகையில் மும்பை விமானத்தை மீண்டும் உறுதி செய்துகொண்டு திரும்பியபோது அவள் எதிர்பார்த்ததற்கு மேலாக அவளின் கணவர் வரதராஜனும் வந்துகொண்டிருப் பதைப் பார்த்தாள். அவர் அவளிடம் சொல்லாமல் வருவதே அவளை ஆச்சர்யப்பட வைத்து மகிழ்ச்சியைக் கிளப்புவதற்குத் தான். அவள் உள்ளம் இடைவெளிகள் நிரப்பப்பட இருக்கும் நிகழ்கால நாட்களின் மகிழ்ச்சியில் நிரம்பியது. கீதாவும் ரஞ்சனும் கைகளை உற்சாகமாக ஆட்ட, அவர் லேப்டாப் பேக்குடன் தனித்துவமாகவும் அழகாகவும் நடந்து வந்தபடி அவளைப் பார்த்து காதலுடன் புன்னகைத்தார். அவள் அவரை கட்டியணைக்க வேண்டிய உந்துதலை அடைந்தாள். அவர்கள் நெருங்கியபோது கீதா முந்திக்கொண்டாள்.

பத்மாவதி ஒருவகையில் தனது தனிமைப் பற்றி அலுத்துக் கொள்வாள் என்று அவர்கள் எதிர்பார்த்திருந்தார்கள். ஆனால் அவள் அமைதியாக வந்தாள். பழகிய நகரமென்றாலும் நெரிசலான போக்குவரத்துக் காட்சிகள் அவர்களை வேடிக்கப் பார்க்க வைத்தன. கீதா, ‘அம்மா நீ மிகவும் இளமையாகத் தெரிகிறாய்; ஆனால் கொஞ்சம் களைப்பாகத் தெரிகிறாய்’ என்றாள். ரஞ்சனும் ஆமாம் என்றான். அவள் இளமையாக இருப்பதாக தன்னை நினைக்கவில்லை. மாறாக அவள் மெருகேறி இளமையாகவே இருந்தாள். அவள் இதற்காக என்ன செய் திருப்பாள்!? வழக்கமற்ற எதுவோ ஒன்று அவளைத் தங்களிட மிருந்து தனிமைப்படுத்துகிறது என்று நினைத்தார் வரதராஜன். சட்டெனக் காருக்குள் அவரவர்களின் தனிமையில் அகப்பட்டது

போல் அமைதியாக வந்தார்கள். அவள் இதயத்தில் விரியும் புன்னகையின் வெளிச்சம் அவளைப் பிரகாசமாக்கிக் கொண்டிருந்தது. வரதராஜன் அதைக் கலைக்க வேண்டுமென எண்ணினார். ஆனால் பத்மாவதியின் முகத்தில் தோன்றி யிருக்கும் அழகில் அவர் மயங்கினார். பழைய செடியில் சற்றே வாடிய புத்தம் புதிய மலர். ரகசிய வெறியூட்டும் அதன் நறுமணம். அவர் அதில் திக்குமுக்காடிப் போனார். தனது பிரிவு அவளை செழுமைப் படுத்தியிருப்பது குறித்து அவர் வருத்தமடைவதற்குமுன் தப்பித்துவிட வேண்டுமென்று வெளிப்பக்கம் பார்த்தார். கீதாவும் ரஞ்சனும் பிரிந்திருந்த நாட்களுக்கான வார்த்தைகளைச் செலவழிக்க ஆரம்பித்தார்கள். பத்மாவதி காரை அனாயாசமாகவும் அனுபவ முதிர்ச்சியோடும் ஓட்டிச்சென்றாள். அவளின் அனுபவத்தை அவளால் மெச்சிக் கொள்ள முடிந்தது. ஏனெனில் அது ஒன்றுதான் அவளுக்கு எப்போதும் எல்லாவற்றிலும் வழிகாட்டிக்கொண்டிருந்தது. நம்பகமான தெளிவான வரைபடத்தைப் போல.

காலச்சுவடு, ஆகஸ்ட் 2013

ராயல் ஸ்டுடியோவில் நடைபெறும் சோக நாடகங்கள்

'தி ராயல் ஸ்டுடியோ' நாடக நிறுவனத்தின் பிரத்யேகமான இந்நாடகத்தின் பதிவை உருவாக்கும் எனது மொழி, நடைபெற்ற நாடகத்தின் தன்மைக்கு எதிரான 'துரோகத்தின் அழகிய'லால் எழுதப் பட்டிருக்கிறது. ஏனெனில், தீமை தரும் நேர்மையற்ற இன்பம்; வாழ்க்கையின் முரண்பட்ட நகைச் சுவையைப் பிரதிபலிப்பதால், ஒரு துரோக மொழியே இதன் யதார்த்தத்தைத் துல்லியமாக உங்களுக்குத் தெரிவிக்கும் சரியான ஆயுதம் என்பதால்தான்.

சென்ற மார்ச் மாதம் ராயல் ஸ்டுடியோவின் ஒரு அங்கமான 'ஷ்யாமளா ரிஸார்ட்'ஸில் நடை பெற்ற இந்நாடகத்தை நடத்தியவர்கள், ரகசியமாக இயக்கியிருந்தாலும் நடைமுறை சிக்கல்களால் எதிர்பார்த்ததை மீறிய வன்முறைகள் நிகழ்ந்து விட்டதால், மதுரை டவுன் போலீஸ் உதவிக் கமிஷனரின் தனிப்படையால், அக்டோபர் பத்தாம் தேதி காலையில், வேடந்தாங்கலில் உள்ள தமிழ்நாடு லாட்ஜில் வைத்து வாசுதேவன் ராமஜெயம் ஆகியோர் கைது செய்யப்பட்டார்கள். மீதி நபர் களில் சிலர் மதுரையின் அருகிலுள்ள ஒரு கிராமத்தில் போலீஸாருக்கும் அவர்களுக்கும் நடந்த சண்டையின்போது சுட்டுக்கொல்லப் பட்டார்கள்.

ஜே.பி. சாணக்யா

தி ராயல் ஸ்டுடியோ நிறுவனத்தின் நாடகங்கள் எங்கெங்கும் கிளைபரப்பி தொடர்ந்து நடந்துகொண்டிருந்தாலும் இந்நாடகத்திற்கான முதல் காட்சி பவானி சங்கரின் வீட்டில் தான் நடந்தது. யதார்த்தத்தை அட்சரச் சுத்தமாகக் காட்டு வதற்கு ராயல் ஸ்டுடியோ நாடகக் கம்பெனியை எந்த ஒரு நிறுவனத்தாறும் தாண்டிவிட முடியாது என்பது உங்களுக்கு நன்றாகவே தெரியும்.

சன்னலில் இருந்து வரும் காலை ஒளியும் வீட்டு நடவடிக்கைகளும் அது காலை நேரம் என்று நம்பும்படியாகவே இருக்கிறது. தோட்டத்தில் அவன் அம்மா சத்தமிட்டு யாரிடமோ பேசிக்கொண்டிருக்கிறாள். அவன் அப்பா அவனைச் சிரமத்திற் கிடையில் சிவில் இன்ஜினியரிங் படிக்க வைத்ததற்கு அறுவடை யாக அவனிடமிருந்து மாதா மாதம் பெற்றுக்கொண்டிருக்கும் சம்பாத்தியத்தைப் பற்றிப் பேசிக்கொண்டிருக்கிறார். நன்றாக விடிந்தும்கூட உள்ளறையில் செல்லப் பிள்ளையைப் போல அவன் தூங்கிக்கொண்டிருக்கின்றான்.

வெயில் முன்வாசலைத் தாண்டிய பிறகு, பவானி சங்கர் எழுந்து அன்றாடங்களில் நுழைகின்றான். கழிவறையில் தண்ணீர் நிரப்பி வைக்காத வாளியில் நீர் நிரப்பியபடி அவர்களுக்கு அதை நினைவூட்டுகிறான். தோட்டத்து வாசற்படியில் பழைய மர நாற்காலியில் அமர்ந்திருக்கும் அப்பாவிடம், மகிழ்ச்சி கொள்ளும் அவர் முகத்தை எதிர்பார்த்தபடி, சம்பளத்தைத் தருகிறான். அவன் அம்மா உளமகிழ்ச்சியோடு கணவனைப் பார்த்துச் சிரிக்கிறாள். அவன் காட்டும் விசுவாசமும் அடக்கம் நிறைந்த நடத்தைகளும் அவர்களுக்கு நிறைவு தருவதை, நாசுக்காக தங்களது புன்னகைகளில் ஒருவருக்கு ஒருவர் தெரிவித்துக்கொள்கிறார்கள்.

பிறகு குளித்துக்கொள்கிறேன் என்று அம்மாவிடம் கூறி விட்டு அவனுக்கான ரகசியத்தை ரகசியமற்றதாக செய்வதாகக் கணிப்பொறி முன் அமர்கின்றான். (எப்போதும் கம்ப்யூட்டர் முன்னால் அமர்ந்திருக்கும் அவன் படிப்பு சம்மந்தமாகவே கம்ப்யூட்டரை உபயோகப்படுத்துகிறான் என்று நம்பி ஏமாந்து விட்டதாக அவர்கள் பிற்பாடு சொன்னார்கள்.) எதிர்பாராத இன்ப அதிர்ச்சியாக மின்னஞ்சலில் அவளின் புகைப்படம் அனுப்பப்பட்டிருக்கிறது. ஆவலுடன் பெரிது படுத்திப் பார்க்கின்றான். அவள் தற்போதைய இளைஞர்களின் பெருவாரி யான கனவுப் பெண்ணைப் போல் குடும்பப் பாங்கான முகத்துடனும் நவீன ஆடைகளுடனும் தோற்றமளித்துக் கொண்டிருக்கிறாள். வாரப்படாத அவள் தலைமுடி, தாமிர

நிறத்தில் தோள்களில் வழிந்திருக்கிறது. ஸ்லீவ்லெஸ் சுடிதாரில் வெளிப்பட்ட வாளிப்பான தோள்களை கம்ப்யூட்டர் திரையில் தொட்டுப்பார்த்துப் புன்னகைக்கின்றான். அவன் கதவைச் சாத்திவிட்டு தொலைபேசியில் அவளைத் தொடர்பு கொள்கின்றான்.

பவானி சங்கர் : ஹலோ...

மறுமுனையில் பெண்குரல் : ஹாய்... பவானி சங்கர். ஃபோட்டோ கெடச்சுதா?

பவானி சங்கர் : ம்... ரொம்ப அழகா இருக்கீங்க..!

மறுமுனை பெண்குரல் : நிஜமா?

பவானி சங்கர் : நிஜமாத்தான். உங்களைத்தான் மீட் பண்ணப்போறேன்னு நெனைக்கும்போது என்னால நம்ப முடியல.

மறுமுனை பெண்குரல் சிரிப்புடன் : அப்படியா? என்ன பண்றது பவானி. எனக்கு மேல படிக்கணும். முன்னாடியே சொல்லிருக்கேன்ன்னு நெனைக்கிறேன். எனக்கும் கீழ நாலு தங்கச்சிங்க. என்னோட குடும்பத்தை நாந்தான் காப்பாத்தணும். அப்பா சின்ன வயசிலே இறந்துட்டாரு.

பவானி சங்கர் : என்னை உனக்குப் பிடிச்சிருந்தா நான் உன்னைக் கல்யாணம் பண்ணிக்கிறேன்.

மறுமுனைப் பெண்குரல் : ரொம்ப தேங்க்ஸ் பவானி. ஆனா நான் என் தங்கச்சிங்க எல்லாருக்கும் கல்யாணம் பண்ணிட்டுத்தான் பண்ணிக்குவேன். அது வரைக்கும் உன்னால வெயிட் பண்ண முடியுமா? எனிவே... இப்படி சொன்னதுக்கு ரொம்ப தேங்க்ஸ்.

பவானி சங்கர் : நானும் உன்னோட கஷ்டத்துல பங்கெடுத்துக்கிறேன். என்னோட இருக்கிறதே கடைசியா இருக்கட்டும். இனிமே பணத்துக்காக இப்படி யாருகிட்டேயும் நடந்துக்க வேணாம். ப்ளீஸ். எனக்கு ரொம்ப கஷ்டமா இருக்கு.

மறுமுனை மௌனமாக இருக்கிறது.

பவானி சங்கர் : ஹலோ என்னாச்சி? கோவமா?

மறுமுனை பெண்குரல் : இல்ல பவானி... எம்மேல இவ்ளோ அக்கறை எடுத்துக்கிறீயே அதான்...

ஜே.பி. சாணக்யா

பவானி சங்கர்: இவ்ளோ நல்ல பொண்ணு படிக்க முடியலேன்னு இப்படிப் பணம் சம்பாதிக்கிறதை நெனைக்கும் போது ரொம்ப கஷ்டமா இருக்கு.

மறுமுனை பெண்குரல்: சாரிப்பா. வந்துடுவேல்ல.

பவானி சங்கர்: கண்டிப்பா நாளைக்கு வந்துடுவேன். நேத்துதான் சம்பளம் வாங்கினேன். அப்பாவுக்கு இப்போ நான் எவ்ளோ வாங்கறேன்னு தெரியாது. அந்தப் பணம்பூரா உனக்கு ஹெல்ப் பண்றதுக்குத்தான்.

மறுமுனைப் பெண்குரல்: ரொம்ப தேங்க்ஸ் பவானி...ம் அப்புறம் நேரா கொடைக்கானல் போய் எறங்கிடாதே... பெருமாள் கோயில்னு முன்னாடியே கேட்டு எறங்கிக்கோ. மெயில்ல எல்லா டீடெய்ல்ஸூம் எழுதிருக்கேன். எனக்கு மண்டேவும் லீவுதான். ரெண்டுமூணு செட்டு ட்ரெஸ் எடுத்துட்டு வந்துடு. நியூலி மேரிட்னு சொல்லிதான் ரூம் புக் பண்ணிருக்கேன். சப்போஸ் நீ முன்னாடி வந்துட்டா என்னோட பேரைச் சொன்னாலே சாவி குடுத்துருவாங்க.

பவானி சங்கர்: ஓக்கே... தேங்க்யூ.

மறுமுனை பெண்குரல்: ஸீயூ. பை.

பவானி சங்கரின் மனம் ரகசிய சந்தோஷத்தில் சிதறி அலைகிறது.

முன்மாலை நேரம். வேலைக்குச் செல்லும் பையில் இரண்டு நாட்களுக்கான துணிகளை எடுத்துக்கொண்டு, நண்பனின் திருமணத்திற்காகக் கொடைக்கானல் செல்வதாக அப்பாவிடம் பொய் சொல்லிவிட்டு கொஞ்சம் பணம் வாங்கிக் கொண்டு புறப்படுகிறான் பவானிசங்கர். தூங்குமூஞ்சி மரங்களின் நிழல்கள் தரையில் வரையப்பட்ட மரத்தின் பதிவுகளாகக் கிடக்கின்றன. தார்சாலையின் ஓரத்தில் கறுத்த நிழலைப் போல அவன் செல்கிறான். இஞ்சினியரிங் படிப்பை அரியர்கள் எதுவும் வைக்காமல் தேறிய அவன் இதுவரை எந்த ஒரு பெண்ணையும் உடலுறவு கொண்டிராதவனாக இருந்தான். கடந்த ஒருவார காலமாக மின்னஞ்சலில் தானாகக் கிடைத்த தொடர்பால் அவனது ஆண்மை உற்சாகம் பெற்றிருக் கிறது. கல்லூரிகளிலும் பள்ளிக்கூடங்களிலும் சொல்லிக் கொண்டிருந்த அவனது நண்பர்களைப் போல இனி அவனும் பெண்ணுடலை அறிந்தவனாக அலுவலகத்தில் சொல்லிக் கொள்ளலாம். இன்னும் சில நிமிடங்களில் நிகழவிருக்கும் அடுத்தக் காட்சியில் அவனது அப்பா அவனுக்குப் பெண்

பார்த்துத் திருமணம் செய்விக்க வேண்டியதைப் பற்றித் தனது மனைவியிடம் பேசுவதற்குக் காத்துக்கொண்டிருக்கிறார்.

2

'தி ராயல் ஸ்டுடியோ'–வின் தெருக்களில் சோடியம் விளக்குகள் தந்திக்கம்பங்களின் உச்சியிலிருந்தபடி பகலைப் போல் எரிந்துகொண்டிருக்கின்றன. அவன் மனம் காமத்தாலும் பயத்தாலும் உந்தப்பட்டிருக்கிறது. திருட்டைச் செய்பவன் போல இதயம் அதிர்ந்துகொண்டிருக்கிறது கொடைக்கானலுக்குச் செல்ல வேண்டிய பேருந்தில் ஏறிச்செல்கிறான் பவானி சங்கர்.

எட்டுமணி நேரக் களைப்பான பயணம். பெருமாள் கோயில் நிறுத்தத்தில் இறங்கிக்கொண்ட பவானிசங்கர், இடதுபுறம் பிரியும் மலையிறக்கத்தில் – சுற்றுலாப் பயணிகளைக் குறிவைத்துக் காத்திருக்கும் – தேனும் பழங்களும் மூலிகைகளும் விற்கும் தன்னந்தனியான கடைகளைத் தாண்டி, மலைப் பகுதிகளின் குளிர்ச்சி தரும் புத்துணர்ச்சியுடன் நடந்து செல்கிறான். பனி ஈரத்தில் மேலும் கரியத் தோற்றம் பெற்றிருக் கிறது சாலை. ஆங்காங்கே மிகவும் தனித்திருக்கும் கான்கிரீட் வீடுகள், குளிரிலும் மரங்களின் அடர்த்தியிலும் தங்களை மறைத்துக்கொண்டிருக்கின்றன. இரண்டாவது கொண்டை ஊசி வளைவின் இறக்கத்தில், துருப்பிடித்த இரும்பு திசைக் காட்டி ஒன்று, ஷ்யாமளா ரிஸார்ட்ஸ்–க்குச் செல்லும் பிரத்யேகமான சிமிண்டு சாலையைக் காட்டிக்கொண்டு நிற்கிறது. சந்தோஷத்துடன் திசைக்காட்டிப் பலகையைப் பார்த்தபடி நின்று உறுதி செய்கின்றான். அதே சமயம் உள்ளூர எச்சரிக்கை உணர்வும் வருகிறது. பிரதான சாலையிலிருந்து ஷ்யாமளா ரிஸார்ட்ஸூக்கு செல்லும் சரிவான பாதையில் தயக்கத்துடன் நடக்கிறான்.

மிகத் தூரத்தில், மேலெழும்பி நிற்கும் கருநீல மலைத் தொடர்கள் புகையாய் நகரும் மேகங்களுடன் ஒன்றியிருக் கின்றன. மாபெரும் பள்ளத்தாக்கை நோக்கி எதிர்பாராத விதமாகச் சரியும் சிமிண்டு சாலையில், அடர் பச்சை நிறத்தில் பூஞ்சைகளைப் போல் பாசிகள் படிந்திருப்பது நடையை வழுக்குகிறது. சரிவின் கீழே கண்ணுக்கு எட்டாத மலையடி வாரத்தின் இருள் நிரம்பியிருக்கிறது. பள்ளத்தாக்கும் பாசிகளும் அறிமுகமற்ற ஒரு அழைப்பும் ஊசலாடிக்கொண்டிருக்கும் குற்றவுணர்ச்சியும் அவன் முகத்தில் கலக்கத்தை ஏற்படுத்து கின்றன. பலவீனமானவன்போல நடக்கின்றான்.

நீண்ட இரண்டு வளைவுகளுக்குப் பிறகு அடிவாரத்தை நோக்கிச் செல்லும் பாதையிலிருந்து ஒதுங்கி நிற்கிறது ஷ்யாமளா

ரிஸார்ட்ஸ். சுற்றுச்சுவர் கேட்டின் சிமிண்டு தூணின் முகப்பில், தவழ்ந்து உடல் பரப்பி நிற்கிறது காகிதப்பூ மரம். கண்ணைப் பறிக்கும் ரோஸ்நிறப் பூக்கள் பனித்துளிகளுடன் பூத்தும் தரையில் விழுந்தும் ஜொலித்துக்கொண்டிருக்கின்றன. முட்களின்மேல் விரல்கள் படாமல் கிளையை விலக்கி வீட்டின் முகவரி எண்ணைப் பார்க்கின்றான். பனி ஈரத்துடன் ஷ்யாமளா ரிசார்ட்ஸின் பெயர் பொறித்த மரப்பலகை சிதிலங்களுடன் தன்னை ரகசியமாகத் தெரிவித்துக்கொள்கிறது.

உள்ளே செல்வதற்கான எத்தனிப்புடன் ஆளரவமற்ற அப்பகுதியில் சுற்றும் முற்றும் பார்த்தபடி நிற்கிறான் பவானி சங்கர். அந்த மலைப்பகுதியின் நடுவில் அவன் மட்டுமே நின்றுகொண்டிருக்கும் எண்ணம் வருகிறது. ஷ்யாமளா ரிஸார்ட்ஸுக்குள் அழைத்துச்செல்லும் அகலமான பாதையின் இருபுறமும் குன்றுகளைப் போல் உயர்ந்து தழைத்த மரங்களில், செடிகொடிகள் வலையாக அடர்ந்து முகம் மூடி அவன் வருகையை எதிர்பார்த்துக்கொண்டிருக்கின்றன. பாதையில் பதிக்கப்பட்ட அகலமான கற்பாளங்களின் இணைப்புகளில் முளைத்திருக்கும் புற்கள் நடமாட்டமற்ற தனிமையில் செழித் திருக்கின்றன. தனது கைப்பேசியை எடுத்து எண்களை அழுத்தி அவளை அழைக்கின்றான். அது சுத்தமாக நிலையத்துடன் தொடர்பற்று போயிருக்கிறது. பாதையைப் பார்த்தபடி கேட்டைத் தள்ளிப் பார்க்கின்றான். துருப்பிடித்த கேட்டின் இரும்புத் துகள்கள் பொடிந்து உதிர, கடினமான குளிரில் நடுங்கும் கிழவனைப் போல அலைவுற்றும் நோயுற்ற ஓநாயின் தேய்ந்து மறையும் மெல்லிய ஊளையைப் போலச் சத்தமிட்டுக் கொண்டும் அது திறந்துகொள்கிறது. சஞ்சலங்கள் முளைக்கும் மனதைத் திடப்படுத்திக்கொண்டு கேட்டைச் சாத்துகின்றான். மீண்டும் உள்ளுணர்வு எச்சரித்தும் திரும்ப முடியாத விருப்பத் தோடு தயங்கி நடக்கின்றான்.

கற்பாளங்களைத் தாண்டி மணற்பாங்கான தரைப் பகுதியில் செருப்பின் பதிவுகள் புதிய வருகையைப் போல் – பின்பு அவனைத் தேடிக்கொண்டு வருபவர்களுக்கான தடயமாக – பதிந்துசெல்கிறது. சிறு வளைவைத் தாண்டியதும் திகில் படங்களில் வருவதுபோல, வெறிச்சோடிக் கிடக்கும் வீடு, சிறிது தூரத்தில் புழக்கமற்று அவனுக்காக காத்திருப் பதைப் பார்க்கின்றான். நாய் சங்கிலி அவிழ்ந்து கிடக்கிறது. சுற்றுச்சுவரின் உள் பகுதியெங்கும் கோவையிலைக் கொடிகள் படர்ந்து செழித்திருக்கின்றன. பயத்துடன் வீட்டு முகப்புக்குச் செல்கின்றான். கலை வேலைப்பாடுகள் செய்யப்பட்ட, பழமை தொனிக்கும் சற்றே வெளுத்த அகலமான பிரவுன் நிறக்

கதவுகள் மூடிக்கிடக்கின்றன. அங்கிருந்து கேட்டைப் பார்க்கின்றான். (கண்ணாடியில் கீறப்படும் ஆணிகளின் முடிவற்ற கீறல் ஒலிகளைப் போல் பூச்சிகளின் சப்தங்கள் அவ்விடத்தை நிரப்பிக்கொண்டிருப்பதை அப்போதுதான் உணர்கிறான்.) அந்தச் சத்தத்தின் தொடர் ரீங்காரம் திரும்பிச் சென்றுவிடும் மனநிலையை வற்புறுத்துகிறது. அவள் அழகு வற்புறுத்தலை இரக்கமற்று குழப்புகிறது. அமைதியற்று அங்கேயே சில வினாடிகள் நிற்கின்றான். பயத்தை விலக்கி படியேறிச் சென்று அழைப்புமணியை அழுத்துகின்றான். எந்தச் சப்தமும் இல்லை. மின்சாரம் நின்று போயிருக்கலாம் என்று நினைக்கின்றான். மீண்டும் கேட்டைப் பார்க்கின்றான். கதவைத் தட்டுகின்றான். வார்த்தைகளை வெளிக்கொண்டு வருகின்றான்.

"ஹலோ . . . ."

அவனது குரலே அழைப்பைப் போலச் சஞ்சலத்துடன் அவனைத் திருப்பிக் கூப்பிடுகிறது. வியர்வையில் பிசுபிசுக்கத் தொடங்கியிருக்கும் கையோடு கதவைத் தள்ளிப் பார்க்கின்றான். அது தாழிடப்படவில்லை. சிதைந்துகொண்டிருக்கும் தைரியத்தினூடாக வேடிக்கைப் பார்ப்பவனைப் போல் நின்றுகொண்டிருந்துவிட்டு முதல் எட்டை எடுத்துவைக்கின்றான். தூசி மிகுந்த கூடம். எதிர்பார்க்கவே முடியாதபடி டீபாயில் மிச்சமிருக்கும் மதுவுடன் பாட்டில்களின் ஆளுயர நிழல்கள், சுவரில் பிரம்மாண்டமாக வரையப்பட்ட ரத்தம் குடிக்கும் 'டிராகுலா' ஓவியத்தின்மேல் எழும்பி நின்றுகொண்டிருக்கின்றன.

சுருட்டப்பட்டாத பாய்களும் அழுந்திக் கெட்டித்தட்டிய தலையணைகளும் தரையை மூடியிருக்கின்றன. உலக போராளிகளின் போஸ்டர்களும் நடிகைகளின் அரை மற்றும் முழு நிர்வாணப் போஸ்டர்களும் சரிவிகிதமாகச் சுவர்களில் இடம்பெற்றிருக்கின்றன. பூ வேலைப்பாடுகளுடன் அமைக்கப்பட்ட துருப்பிடித்த கம்பி சன்னல்களில் ஆண்களின் நாள்பட்ட உள்ளாடைகள் மொடமொடப்புடன் காய்ந்துகொண்டிருக்கின்றன. சன்னலில் இருந்து அறையின் மூலைக்கு இழுத்துக் கட்டப்பட்ட நீல நிற நைலான் கயிற்றில் அழுக்கேறியத் துணிகள் தாழத் தொங்கிக்கொண்டிருக்கின்றன. பிளாஸ்டிக் சூட்கேஸ் வாயைத் திறந்தபடி கோணலாகக் கிடக்கிறது. சிமிண்டு ரேக்குகளில் மேலும் சில பழைய சூட்கேஸ்களும் புத்தகங்கள் வளைந்தும் ஒன்றின்மீது ஒன்று ஒருக்களித்தும் நிரந்தரமாக இளைப்பாறிக்கொண்டிருக்கின்றன. கீழடுக்கில் சுருட்டித் திணிக்கப்பட்டும் வீசப்பட்டும் கிடக்கும் துணிகளும் சிடி, டிவிடிக்களுமாக ஆக்கிரமித்திருக்கின்றன. பழைய லேப்டாப்

ஒன்று பயன்படுத்திய நிலையில் திறந்திருக்கிறது. எங்கிருந்தோ கத்திக்கொண்டிருக்கும் காகத்தின் கரைதலொலியோடு மரங்களின் நிழலசைவுகள் சன்னல் வழியாகச் சுவரில் மேலும் கீழும் அசைந்தாடுகின்றன. அரக்கத்தனமாக எழும்பிவரும் வெட்கம் கெட்ட ஆண்களின் சிரிப்பொலிகள் அவனுக்குப் பின்னே திடுக்கிடலுடன் கேட்கத் தொடங்குகின்றன.

3

கனமான பனி பெய்துகொண்டிருக்கும் நள்ளிரவு. சூழலின் மேல் அட்டூழியமாகக் கவியும் இருட்டில் பவானி சங்கரின் அப்பா, அவனுக்குப் போன் பேசுவதற்கு முயற்சித்துக்கொண்டிருக்கிறார். (அந்த இருண்ட ஒளிப்பதிவு துர்சகுனத்தின் குறியீட்டைப் போல் பார்வையாளர்களுக்குப் புரிந்துவிட்டதை பத்திரிக்கையில் படித்தபோதே என்னிடம் சொன்னார்கள்.) அது 'ஸ்விட்ச் ஆஃப் செய்யப்பட்டுள்ளது' என்ற தகவலை ஒரு பைத்தியத்தைப் போலத் திரும்பத் திரும்பச் சொல்கிறது. நீலப் பூக்கள் வரையப்பட்ட வெள்ளை மேசை விரிப்பில் அவர் செல்போனை வைக்கிறார். தனது கால்களை மாற்றிப்போட்டு அமர்கிறார். அவர் மனைவி அவருக்குத் தேனீர் கொண்டுவந்து தருகிறார். அவர் முகம் விசனத்தில் தோய ஆரம்பித்திருப்பதை அவள் உணர்கிறாள்.

மறுநாள் சாயங்காலம்வரை வீடு திரும்பாத, தொலைபேசி செய்து தகவல்களைப் பரிமாறிக்கொள்ளாத மகனுக்காக இப்போது பேச வேண்டியது அவள் முறை என்று அவளுக்குத் தெரியும்:

பவானி சங்கரின் தாய்: ஏன் ஒரு மாதிரியாக இருக்கின்றீர்கள்?

அவர் சொல்கிறார்: ஒன்றுமில்லை.

நள்ளிரவைத் தாண்டி நாய்கள் வானத்தைப் பார்த்து ஊளையிடுகின்றன. அவை குரூரமான இசையைப் போல இருக்கின்றன. விரும்பத் தகாத சகுனங்களைப் பேசுவதாக பவானி சங்கரின் அப்பா தன் மனைவியிடம் சொல்கிறார். கலவரமான மௌனம் பவானி சங்கரின் அம்மாவை மொய்க்கத் தொடங்குகிறது. வயோதிகம் தரும் அசௌகர்யத்தாலும் பிள்ளையின் நலன் குறித்த அக்கறையாலும் அவர்கள் பெருமூச்சி விடுகிறார்கள்.

பக்கத்து வீட்டு ரேடியோவில் பழைய பாடல் சோகத்தைப் பேசுகிறது. சிறிது நேரத்தில் பவானி சங்கரின் தொலைபேசியிலிருந்து அழைப்புவருகிறது. அவர், அடக்கப்பட்ட

புன்னகையுடன் – ஆறுதல் செய்தி வந்துவிட்டதுபோல – சுறுசுறுப்பாக எழுகிறார். ‘பவானி சங்கர் காலிங்’ என்ற எழுத்துக்கள் ஆங்கிலத்தில் மின்னி மறைகிறது. அவர் முகத்தில் தெரியும் புன்னகையில் ஆசுவாசம் கொள்கிறாள் அவன் அம்மா. ஆர்வத்துடன் பச்சைப் பட்டனை அழுத்தி குரலைக் கேட்கிறார். செல்போனின் நீலமான ஒளியில் அவர் முகம் சட்டென அதிர்ச்சியில் உறைகிறது.

(அவர் இதுவரைக் கேட்டிராத குரல். பார்வையாளர்களுக்கு மிகவும் பழகிப்போன ஒரு காட்சி.)

மர்மக்குரல்: உங்கள் மகன் ஒரு பெண் விஷயத்தில் சிக்கிக்கொண்டிருக்கின்றான். எங்களுக்கு ஐந்து லட்சம் தேவை. போலீஸுக்குப் போனால் உங்கள் மகன் உயிரோடு திரும்ப கிடைக்கமாட்டான். மீண்டும் நாங்களே பேசுவோம்.

“டொக்”.

அவர் வழக்கம்போல திரைப்படங்களில் வரும் அப்பாவி அப்பாவைப் போல ஹலோ, ஹலோ என்கிறார். இணைப்புத் துண்டிக்கப்பட்டிருக்கிறது.

4

மறுநாள் இரவு. இருட்டான அரங்கத்திற்குள் பூட்ஸ் சப்தம் மட்டும் கேட்கிறது. பெரிய போலீஸ்காரர் பூட்ஸ் சப்தத்துடன் வருகிறார். அந்தச் சப்தம் நமக்குப் பலவற்றை உணர்த்துகிறது. தலையில் சட்டித் தொப்பி போட்ட குண்டு பல்பு வெளிச்சத்தில் அவர் வந்து நிற்கிறார். கவர்ச்சியற்று ஒழுகிக்கொண்டிருக்கும் ஆழ்ந்த மஞ்சள் ஒளியினூடாக அவருக்கும் பின்னே கூட்டமான பூட்ஸ்கால்களின் சப்தங்கள், அரங்கத்தின் படிக்கட்டுகளில் மேலேறி வருவது நிசப்தத்தைக் கூட்டாகக் கலைக்கின்றன. மார்ச் ஃபாஸ்ட்டை குளறுபடியாகச் செய்வது போலவோ பரபரப்பூட்டும் போலீஸ் துரத்தல்கள் போலவோ அவை சூழலில் பட்டவர்த்தனமாகக் குறுக்கிடுகின்றன.

குரலைப் பதிவு செய்யும் கருவிகளைப் பவானி சங்கர் அப்பாவின் செல்போனுடன் இணைக்கப்பட்ட பிறகு, கடத்தல்காரர்களிடமிருந்து வரவேண்டிய தொலைபேசிக் காகக் காத்திருக்கும் அவர்கள், தொப்பிகளைக்கூடக் கழற்றாமல் உடல்களுக்குப் பொருந்தாத இருக்கைகளில், மரக்கிளைகளில் தொற்றிக்கொண்டு அமர்ந்திருக்கும் கழுகுகளைப் போலும் மௌனமாக, உரையாடலற்ற, நடிகர்களைப் போலவும் அப்படியே உறைந்திருக்கின்றார்கள். காற்று, தொப்பியிட்ட

குண்டுபல்பைத் தொட்டு ஆட்டுகிறது. காற்றிலாடும் வட்டமான வெளிச்சம் முன்பின்னாக ஊஞ்சலாடுகிறது. இருளும் ஒளியுமாக அரங்கத்தில் அவர்கள் தோன்றிக்கொண்டிருக்கின்றார்கள்.

அலாரம் வைக்கப்பட்ட கடிகார சாவி கோமாளியைப் போல் ரிவர்ஸில் சுழல்கிறது. ரேடியம் பூசப்பட்ட கடிகார எண்கள் இரவுக்கான பதினொன்றை அறிவிக்கின்றன. கூடத்தி லிருந்த பவானி சங்கரின் அப்பாவின் தொலைபேசி ஒலிக்கத் தொடங்குகிறது.

டிர்ர்ரிங்... டிர்ர்ரிங், டிர்ர்ரிங்...

குரலைப் பதிவு செய்யும் கருவி, ரெக்கார்டிங் ஸ்டுடியோ வில் சுழல்வதுபோல் டேப்பை நகர்த்தி குரலைப் பதிவுசெய்கிறது.

மர்மக்குரல்: ஹலோ..

பயத்துடன் பவானி சங்கரின் அப்பா: ஹலோ...

மர்மக்குரல்: நாங்கள் மாட்டுத்தாவணிப் பஸ் ஸ்டாண்டுக்கு இன்னிக்கி நைட் வருவோம். பணத்தை அங்க வந்து கொடுக்கணும். நைட் எப்போவேணா வருவோம். போலீஸுக்குப் போனீங்க..! உங்க புள்ளையைத் துண்டு துண்டா வெட்டிப் போட்டுடுவோம்.

பவானி சங்கரின் அப்பா: ஐயா, இங்க பாருங்க... என் பையனை ஒண்ணும் பண்ணிடாதீங்க நாங்க ஏழைங்க, எங்ககிட்டே ஏது...

"டொக்."

போலீஸ்காரர்கள் பவானி சங்கரின் கம்ப்யூட்டர். புத்தகங்கள், பெட்டிகள், அலமாரிகள், துணிமணிகள், பொருட்களைக் கலைத்து சோதனையிடுகிறார்கள். அவனுக்கு வந்த மின்னஞ்சல்களைக் கவனிக்கின்றார்கள். ஹேமா எனும் பெயருடைய மெயிலில் அவனுக்கு விரிக்கப்பட்டிருந்த வலையை அவர்கள் அடுத்த அரை மணி நேரத்தில் 'ட்ரேஸ்' செய்கிறார்கள்.

"ஆர்குட் வெப்சைட்டிலிருந்து அனுப்பப்பட்ட அந்த மெயில்கள் ஃபோர்ஜரிதான். அறுபது நபர்களுக்கு அனுப்பப் பட்ட இது போன்ற மெயில்களில் பவானி சங்கர் சிக்கியிருக் கின்றான்" என்கிறார் இன்ஸ்பெக்டர்.

செல்போன் நிலையத்தில் பவானி சங்கரின் ஒரு மாதத்திற் கான 'கால் ஹிஸ்டரி'யை பெறுகிறது காவல்துறை. துருப்புச் சீட்டைக் கைப்பற்றிய பெருமிதம் அவர்களின் முகத்தில் தெரிகிறது.

"உங்கள் மகனைக் கண்டுபிடித்துவிடலாம். செல்போன் வந்துவிட்டபிறகு குற்றவாளிகளை பிடிப்பதன் சிரமம் குறைந்து தான் இருக்கிறது" என்கிறார் இன்ஸ்பெக்டர்.

5

இருண்ட முகத்தைப் போல நட்சத்திரங்களற்ற வானம். போதையைப் போல இரவுநேரத் தூக்கம். பேருந்து நிலையத்தின் கான்கிரீட் கூரைகள் உயரப் பார்வையில் ராட்சத ரக்கைகளைப் பேலும் நீளமான சிறைக்கூடங்களைப் போலும் வானத்தின் கீழே ஊமையாய்த் தெரிகின்றன. ஒளியிழந்துவரும் கண்களைப் போல் பேருந்துநிலைய கடைகளின் விளக்குகள் ஒவ்வொன்றாய் உறங்கத்தொடங்குகின்றன. ஓய்வெடுக்கும் பேருந்துகளின் இடைவெளிகளில், எஞ்சின்களின் உஷ்ணம், துர்நாற்றத்தோடு கலந்து பரவியிருக்கின்றது. மழைக்கு ஒதுங்கும் பிச்சைக்காரர்களைப் போல கதகதப்புத் தேடிய நாய்கள், பேருந்துகளின் அடியில் தஞ்சமடைந்திருக்கின்றன. திருப்தியடையாத ஆர்வத்துடனும் அலுப்புடனும் குப்பைகளைக் கிளரும் இன்னும் சில நோயுற்ற நாய்கள் மூச்சிரைத்தபடி திறந்த வெளியில் பைத்தியங்களைப் போல அலைகின்றன. வெளிச்சத்தில் பூச்சிகளைப் போல உறக்கமற்றவர்களின் நடமாட்டம். வானத்தின் கீழே சுதந்திரமான இரவு நேர சூன்ய வெளி.

பேருந்து நிலையம் மற்றும் அவற்றின் வெளிப்பகுதிகளின் எண் திசைகளும் கண்காணிப்புக் காமிராக்களின் எந்திரக் கண்களில் அகப்பட்டிருக்கின்றன. நான்கு இளம் போலீஸ் காரர்கள், கடத்தல்காரர்களின் வருகைக்காக, பேருந்து நிலைய காவல் நிலையத்தினுள், சிகரெட் புகைத்தபடியும் அவ்வப் போது ஃபிளாஸ்கிலிருந்து தேனீர் பருகியபடியும் காமிராவின் காட்சிகளைக் கவனத்துடனும் பார்த்துக்கொண்டிருக்கிறார்கள். பவானி சங்கரின் அப்பா, பேருந்து நிலைய சைவ ஓட்டலின் முன்பு, அழுக்குக் கரைபடிந்த சிமிண்டு பெஞ்சில், கொடிய வியாதியால் தாக்குண்டவர்போல் நிழலாக ஒடுங்கி அமர்ந்திருக்கின்றார். துணிக்கடைப் பையினுள் ஆங்கில தினசரியில் சுருட்டப்பட்ட ஐந்து லட்ச ரூபாய் பணம், அவர் மடியில் ஒன்றுமறியாமல் கிடக்கிறது. கடத்தல்காரர்களிடமிருந்து வரவிருக்கும் தொலைபேசிக்காக உலகத்தின் கடைசி தூக்கத்துடன் அவர் கடவுளை வேண்டிக்கொண்டு அமர்ந்திருக்கிறார். அவரது அழுகை போலீஸ்காரர்களின் அறிவுரைப்படி கட்டுப்படுத்தப்பட்டிருக்கிறது. கடந்து செல்லும் ஒவ்வொரு மனிதனும் பவானி சங்கர் அப்பாவின் சந்தேகத்தில் விழுந்துகொண்டிருக்கிறான்.

ஜே.பி. சாணக்யா

மதுரையை விட்டு வெளியேறும் அனைத்துப் பிரதான வழிகளும் சிறிய குறுக்கு வழிகளும் போலீஸ் குழுக்களால் கண்காணிக்கப்படுகின்றன. பவானி சங்கரின் அப்பாவைச் சுற்றி நிறுத்தப்பட்டிருக்கும் பேருந்துகளின் இடங்களில், போலீஸ் நிர்வாகம் விளக்குகளை அணைத்து செயற்கை இருளைப் பரப்பியிருக்கிறது. பேருந்துகள், நிலையத்திற்கு வருமுன்னே கண்டக்டர் சீருடைகளில் பேருந்துகளில் ஏறிக் கொண்ட போலீஸ்காரர்கள், வாக்கி டாக்கியைத் தவிர்த்து விட்டு வைப்ரேஷன் மோடில் போடப்பட்ட செல்ஃபோன் களுடன் தூங்கும் பாவனையில் நாற்புறமும் பதுங்கிக்கிடக் கின்றார்கள். இது போன்ற பல சம்பவங்களில் வெற்றி பெற்றிருந்த அவர்களிடம் பொதுமக்கள் பழையத் திரைப் படங்களில் பார்த்திருக்க நேர்ந்த பிஸ்டல்களும் சில கள்ளத்துப்பாக்கிகளும் தயார் நிலையில் ஒளிந்திருக்கின்றன.

பவானி சங்கர் அப்பாவின் அருகில் அமரும் பயணிகள் மிகவும் கடுமையாகக் கண்காணிக்கப்படுவது அவர்களுக்குக் தெரிவதில்லை. அவரிடம் பேருந்துகளை விசாரிக்கும் அப்பாவிப் பயணிகள் சிலர் ரகசியமாக அழைத்துச் செல்லப்பட்டு விசாரிக்கப்படுவதில் அவதியுறுகின்றார்கள். சந்தேகம் தீரும் வரை மூளை ஸ்தம்பித்துவிடும் அழுத்தமான அறைகளை வாங்கி அழுகின்றார்கள். பயணிகளின் உச்சி மயிர்கள் முரட்டு கைகளில் கொத்தாகச் சிக்குகின்றன. தாடைகளை இரும்பைப் போன்ற லட்டிகள் நிமிர்த்திப் பார்க்கின்றன. டார்ச் லைட்டுகள் அவர்களின் கண்களைக் குருடாக்கிவிடுவது போல வெளிச்சத்தைத் துப்பி அணைகின்றன. சந்தேகத்தை விலக்கிக்கொள்ள முடியாதபடி முகவெட்டு அமைந்த துரதிருஷ்டசாலிகள் கண்காணிப்பு அறைக்குள் தற்காலிகக் கைதில் நிறைக்கப்படுகிறார்கள்.

புழுக்கமான நள்ளிரவு. எதுவும் நடவாத அலுப்பும் களைப்பும் சூழலைத் தழுவுகிறது. இனிதான் அவர்கள் தன்னை அணுக முடியும் என்று பவானிசங்கரின் அப்பா நினைத்தபோது போலீஸ்காரர்கள் இனிமேல் அவர்கள் வருவது கடினம் என்று முடிவுசெய்கிறார்கள். கூட்டம் குறைந்துவிட்டதுதான் காரணம். விடியும்வரை காத்திருந்தும்கூட நம்பிக்கையற்றுக் கலைகிறார்கள்.

6

மறுநாள் காலை தனிப்படை போலீஸார் பழைய கலெக்டர் பங்களாவில் குழுமித் திட்டமிடுகிறார்கள். சிலந்தியும் ஒட்டடை களும் நிரம்பியிருக்கும் இடத்தில் தினசரிப் பத்திரிகையை விரித்து வைத்து டிபன் சாப்பிடுகிறார்கள். கடத்தல்காரர்கள் வராமல் போனதற்கான காரணங்களை வரிசைப்படுத்தி

விவாதிக்கின்றார்கள். மதியத்திற்கு மேல் நாற்காலி மேசைகள் போடப்படுகின்றன. மடிக்கணினிகள் இண்டெர்நெட்டோடு பிணைக்கப்படுகின்றன.

பவானி சங்கரிடம் பேசிய எண்ணுக்குத் தொடர்ந்து முயற்சிசெய்கின்றார்கள். அனேகமாக அது ஒரு ஆதாரம் என்பதால் இந்நேரம் சிம் கார்டு மாத்தியிருப்பார்கள் என்று அவர்களின் விவாதங்களில் பேசிக்கொண்டிருந்தாலும் அதைச் செய்வதும் அவர்களின் நடவடிக்கைகளில் ஒன்றாக இருக்கிறது. பின்புதான் கடத்தல்காரர்கள் அனுப்பிய அறுபது மெயில்களில் வேறு சில தொலைபேசி எண்கள் மாற்றிக் கொடுக்கப்பட் டிருப்பதைப் கவனிக்கின்றர்கள். சமயோசிதமாக ஒரு காரியத்தைச் செய்கின்றார்கள். வழக்கமான, புத்திசாலித்தனமான அந்த அணுகுமுறை அவர்களுக்கு உதவுகிறது.

தொடர்ந்து மூன்று நாட்களுக்கு கடத்தல்காரர்கள் கொடுத் திருந்த எல்லா எண்களும் ஸ்விட்ச் ஆஃப் செய்யப்பட்டிருப்பதை சொல்லிக்கொண்டிருக்கிறது. அவர்கள் அரங்கத்தை விட்டுக் கலைகிறார்கள். விளக்குகளை அணைக்கிறார்கள்; போடுகிறார் கள்; புகைக்கின்றார்கள்; மதுவருந்துகிறார்கள்; பிரியாணி சாப்பிடுகிறார்கள்; உறங்குகிறார்கள். நான்காவது நாள் முடிந்துவிட்ட சாயங்காலத்தில் மீண்டும் அலுப்புடனும் சிறு நம்பிக்கையுடனும் முயற்சிசெய்கிறார்கள். ஒரு எண்ணுக்குரிய போன் வாய் திறக்கின்றது.

டிர்ர்ர்ரிங் . . . டிர்ர்ர்ரிங், டிர்ர்ர்ரிங் . . . டிர்ர்ர்ரிங், டிர்ர்ர்ரிங் . . . டிர்ர்ர்ரிங், டிர்ர்ர்ரிங், டிர்ர்ர்ரிங் . . . டிர்ர்ர்ரிங் . . .

போலீஸ் தரப்பு துப்பறியும் கவனத்துடன் அமர்ந்திருக்கிறது. அவர்களின் முகங்களில் பவானி சங்கர் குடும்பத்தின் துக்கத்தைத் தாண்டிய குற்றவியல்சார்ந்த ஆர்வமும் தொழில் துடிப்பும் பரவியிருக்கிறது. மறுமுனை அமைதியாக இருப்பதைக் கேட்கும் கூர்மையில் பென்சில்கள் சீவலாம். முழுமையான ரிங்க்குகள் போய் முடிகின்றன. ஆனால் மீண்டும் மீண்டும் முயற்சிக்கிறார் கள். இந்த முறையும் ரிங்குகள் அடிக்கின்றன.

டிர்ர்ர்ரிங் . . . டிர்ர்ர்ரிங், டிர்ர்ர்ரிங் . . . டிர்ர்ர்ரிங், டிர்ர்ர்ரிங் . . . டிர்ர்ர்ரிங்,

எதிர்பார்க்காத ஒரு நொடியில் தொலைபேசி எடுக்கப் படுகிறது. எதிர்முனை கனமான மௌனத்துடன் காத்திருக்கிறது.

போலீஸார் முன்பே எடுத்த முடிவின்படி தயாரித்த தங்களின் புதிய நாடகத்தை அரங்கேற்றுகிறார்கள்.

இனிமையான குரல்வளம் கொண்ட இளமையான பெண் போலீஸ் ராதிகா பேசுகிறாள்.

பெண்போலீஸ் : ஹலோ

எதிர்முனையில் பெண்குரலை எதிர்பார்க்காத ஆண்குரல் சற்றே சந்தேகித்துப் பேசுகிறது : ஹலோ

பெண்போலீஸ் : சுந்தர்?

எதிர்முனையில் இருந்த ஆண்குரல் லேசான கடுமையான தொனியில் பேசுகிறது : உங்களுக்கு யார் வேணும்?

பெண்போலீஸ் : சுந்தர் இருக்காருங்களா?

எதிர்முனையில் ஆண்குரல் இயல்பாக இணைப்பைத் துண்டிக்கிறது : ராங் நம்பர்.

பெண்போலீஸ் : சாரிங்க.

மறுமுனை : 'டொக்'

போனைத் துண்டித்தவுடன் போலீஸார் உற்சாகமாக இரண்டாம் கட்ட நகர்வுக்குத் தயாராகிறார்கள். இன்ஸ்பெக்டருக்கு மேலிடத்திலிருந்து தொலைபேசி வருகிறது. 'மீன் புழுவைக் கொத்து'வதாக கோர்ட் வேர்டில் தகவல் கொடுக்கிறார் இன்ஸ்பெக்டர்.

கைக் கடிகாரத்தைப் பார்த்துக்கொண்டு மீண்டும் ராதிகா நம்பரை ரீ டையல் செய்கிறாள் :

டிர்ர்ர்ரிங்... டிர்ர்ர்ரிங்,

இந்த முறை ரிஸீவர் சட்டென எடுக்கப்படுகிறது.

ராதிகா : ஹலோ... இது 9884328456 தானே!?

முன்பு பேசிய எதிர்முனை ஆண்குரல் : ஆமா..!

பெண்போலீஸ் : ஏய் சுந்தர், குரலை மாத்திப்பேசி வெறுப் பேத்துறியா?

எதிர்முனையில் ருசிகர மௌனம். போலீஸிடமும் ருசிகர எதிர்பார்ப்பு.

மீண்டும் பெண்போலீஸ் : சுந்தர்... ஹலோ சுந்தர்?

எதிர்முனையில் ஆண்குரல் : உங்களுக்கு யார் வேணும்?

பெண்போலீஸ் : நீங்க யாரு பேசறது?

முதல் தனிமை

எதிர்முனையில் ஆண்குரல் குறும்புடன் சிரித்தபடி பேசுகிறது : யாரா இருந்தா பேசுவீங்க?

பெண்போலீஸ் கண்டிப்புடனும் உரிமையுடனும்: ஹலோ போனை சுந்தர்கிட்டே குடுங்க. ப்ளீஸ்.

எதிர்முனையில் ஆண்குரல் விளையாடத் தொடங்குகிறது : எங்ககிட்ட பேசமாட்டீங்களா?

பெண்போலீஸ் மௌனம். சில வினாடிகள் காத்திருக்கிறார் ராதிகா.

எதிர்முனையில் ஆண்குரலில் சிறு அவசரம் : ஹலோ ..!

பெண்போலீஸ் : ம்!?

எதிர்முனையில் ஆண்குரல் வசீகரிக்க முயற்சிக்கும் தன்மையுடன் பேசுகிறது : உங்க பேர் என்ன?

பெண்போலீஸ் : எதுக்குக் கேட்கிறீங்க? உங்க பேரு என்ன?

நுட்பமாகக் கவனித்திருந்தாலொழிய கண்டுபிடிக்க முடியாதபடியான சிறு தயக்கத்திற்குப் பிறகு

எதிர்முனையில் ஆண்குரல் பதில் சொல்கிறது : ஜெயராம்.

பெண்போலீஸ் : ஓகே நான் வைக்கிறேன். ராங் நம்பர்னு நெனைக்கிறேன். சாரி.

எதிர்முனையில் ஆண்குரல் முன்பைவிட அவசரத்தில் : ஹலோ வச்சுடாதீங்க. கொஞ்சம் பேசிகிட்டருக்கலாம்.

பெண்போலீஸ் கண்டிப்புடன் : நான் ஒண்ணும் அந்த மாதிரிப் பொண்ணு கிடையாது. நான் வைக்கிறேன்.

எதிர்முனையில் ஆண்குரல் : ப்ளீஸ்ங்க... உங்க பேர் என்ன?

பெண்போலீஸ் மௌனம்.

எதிர்முனையில் ஆண்குரல் எதிர்பார்ப்பில் வழியத் தொடங்குகிறது : உங்கக் குரல் ரொம்ப அழகா இருக்கு. தெரிஞ்சிக்கலாம்னு கேட்டேன்.

எதிர்முனை ஆண்குரலின் வழிசலில் போலீஸ்காரர்கள் சிரிப்பாக வர வேண்டியதைப் புன்னகையாக்குகிறார்கள்

பெண்போலீஸ் : சுந்தர் இந்த நம்பர் குடுத்திருந்தார். நெஜமா சுந்தர் அங்கே இல்லையா?

எதிர்முனை ஆண்குரல் : இல்லை. நீங்க ஏதாவது ஒரு நம்பர் மாத்திப் போட்டுருப்பீங்க. என்ன விஷயம்னு தெரிஞ்சிக்கலாமா?

பெண்போலீஸ் : சாரி, நான் வைக்கிறேன்.

எதிர்முனை ஆண்குரல் : ப்ளீஸ் . . . வைக்காதீங்க, உங்க குரலைக் கேட்கும்போது நேர்ல பார்க்கணும்போல இருக்கு.

பெண்போலீஸ் மௌனம். எதிர்முனைக் குரல் தொடர்ந்து பேசுகிறது.

எதிர்முனை ஆண்குரல் : என்னோட பேர் மோகன். பி.இ., மெக்கானிக் இஞ்சினியர்.

இந்தத் தகவலில் போலீஸ்காரர்கள் அனைவருமே ஒருவரை ஒருவர் வியந்து பார்த்துக்கொள்கிறார்கள்.

பெண்போலீஸ் : ஓஹோ . . .

எதிர்முனை ஆண்குரல் : உங்கப் பேரு என்ன ?

பெண்போலீஸ் : ராதிகா.

எதிர்முனை ஆண்குரல் : நைஸ் நேம்.

பெண்போலீஸ் மௌனம்

எதிர்முனை ஆண்குரல் : நீங்க படிக்கிறீங்களா, ஒர்க் பண்றீங்களா ?

பெண்போலீஸ் : பி எஸ்ஸி மேத்ஸ். நானும் சுந்தரும் ஒரு வருஷமா லவ் பண்றோம். எங்க வீட்ல ஒத்துக்கல. வீட்டை விட்டு வந்துட்டேன்.

பெண்போலீஸ் மெல்ல விசும்பி அழுகிறாள்.

எதிர்முனையில் மௌனம்.

எதிர்முனையில் ஆண்குரல் : ஹலோ அழாதீங்க?

பெண்போலீஸ் தொடர்ந்து அழுகிறாள்.

பெண்போலீஸ் : இப்போ எனக்கு என்ன பண்றதுன்னே தெரியல

எதிர்முனையில் ஆண்குரல் : இப்போ எங்கே இருக்கீங்க?

பெண்போலீஸ் அழுதபடியே : ஏன் கேக்குறீங்க?

எதிர்முனையில் ஆண்குரல் அக்கறையுடன் : நான் இப்போ அங்கே வறேன்.

பெண்போலீஸ் : எதுக்குங்க உங்களுக்குச் சிரமம்! வேணாம்!

எதிர்முனையில் ஆண்குரல்: ஒரு சிரமும் இல்ல. அடையாளம் சொல்லுங்க. இந்த நம்பர்லதானே இருப்பீங்க?

பெண்போலீஸ்: ஆமா.

எதிர்முனை ஆண்குரல்: ப்ளீஸ் சொல்லுங்க.

பெண்போலீஸ்: மதுரை மாட்டுத்தாவணி பஸ் ஸ்டாண்டுல இருக்கேன். ஸ்கை புளூ சுடிதார் போட்ருக்கேன் கையில ரெட் கலர் ட்ராவல் பேக் வச்சிருக்கேன். (அழுகிறாள்)

எதிர்முனை ஆண் குரல்: நான் ஒரு அட்ரஸ் சொல்றேன், அங்க வர முடியுமா?

பெண் போலீஸ்: வேண்டாங்க, நீங்க உங்க வேலையைப் பாருங்க. என் ஃபிரெண்டு ஒருத்தி மெட்ராஸ்ல இருக்கா நான் அவகிட்டே போறேன்.

எதிர்முனை ஆண் குரல்: ப்ச்... நான் சொல்றதைக் கேளுங்க. இப்போ நான் அங்கே வர முடியாத நிலமையில இருக்கேன். பஸ் ஸ்டாண்டுக்கும் வெளில ஒரு ஆட்டோ புடிச்சி நேரா தேவகி லாட்ஜுக்கு வந்துருங்க. அங்க ஒருத்தர் சிகாமணின்னு பேரு. கருப்பா வழுக்கையா இருப்பார். அவர் உங்களைப் பிக்கப் பண்ணிக்குவார். நீங்க என் வீட்டுக்கு வந்திரலாம். சுந்தர்கிட்டே கொண்டுபோய் சேர்க்க வேண்டியது என் பொறுப்பு. இந்தமாதிரி நேரத்துல உங்களை மாதிரி ஒரு பொண்ணு தனியா இருக்கிறது ரொம்ப ரிஸ்க். நான் உங்களுக்குக் ஹெல்ப் பண்றேன். பயப்பிடாம வாங்க.

பெண்போலீஸ்: வேணாங்க, நான் எங்க வீட்டுக்கே போயிட்றேன். எங்க குடும்பத்து நகையெல்லாம் வேற எடுத்துட்டு வந்துட்டேன். எனக்கு என்ன பண்றதுன்னே தெரியல. பயமா இருக்கு.

எதிர்முனை ஆண் குரல்: எதுக்குப் பயப்பிட்றீங்க? நானே உங்க வீட்டுக்கு வந்து விட்றேன். உடனே ஒரு ஆட்டோ பிடிச்சி தேவகி லாட்ஜுன்னு சொல்லுங்க. ஆட்டோக்காரனுக்குத் தெரியும்.

பெண்போலீஸ் அழுதபடி மூக்கை உறிஞ்சி மிகுந்த தயக்கத்திற்குப் பிறகு: சரி.

7

தேவகி லாட்ஜிலிருந்து நகரத்தை விட்டு தனிக்கும் – தூரத்தில் பிரியும் – இரு பக்கத்து சாலைகளிலும் மஃப்டி போலீஸ்காரர்கள் சாலையை விட்டு கீழிறங்கிய மரத்தடியில்

நிழலுருவங்களாக கான்டர் மினி லாரி வண்டியிலும் ஷேர் ஆட்டோவிலும் பிரிந்து அமர்ந்திருக்கிறார்கள். காரியத்தில் தீவிரமாக இறங்கக்கூடியவர்கள் துப்பாக்கிகளுடன் போர்ட் பியஸ்டா காரிலும் ஹோண்டா காரிலும் காத்திருக்கிறார்கள். இரவு நட்சத்திரங்களுடன் முகத்தை மாற்றிக்கொள்கிறது. மின்விளக்குகள் இருளைத் துழாவி புகையாய் ஆங்காங்கே ஒளிரத்தொடங்குகின்றன.

தேவகி லாட்ஜ் வரவேற்பறை தெரு பார்த்து சோர்ந்து போயிருக்கிறது. லாட்ஜின் முன்னே உள்ள பீடா ஸ்டால் கிழிபட்ட அகலமான வண்ணக்குடையோடு இருக்கிறது. லுங்கியுடன் பீடா ஸ்டாலுக்கு வரும் சாதாரணத் தோற்றம் தரும் முரட்டு போலீஸ்காரர்கள் கண்மறைவாய் தெற்கு வடக்காகப் பிரிந்து நிற்கிறார்கள். ஏற்கனவே நின்றுகொண் டிருக்கும் பொதுநபர்களைச் சந்தேகத்துடன் நோட்டமிடு கிறார்கள். சில நிமிடங்களில் மோட்டார் பைக்கில் ஒருவன் பீடா கடையின் முன்பு வந்து நின்று ஸ்டைலாக இறங்குகிறான். கண்ணாடி போட்டிருக்கின்றான். வழுக்கைத் தலை. பீடாகாரரிடம் 'ஃபோர்ட்வென்ட்டி' பீடாவை ஆர்டர் செய்து விட்டு சாலையைப் பார்த்துக்கொண்டு நிற்கிறான். பீடாக்காரர் வெற்றிலையை எடுத்துத் துடைத்து பீடா தயாரிக்கின்றார். சில நிமிடங்களில் ஆங்காங்கே துருப்பிடித்த கருநீல ஆம்னி வேன் மெயின்ரோட்டிலிருந்து பூனையைப் போல் நழுவி ஹெட்லைட்டுகளை அணைத்தபடி தேவகி லாட்ஜிக்கும் சிறிது தூரத்தில் சென்று நிற்கிறது. அதன் கண்ணாடி சன்னல்கள் யாவும் கறுப்பு ஸ்டிக்கர் அடிக்கப்பட்டு (உள்ளிருப்பது தெரியாமல்) இருக்கிறது. குற்றத்தின் அதிர்வலைகள் மாயமாக போலீஸ்காரர்களை அழைக்கின்றன. அதே நேரத்தில் ஒரு ஆட்டோவும் வந்து நிற்க, அதில் இரண்டுபேர் முரட்டுத் தனமாக அமர்ந்திருக்கின்றார்கள். வந்தவர்கள் யாருமே தங்கள் வாகனங்களை விட்டு இறங்காமல் இருக்கின்றார்கள். போலீஸுக்குச் சிறிய குழப்பம் வருகிறது. பீடா ஸ்டாலில் இருந்து பீடாவை வாங்கிக்கொண்டு அந்த இளைஞன் செல்கிறான்.

ராதிகாவின் ஆட்டோ தேவகி லாட்ஜின் முன்பு இறங்கி வளைந்து மெயின்ரோட்டைப் பார்த்து நின்று மூச்சை நிறுத்திக் கொள்கிறது. அவள் மறைக்கப்பட்ட பதற்றத்துடன் இறங்காமல் அமர்ந்திருக்கிறாள். ராதிகாவைப் பார்க்கும் போலீஸ்காரர்கள் அவளை எப்போதுமே பார்த்திராததுபோல் திரும்பிக்கொள் கிறார்கள். ஆம்னி வேன்காரனும் ஆட்டோவில் உள்ளவர்களும் அப்படியே அமர்ந்திருக்கின்றார்கள். எதிர்பார்ப்பில் நிமிடங்கள்

முதல் தனிமை ❦ 149 ❦

கரைகின்றன. ராதிகா, மீண்டும் தேவகி லாட்ஜைப் பார்த்துப் பெயரை உறுதி செய்துகொள்கிறாள்.

ஆம்னி வேனிலிருந்து இறங்குகிறான் அவன். கருப்பாக வழுக்கைத் தலையுடன். நேராக லாட்ஜை ஒட்டியிருக்கும் பெட்டிக்கடைக்குச் சென்று சிகரெட் வாங்குகின்றான். பற்ற வைக்காமல் தெருவை வேடிக்கைப் பார்த்தபடி இயல்பாக திரும்பிவருகிறான். ராதிகா வேடிக்கைப் பார்த்துக்கொண் டிருக்கும் திசைக்கு எதிர்ப்புறமாக (பக்கத்தில்) வந்து நின்று சிகரெட்டைப் பற்றவைக்கின்றான். இருளில் தீக்குச்சியின் வெளிச்சத்தில் அவன் முகமும் வழுக்கைத் தலையும் மஞ்சளும் ஆரஞ்சுமாகத் தோன்றிமறைகின்றன. தீக்குச்சியை உதறி அணைத்து வீசியவன் ராதிகாவின் பக்கம் பார்வையை ஓட்டி, ராதிகாவா? என்கிறான். ஆமாம் என்பதாக அவள் தலையாட்டு கிறாள். அவள் அவனை ஆழ்ந்து பார்ப்பதற்குள் "வாங்க" என்றபடி அவளைத் திரும்பிப் பார்க்காமல் வேனில் போய் ஏறுகின்றான். காற்று அவனுக்கு எதிர்பக்கம் வீச அவனது சிகரெட் புகை அவள் முகத்தில் மோதுகிறது. அவள் மனப் பாடமாக வேனின் எண்களை பதியவைத்துக்கொள்கிறாள். வண்டி மிக நிதானமாகக் கிளம்பி மேற்குப் பக்கத்துத் தார்சாலை யில் வேகமெடுக்கிறது. எதிர் பக்கத்து சாலையில் காத்திருந்த போலீஸ் குழு ஆம்னி வேனை மிகவும் இடைவெளிவிட்டுப் பின்தொடர ஆரம்பிக்கிறது.

ராயல் ஸ்டுடியோவின் நிறுவனத்தின் தார்சாலையில் பல்வேறு வாகனங்கள் பல்வேறு காரணங்களுக்காக ஓடிக் கொண்டிருக்கின்றன. ஆம்னி வேன் எல்லாக் கார்களையும் போல் சென்றுகொண்டிருக்கிறது. ஆனால் கடத்தப்பட்ட ஒரு மெக்கானிக் இன்ஜினியருக்காக 'கிட்னாப்பர்'ஸை எதிர் பார்த்தபடி TN 47 5678 கருநீல ஆம்னி வேனில் கவனத்தை வைத்தபடி போலீஸார் காத்திருக்கின்றார்கள்.

ராதிகா சிகாமணியைப் பார்த்துக் கேட்கிறாள் : உங்கப் பேரு, சிகாமணியா?

அவன் திரும்பி அவளை விரும்பும் புன்னகை ஒன்றை வெளிப்படுத்திக்கொண்டு பல்லிளித்தபடி ஆமாம் என்று தலையாட்டுகிறான்.

ராதிகா : மோகன் எங்கே இருக்கார்?

சிகாமணி மழுப்பும் புன்னகையுடன் : இன்னும் கொஞ்ச நேரத்துல போயிடலாம்.

அவள் அமைதி குலைந்து வருகிறாள். எக்குத் தப்பாக மாட்டிக்கொண்டால் அவளை அவர்கள் கொலை செய்து

150 ஜே.பி. சாணக்யா

விடவும் வாய்ப்பு இருந்ததாகப் பின்னால் சொன்னாள். தன்னைப் பின் தொடர்பவர்கள் இருட்டில் வந்தால்கூட இவர்களுக்குத் தெரிந்துவிடும் என்று அவள் அப்போதுதான் நினைத்தாள். சக போலீஸ்காரர்களையும் தனக்கு நம்பிக்கை யான சிலரையும் நினைத்து அவள் ஆசுவாசமடைகிறாள். அவளுடைய கைப்பையின் ரகசிய அறையில் ஒரு பிஸ்டல் இருப்பது அவளுக்கு ஆறுதலாக இருக்கிறது. இதுவரைக்கும் யாரையும் நிஜமாகச் சுடுவதற்கான சந்தர்ப்பம் வந்திருக்காத அவளுக்கு இந்தமுறை தற்காப்புக்காகச் சுட்டுவிடுவதற்குச் சலுகை அளிக்கப்பட்டிருக்கிறது. ஆனால் அந்தத் தருணம் ஏற்பட்டுவிடக் கூடாது என்றே உள்ளூர விரும்பியதாக அவள் சொன்னாள்.

எதிர்பாராதபடி ஆம்னிவேனின் முன்பு குறுக்காகச் செலுத்தப்படும் கான்டர் வண்டியில் மோதாமல் இருப்பதற்கு சிகாமணி வலதுபுறமாக வண்டியை வளைக்கின்றான். வலது புறத்திலிருந்து ஃபியஸ்டா கார் தார்சாலையில் மேலேற அவனுக்குப் பொறி பிடிபடுகிறது. ஆனாலும் இன்னும் முழுதாக நம்பாமல் அவன் திகிலடைந்து வேனை முன்னே செலுத்தவே பார்க்கின்றான். வேனின் பின்பக்கத்திலிருந்து கூச்சலிட்டுப் பாய்ந்து முன்பக்கம் வந்த போலீஸ்காரர்கள் மீது காரை ஏற்றிவிடும் அளவுக்கு அவனுக்குத் துணிச்சல் இருக்கவில்லை. ராதிகா அவனைச் சட்டென வாட்டமாக அறைகிறாள். பாதுகாப்பற்ற வேகத்தை இனி அவன் உருவாக்க முடியாது என்பது அவளுக்குத் தெரிந்துபோகிறது. ஸ்டியரிங்கை தன் பக்கம் இழுத்து அவள் சாவியைத் திருகி வண்டியை நிறுத்த எழுகிறாள். நிலை தடுமாறும் அவன் தன்பக்கம் காரை வளைத்தபடி தன்னையறியாமல் மோட்டார் வாகனத்தின் இயல்புபடி எதிர்பாராத விஷயத்திற்காக ஹாரனை அழுத்து கின்றான். எல்லோரையும் குழப்பும் ஹாரன் சத்தத்தை நிறுத்த முடியாமல் காரை வளைத்து கைகளாலும் லட்டியாலும் அடிக்கின்றார்கள் போலீஸ்காரர்கள். பின்னாலும் முன்னாலும் வந்த மற்ற வாகனங்கள் தார்சாலையின் சிறிது தூரத்திலேயே நின்றுவிடுகின்றன. பின்புறம் தொடர்ந்து வந்த போலீஸ்காரர் களின் ஹோண்டா கார் இடைவெளி வழியே முன்னே பாய்ந்து ஆம்னி வேனின் முன்பு வெளிச்சத்தைப் பாய்ச்சி நிற்கிறது. காருக்குள்ளிருந்த போலீஸார் எல்லாக் கதவுகளையும் திறந்து போட்டு கூச்சலிட்டுக்கொண்டு ஆம்னி வேனை நோக்கி இறங்கி ஓடுகிறார்கள். ஆம்னி வேன் கட்டுப்பாடற்றுப் பின்வாங்கி – சென்ற திசைக்கும் எதிராக வளைந்து – கோணலாக நிற்கின்றது.

8

பிறகான பயணத்தில் ஆம்னி வேன், தி ராயல் ஸ்டுடியோ வின் தனித்த தார்சாலையில் பிரிந்து செல்கிறது; சந்தேகப் படாமல் இருப்பதற்கான குறைந்தபட்ச தாமதத்தோடு. (அப்போது 12 நிமிடங்களே சிகாமணியிடம் போலீஸார் அவசர விசாரணை செய்ததாகச் சொன்னார்கள்.) பிரதான சாலையிலிருந்து சிறிது தூரத்தில் ஒதுக்குப்புறமாக நடந்த அவ்விசாரணையில் வெளிக்காயங்களை உருவாக்காமலே அவனை உருக்குலைக்க அவர்களால் முடிந்திருந்தது. தற்போது வேனின் பின் இருக்கை யிலும் இடையிலும் இருக்கையின் பின்புறத்திலுமாக உடலை ஒடுக்கி அமர்ந்திருக்கும் திறம் வாய்ந்த போலீஸ்காரர் களும் முன் இருக்கையில் முன்பைப் போல ராதிகாவும் சிகாமணியும் இருக்கின்றார்கள். எந்தக் காரணத்தை முன்னிட்டும் எப்படியாவது அங்கிருப்பவர்களுக்குத் தகவல் கசிந்தால் அவன் உயிர் போய்விடும் என்று அவர்கள் அவனை எச்சரித்திருந்தது கடைசிவரை அவர்களுக்குப் பயனுள்ளதாக இருந்ததாக எஸ்.பி. குறிப்பிட்டார். தூரம் சென்றதும் வேனின் வெளிச்சமும் உறுமலும் மட்டுமே அவ்வியக்கத்தின் இருப்பாக மாறுகிறது. வேன் வலமாக மண்சாலையில் பிரிந்துசெல்கிறது. காரின் ஹெட்லைட் வெளிச்சம் நேர்க்கோட்டில் அலைந்து திரும்புகிறது. கொஞ்ச தூரத்திற்குப் பின்பு வடக்காக வண்டிப் பாதையில் செல்கிறது. கண்ணெட்டும் தூரம்வரை வறட்சியால் உயிரூட்டப்பட்ட பொட்டல் வெளி ஹெட்லைட்டின் வெளிச் சத்தில் முகம் காட்டி மறைகிறது. நெடிய பனைமரங்கள் தடித்தக் கோடுகளைப் போல இருளில் நின்றுகொண்டிருக் கின்றன. அதற்கும் முந்தைய தூரத்தில், நீளமான குன்றைப் போன்ற பெரிய வைக்கோல் போரும் சில தென்னை மரங்களும் கொத்துச் செடிகளைப் போல் தெரிகின்றன. ஆம்னி வேன் நிதானமான வேகத்தில் அலுங்கி குலுங்கி கடக்கிறது. நட்சத்திரங் களின் கீழே விவசாயமற்ற அந்தப் பிராந்தியத்தில் ஒரே ஒரு உயிரோட்டமான அசைவு வெளிச்சத்தோடுப் போகும் அந்தக் கார் மட்டும்தான்.

வைக்கோல் போரை நெருங்கும்போது அது முன்னை விட உயரமாகிக்கொண்டே இருக்கிறது. (பகலில்தான் தெரிந்தது; அது மட்கிப்போன சாம்பல் நிற வைக்கோல் போர்.) அங்கே அதன் பின்னே ஒரு சிறிய மண் வீடு. நல்ல தேர்வுதான். யார் வந்தாலும் அவர்களால் தூரத்திலிருந்தே கண்டுபிடிக்க முடியும். எதிர் திசையில் ஓடித் தப்பிக்கவும் முடியும். கார் வீட்டை நெருங்கி வளைந்து முச்சை நிறுத்திக்கொள்கிறது. வீட்டிலிருந்து அவர்கள் கண்காணிப்பதை சிகாமணி

சொல்லியிருந்ததால் சன்னலற்ற துளைகள் வழி அவர்கள் காரை கவனித்திருந்ததாகப் பிற்பாடு சொன்னார்கள். முதலில் சிகாமணியும் அடுத்து ராதிகாவும் இறங்குகிறார்கள். யாருமில்லை எனும்படி அந்த வீட்டிலிருந்து ஒரு அசைவுகூட இல்லை. அதிர்ஷ்டவசமாகக் காருக்குள்ளிருக்கும் போலீஸ்காரர்களிடமிருந்தும் எதிர்பார்த் திராத அசைவுகள் இல்லை. காற்று மர்மத்தோடு சேர்ந்து கொண்டு ஊளையிடுகிறது. சிகாமணி உள்ளூர நடுங்கியபடி செல்கிறான். பார்ப்பதற்குச் சிறிய வீடுபோல் தோற்றம் தந்த அந்த வீடும் பெரிதாகித் தெரிகிறது. அந்த இடத்திற்கு சிகாமணி மட்டுமே வந்திருக்கின்றான் என்று அவர்கள் நினைப்பது ஒரு வகையில் சாதாரணம்தான்.

சிகாமணி கதவில் விரல்களின் முட்டியால் இரண்டு தடவைத் தட்டுகிறான். சில வினாடிகளுக்குப் பிறகு மரக்கதவில் இரும்புத் தாழ் நீக்கப்படும் சப்தம் கேட்கிறது. ஒருவன் கதவைத் திறக்கின்றான். உள்ளே மின் விளக்குகள் உபயோகப்படுத்த வில்லை.

சிகாமணி உள்ளே நுழைகிறான். ராதிகாவும் அவன் பின்னால் பயந்தபடியே உள்ளே செல்கிறாள். கதவு சாத்தி, தாழிடப்படுகிறது. மெழுகுவர்த்தியைச் சுற்றி மஞ்சளான வெளிச்சம் இருளின்மீது பலவீனமாகப் படர்ந்திருக்கிறது. மூடப்பட்ட சிறிய சன்னலுள்ள அறையில் இருவர் இருளுருவ மாக அமர்ந்திருக்கிறார்கள். சிகாமணியும் ராதிகாவும் தரையிலுள்ள பாயில் அமர்கிறார்கள். கூடத்திற்கும் உள்ளறைக்கு மான பெரிய உயரமான ஒரு மெழுகுவர்த்தியின் வெளிச் சத்தில் இருவர் அமர்ந்திருக்கிறார்கள். நவீன ஆடைகளுடன்; படித்த விவரமான முகங்களுடன்; அசம்பாவிதத்திற்குப் பிறகான சமாதானங்களுடன்; அவர்கள் அமர்ந்திருக்கின்றார்கள். சூழலுக்கு எதிராக வீடு குளிர்ச்சியாக இருக்கிறது. அவர்களில் ஒருவன் சிரித்தபடி ராதிகாவை ஆழ்ந்து பார்க்கின்றான்.

ராதிகா : இங்க பாத்ரூம் இருக்கா?

உள்ளிருக்கும் ஒருவன் : வெளிலதான் போகணும். வழிலே போயிருக்கலாம்ல!?

ராதிகா அப்படியே தலைகுனிந்து அமர்ந்திருக்கிறாள். அவர்களில் ஒருவன் தனக்கு அருகிலிருந்த டார்ச் லைட்டை எடுத்துக் கொடுத்துப் போகச் சொல்கின்றான்.

ஒருவன் : தண்ணி பின்னாடி வைக்கப்போருகிட்ட கேன்ல இருக்கு.

மீண்டும் தாழ் திறக்கும் ஓசை காரிலுள்ளவர்களுக்குத் தொடர்புச் சத்தம். வீட்டின் வாசல் இருக்கும் திசை; திறக்கப் படாத சன்னல்கள் இருக்கும் இடங்கள்; அறையின் அளவுகள்; கதவின் அளவுகள்; இருக்கும் நபர்கள்; நபர்களின் தோற்றங்கள்; ஆகியவற்றை போலீஸார் சிகாமணியிடம் கேட்டிருந்தது உபயோகமாக இருந்ததாகப் பேட்டியில் குறிப்பிட்டார்கள். அவர்கள் துப்பாக்கி போன்ற ஆயுதங்களை வைத்திருக்கின்றார் களா என்று கேட்டதற்குத் தனக்குத் தெரியாது என்று சிகாமணி உண்மையைத்தான் குறிப்பிட்டிருந்தான். ராதிகா கதவைத் திறந்து டார்ச் லைட்டை அடித்தபடி நிலவெளிச்சத்தில் வாசலுக்கு வருகிறாள். போலீஸ்காரர்கள் வேனின் பக்கவாட்டுக் கதவைத் தள்ளித் திறந்த வேகம் எறியப்பட்ட ஈட்டியைப் போல் வீட்டினுள் இறங்கி ஓடி சுடுகிறார்கள். குருட்டு யூகத்தைப் போல் அவர்களின் கணிதம் செயல்படுகிறது. நுழைந்ததும் ஆறடிக்கும் வலதுபுறம் மூன்றடிக் கதவு; அது எப்போதும் திறந்தே இருக்கும் என்று சிகாமணி கூறியிருந்தான். விரைவான – எதிர்பார்க்காத – அத்தருணங்களில் போலீஸாரும் துப்பாக்கிச் சத்தமும் அனைவரையும் அதிரடிக்கிறது. மெழுகுவர்த்திகள் சாய்க்கப்பட்டு உருளுகின்றன. பின்பக்கம் கதவு இருந்ததை சிகாமணி கூறியிருக்கவில்லை. அவர்கள் மின் விளக்குகளையும் உபயோகிப்பதில்லை என்பதையும் சொல்லவில்லை. பொதுவாக அனைவரும் கைது செய்யப்படுவோம் என்று அவன் எண்ணி யிருந்தான். மேலும் அவர்கள் தன்னையும் சுடுவார்கள் என்று அவன் எதிர்பார்த்திருக்கவில்லை. அவர்களில் இருவர் பின்பக்கக் கதவைத் திறந்து பாய்ந்தோடுகிறார்கள். மென்மையான சாம்பல் நீலம் கலந்த இருட்டில் கருப்பு உருவங்கள் தோட்டாக்கள் பாய்ந்ததும் சுருக்கிட்டு இழுத்ததுபோல் திடுக்கிட்டு விழுகின்றன. சூன்யவெளியில் வெடிக்கும் துப்பாக்கி ஓசைகளுடன் மானுடனின் உயிர்மீதான அலறல்கள் வெளியைத் துளைக்கின்றன.

டுமீல் . . . டுமீல் . . . டுமீல், டுமீல் . . . டுமீல் . . .

9

யானை முதுகுகளைப் போலப் பாறைகள் பெரிய மலையில் மேடுதட்டிக் கிடக்கின்றன. போலீஸார் குற்றவாளிகள் குறிப்பிட் டிருந்த டம்டம் பாறையில் இறங்கிச் செல்கிறார்கள். கயிற்றேணி யில் இறங்கி, போலீஸார் பவானி சங்கரின் உடலை மீட்கின்றனர். உடல் சணல் சாக்கில் வரிந்து கட்டப்பட்டு மேலேற்றப்படுகிறது ஈக்களின் ரீங்காரம் தாழ்ந்தும் உயர்ந்தும் ஒலிக்கிறது. ராட்டின மற்ற கிணற்றில் நீர் நிரம்பிய வாளி ஒன்று சுவரில் மோதி

அலைவுறுவதுபோல் அலைகிறது பவானி சங்கரின் உயிரிருந்த உடல்.

குளிர்சாதன விசாரணை அறை. பகலா இரவா என்றறிய முடியாத ஒரே விதமான மின்சார ஒளி. சன்னல்கள் அற்ற அறை கண்ணாடியால் இரண்டாகப் பகுக்கப்பட்டிருக்கிறது. வெளியிலிருந்து உள் அறை நிகழ்வுகளைக் கண்காணிக்கிறது காவல்துறை உயர் அதிகாரிகள் குழு. (முன்பே சுடப்பட்ட நண்பர்களின் இறப்பாலும் போலீஸாரின் அறிவுறுத்தலின் பெயரால்லும் அவர்கள் கேட்டக் கேள்விகளுக்கு விரைவாகப் பதிலளித்ததாகச் சொன்னார்கள்.)

போலீஸ் : அந்த ஃபோட்டோல இருக்குற பொண்ணு யாரு?

சிட்டிபாபு : அது யாரு ஃபோட்டோவும் இல்ல சார். நாங்களா ஃபோட்டோ ஷாப்ல நிறைய நடிகைங்களோட முகத்தை வச்சி வொர்க் பண்ணோம்.

போலீஸ் : உங்க க்ரூப்ல மொத்தம் எத்தனை பேர்

நாகேந்திரன் : ஒன்பது பேர் சார்.

போலீஸ் : உங்க ட்ரூப்ல இருக்கிற லேடீஸ் யாரு?

சிட்டிபாபு : லேடீஸ் யாருமில்லை சார்.

போலீஸ் : அப்புறம் எப்படி? லேடீஸ் வாய்ஸ்ல மிமிக்ரி பண்ணுவீங்களா?

சிட்டிபாபு : இல்ல சார், இந்த கொரியன் செட்டுல வாய்ஸ் ஆப்ஷனுக்குப் போனா குழந்தை வாய்ஸ், லேடீஸ் வாய்ஸ்ன்னு நெறைய ஆப்ஷன் இருக்கும் சார். அதுல போய் லேடீஸ் ஆப்ஷனை செலக்ட் பண்ணி சாதாரணமா பேசுனாலே எதித்தாப்ல லேடீஸ் குரலா மாறித்தான் கேட்கும்.

போலீஸ் : ஏன் நீங்க பவானி சங்கரோட அப்பாவை மாட்டுத்தாவணி பஸ் ஸ்டாண்டுக்கு வரச்சொல்லிட்டு வரல.

குணசேகர் : அப்போ அவன் செத்துப்போயிட்டான். எங்களுக்கு என்ன பண்றதுன்னு தெரியல.

போலீஸ் : சரி எதுக்காக பவானி சங்கரைக் கொலை பண்ணீங்க?

குணசேகர் : வேணுன்னுட்டு செய்யல சார். நாங்க அவனை டம் டம் பாறைக்குக் கூட்டிட்டுப்போயி வச்சிருந்தோம். திடீர்னு பாலத்துல ஓட ஆரம்பிச்சிட்டான். எங்க மூஞ்சிவேற

அவனுக்கு நல்லா தெரிஞ்சி போச்சி. தொரத்திட்டுபோயி பிடிச்சி அடிச்சோம். படாத எடத்துல பட்டு கீழ விழுந்துட்டான். மயக்கம்னு நெனச்சோம். அப்புறம்தான் செத்துப் போயிட்டான்னு தெரியும்.

போலீஸ்: இது வரைக்கும் எத்தனை பேர் உங்ககிட்ட இதுபோல மாட்டிருக்காங்க?

சிட்டி பாபு: இதான் சார் ஃபஸ்ட் அண்ட் லாஸ்ட்.

போலீஸ் : உங்க அப்பா அம்மா என்ன பண்றாங்க?

சிட்டி பாபு: எங்கப்பா எலக்ட்ரிக்கல் எஞ்சினியர் சார். அம்மா ஹவுஸ் ஒய்ஃப்.

போலீஸ் : நீ என்னா படிக்கிறே?

சிட்டி பாபு: கம்ப்யூட்டர் எஞ்சினியரிங் சார்.

போலீஸ்: உங்கப்பா அம்மா என்ன பண்றாங்க?

நாகேந்திரன்: எங்கப்பா ஹயர் செகேண்டரி ஸ்கூல் ஹெட் மாஸ்டர் சார். அம்மா டீச்சர்.

போலீஸ்: உங்க அப்பா அம்மா?

குணசேகர்: அப்பா விருத்தாசலம் கோர்ட்ல அட்வகேட். அம்மா ஹவுஸ் ஒய்ஃப்.

போலீஸ்: எல்லாரும் ஒரே காலேஜ்ல படிக்கிறீங்க.

கூட்டாக: ஆமாம் சார்.

போலீஸ்: நல்ல குடும்பத்துலேர்ந்து வந்துருக்கீங்க. உங்களை நல்ல படிப்பு படிக்கவச்சிருக்காங்க. எதுக்கு இந்த வேலை.?

அவர்கள் மௌனம் சாதிக்கின்றார்கள்.

போலீஸ் : சொல்லுங்கடா.

குணசேகர் : ஜாலியா இருக்கணும்னு நெனச்சோம் சார்.

போலீஸ் : ஜாலியான்னா எப்பிடி?

நாகேந்திரன்: எல்லாருக்கும் ஐ ஃபோன். சூப்பர் பைக், பப்புக்குப் போறதுக்கு; பொண்ணுங்களோட இருக்குறதுக்குக் கை நெறைய பணம்.

போலீஸ்: உங்க வீட்ல ஃபோன் பைக்கெல்லாம் வாங்கி குடுக்கலையா?

சிட்டி பாபு : இருக்கு சார். சாதாரண ஃபோன். ஹீரோ ஹோண்டா பைக். நாங்க எதிர்பார்க்கிறது பெரிய பைக்கு.

போலீஸ் : பெரிய பைக்குன்னா?

சிட்டி பாபு : கரிஸ்மா, பி. எம் டபிள்யூ. ஹார்ட்லி டேவிட்ஸன்.

போலீஸ் : ஏன் சாதாரண பைக்குல காலேஜ் போக முடியாதா?

அவன் தலை குனிந்து மௌனமாக இருக்கின்றான்

போலீஸ் : சொல்றா?

சிட்டி பாபு : இந்தமாதிரி பைக்கில வந்தாதான் பொண்ணுங்க மடங்குவாங்க சார்.

அருகிலுள்ள இன்ஸ்பெக்டர் கட்டுப்பாட்டை மீறி அவர்களை எட்டி உதைக்கின்றார். கண்ணாடி அறைக்கும் வெளியே உயர் போலீஸ் அதிகாரிகள் அவரைக் கட்டுப் பாட்டோடு விசாரணை செய்யச் சொல்லி அறிவுறுத்துகிறார்கள்.

10

காலஓட்டத்தில் பார்வையாளர்களின் கால்களைப் பிசுபிசுக்க வைக்கும் குருதி, அசௌகர்யமாக அரங்கமெங்கும் நீரோட்டத்தைப் போல் படருகிறது. சூட்கேசில் வந்த துண்டு துண்டான சிறுவன் பவானி சங்கரின் உடலை புகைப் படக்காரர் ஃப்ளாஷ் உபயோகித்துப் படமெடுக்கிறார். பெண்ணாகப் பிறந்திருந்த பவானி சங்கரின் உடல் ஆடைகளற்று மேசைமேல் கிடத்தப்பட்டிருக்கிறது. இவற்றி னூடாக டம்டம் பாறையின் கீழே சமவெளிகளையும் கிராமங்களையும் நகரங்களையும் காட்டும் வரைபடத்தில் பவானி சங்கரின் அம்மாக்களும் அப்பாக்களும் அழும் குரல்கள் அரங்கத்தைப் பிளக்கின்றன.

அம்மாவின் காதல் கடிதம்

1

உலக அளவில் கவனிக்கப்பட்டுக்கொண் டிருக்கும் தமிழக மனோதத்துவ விஞ்ஞானியும் ஆவிகள் உலகம்பற்றி ஆராய்ச்சி செய்பவருமான திரு. பிரக்காஷ் மதுக்கரை, குன்னூர் புளூ ஹில்ஸ் ஓட்டலில் சென்ற ஆகஸ்ட் மாத இறுதியில் எதேச்சையாகச் சந்திக்க நேர்ந்தபோது, திரைக் கதைப் பணிக்காக வந்திருப்பதாக என்னை அறிமுகப்படுத்திக்கொண்டேன். ரெஸ்டாரென்டி லும் காலை நேர நடைப்பயிற்சியின்போதும் (அவரும் அதிகாலையில் எழும் பழக்கம் பெற்ற வராக இருந்தார்) எங்களது பொது உரையாடல் களில் வாழ்க்கைக் குறித்த மதிப்பீடுகள் ஒத்தக் கருத்துக்களுடன் இருந்ததினால் நான் அவரிடம் கேட்க வேண்டுமென்று நினைத்திருந்த பேய்க்கதை எழுதும் எனது விருப்பத்தை வெளியிட்டபோது, அவர் எனக்கு ஒரு புத்தகத்தைத் தேர்வுசெய்து அனுப்புவதாகச் சொன்னது போலவே அந்த வாரத்தின் மூன்றாம் நாளில் எனக்கு அனுப்பவும் செய்த அந்தப் புத்தகம், உலகப்புகழ்பெற்ற மருத்துவமேதை திரு. கென்னத் வாக்கரின் The unconscious mind எனும் புத்தகமாகும்.

அப்புத்தகத்தில் மருத்துவ மேதைகளாக இருந்தவர்களின் வாழ்க்கையில் நடந்த நிறைய பேய் அனுபவங்கள் பற்றித் தெரிந்துகொள்ள முடிந்தது. மேலும் பிரக்காஷ் மதுக்கர், மனோதத்துவ விஞ்ஞானிகளால் ஆரம்பிக்கப்பட்ட society for

ஜே.பி. சாணக்யா

phychical reserch (1890)க்கு அவர் எழுதிவைத்திருந்த தனது குடும்பத்தில் நிகழ்ந்த நம்ப முடியாத பேய் அனுபவங்கள் பற்றிய விபரங்களையும் எனக்கு அனுப்பியிருந்தார். (இந்த விபரங்களின் தேதிவாரியான தரவுகளைத் தனது அப்பா மோகன் மதுக்கரின் நாட்குறிப்பிலிருந்து எடுத்தும் ஆராய்ச்சிக் குட்படுத்தியும் எழுதியிருப்பதாகத் தெரிவித்திருந்தார்.) கென்னத் வாக்கரின் புத்தகத்தைக் கிடைக்கப் பெறுவோர் அப்புத்தகத்தி லுள்ள பேய் ஆராய்ச்சிகள் பற்றித் தெரிந்துகொள்ள முடியும். ஆனால் பிரக்காஷ் மதுக்கரின் குடும்பக் கதையைப் பிரசுரித்தாலொழிய யாரும் படிப்பதற்கு வாய்ப்பில்லையாதலால் அதை உங்களோடு பகிர்ந்துகொள்ளும் எண்ணம் எனக்கு ஏற்பட்டிருக்கிறது. இது பிரக்காஷ் மதுக்கர் நேரிடையாக society for phychical reserchக்கு எழுதிய நீண்ட அனுபவக் கடிதம் என்பதால் தேவையானவற்றை மட்டும் தொகுத்திருக் கின்றேன். மேலும் இதை வாசிக்கு முன்பு அவர் எனக்கு எழுதிய குறிப்பு ஒன்றைத் தங்களுக்கும் தருவது எனது கடமை யாகும். பலவீனமான இதயமுள்ளவர்கள், இதய நோய் உள்ளவர்கள் இரவில் இக்கதையை படிக்க வேண்டாம் எனக் கேட்டுக்கொள்ளப்படுகிறார்கள். நீங்கள் பயந்து விடுவீர்கள் என்பதற்காக அல்ல; பேய்கள், உங்கள் வீட்டுக்குள் வருவதற்கான வாய்ப்புகளை உள்ளுணர்வு ரீதியாகவே முதலில் தவிருங்கள் என்கிறார் பிரக்காஷ் மதுக்கர்.

பின்வருவன பிரக்காஷ் மதுக்கர் எழுதியவை:

ஒவ்வொரு வருடமும் வெப்பம் அதிகரிக்கும் கோடை காலங்களில் நாங்கள் குளிர் மிகுந்த பகுதிகளுக்குச் சுற்றுலா செல்லும் வழக்கம் இருந்தது. வீட்டின் எல்லா விஷயங்களும் அம்மாவின் விருப்பத்தின் பெயரிலேயே நடந்துகொண் டிருந்ததால் ஒவ்வொரு முறையும் அம்மாவே சுற்றுலாவுக்கான ஊரையும் தேர்வுசெய்துகொண்டிருந்தாள். எனக்கு 14 வயது தொடங்கிய போது குன்னூரைத் தேர்வு செய்திருந்தாள். ஏற்கனவே வேலை விஷயமாக அப்பா குன்னூரில் தங்கியிருக்க நேர்ந்திருந்ததால் 'அது ஒரு சிற்றூரைப் போலதான்' என்றார். வழக்கமாக அம்மா எப்போதும் ஒரு ஊரை மட்டுமே சுற்றிப் பார்ப்பதற்கு அதிக நாட்களைத் தேர்வுசெய்வாள். குறைவான நாட்களை ஒதுக்கியது குன்னூருக்கு மட்டும்தான்.

அப்பாவின் குடும்பம் தாத்தாவின் வேலையின் பொருட்டு (இவரும் என்ஜினியர்தான்) சிறுவயதிலேயே மத்தியப் பிரதேசத்திலிருந்து சென்னை வந்து குடியேறிவிட்டிருந்தனர். எனது 14 வயது வரை எங்கள் குடும்பம் சென்னையில் இருந்தது. அப்பா பெயர் மோகன் மதுக்கர். PWDயில் சிவில் என்ஜினியராக

இருந்தார். அம்மாவின் பெயர் மணிமேகலை. அம்மா கல்லூரி வரை சென்று படித்திருந்தார். அம்மாவுக்கும் அப்பாவுக்கும் பொதுவான சென்னை நண்பரின் திருமணத்தில் சந்திக்க நேர்ந்தபோது காதலாகி, திருமணம் செய்துகொண்டார்கள். அம்மா அறிவும் அமைதியும் கலந்த மரியாதைப் பூர்வமான அழகுடன் இருந்தாள். சிறுவயதிலிருந்து அம்மாவின் மேல் இருக்கும் மதிப்பு காரணமாக எனக்கு அப்படித் தோன்றி யிருக்கலாம். கலை ரசனைகொண்ட அப்பா, அழகான அம்மாவை மிகவும் நேசித்ததில் எனக்கொன்றும் ஆச்சர்ய மில்லை.

1985இல் ஏப்ரல் மாதத்தின் முதல் வாரத்தில் வீடுகளின் மீது மேகங்கள் தவழும் அவ்வூருக்குச் சென்றோம். ஓட்டல் அறையின் கண்ணாடிவழியே அவ்வூரைக் கிட்டத்தட்ட முழுவதுமாகக் காணக்கூடிய உயரத்திலும் சிறந்த கோணத்தி லும் பார்த்தபோது, கையால் அள்ளிவிடலாம்போல் சிறிய தாகத்தான் தெரிந்தது. ஆனால், அருகில் செல்லச் செல்ல, மிகப் பிரம்மாண்டமான புனல் வடிவ மலைச்சரிவாகவும் பூமியிலிருந்து மேலெழும்பும் ஒரு ராட்சத மரத்தின் கணக்கற்றக் கிளைகளைப் போல் பிரிந்து செல்லும் சாலைகளும், எதிர்பாராத திருப்பங்களைக் கொண்ட விதவிதமான படிக்கட்டுகளும் கான்கிரீட் வீடுகளும் கொண்ட ஊராக அது விரிவடைந்து கொண்டிருந்தது.

எங்களுக்கான 'கைடு' இரண்டே நாட்களில் அங்குள்ள வழக்கமானப் பகுதிகளைச் சுற்றிக்காட்டிவிட்டார். ஆனால், அம்மா அவ்வூரில் வசிக்கும் ஒரு சாதாரணப் பெண்ணாக இருக்க விரும்பினாள். இதன் உள்ளார்ந்த அர்த்தத்தை எங்களால் வருடங்கள் கழித்துதான் முழுதாகப் புரிந்துகொள்ள முடிந்தது. அம்மா, ஊரைச் சுற்றிப் பார்ப்பது முடிந்துபோய் அதிகாலையில் எழுந்து ஸ்வெட்டரும் குல்லாவும் போட்டுக் கொண்டு எலிஸபெத் ஸ்கூல் நிறுத்தத்திலிருந்து கண்ணாடிக்குளம் வழியாகக் கொண்டை ஊசி வளைவுகள் நிறைந்த மலைச் சரிவான தார்சாலையில், குளிருக்குள் ஒடுங்கிக்கிடக்கும் வீடுகளையும் மூடிக்கிடக்கும் கடைத்தெருவையும் பார்த்தபடி, கீழிருக்கும் நகரப்பேருந்து நிலையம்வரை சென்று வருவதும்; மாலையில் இதே போல் ஒரு நடையும் மதிய வேளைகளில் ஏசியோ மின் விசிறியோகூட தேவைப்படாத அந்த அறைக்குள் இழுத்துப் போர்த்திக்கொண்டு உறங்குவதுமாகவும் நாட்களைக் கடத்திக்கொண்டு இருந்தாள். நாங்களும் முதல் மூன்று நாட்கள் இதைத்தான் செய்தோம். ஆனால் அம்மா விடாமல் தொடர் பவளைப் போல் செய்துகொண்டிருந்தாள். அப்பாவுக்கு இது

ஜே.பி. சாணக்யா

குறித்து சிறிய ஆச்சர்யம் மட்டுமே இருந்தது. (ஒரு வகையில் அப்பா, அம்மாவின் விருப்பத்தை மீறி கிளம்பச் சொல்லி விடுவாரோ எனும் பயமும் அவளுக்குள் இருந்தது. இதை, இரண்டு மூன்று முறை, அப்பாவின் அபிப்பிராயத்தை என் மூலமாகத் தெரிந்துகொள்ள முயற்சித்தாள்.)

குன்னூரில், அதிகாலையிலும் சாயங்காலம் முடிந்த பின்னரும் ஆள் நடமாட்டங்கள் முழுதாய் அற்றுப்போயும் எப்போதாவது தென்பட்டும் இருப்பது, அம்மாவுக்குத் தான் மட்டுமே அந்த ஊரில் வசிப்பதாகத் தோன்றுவது மிகவும் ரசிக்கத் தக்கதாக இருப்பதாக ஒரு குழந்தையின் குதூகலத்துடன் என்னிடம் சொன்னாள். அதேசமயம் இவ்வூருக்கு வந்த பிறகு அம்மா தாள முடியாத சோகத்தை ஏற்றுக்கொண்டு வாழ்பவளைப் போல விரக்தியான முகத்துடன் மணிக்கணக் காக ஓட்டலின் கண்ணாடி சன்னலில் அமர்ந்துகொண்டு ஊரை வெறித்துக்கொண்டிருந்தாள். அம்மாவை அப்போதுதான் அப்படிப் பார்த்தேன். அம்மாவுக்கு அந்த வாரம் முடிந்தும்கூட குன்னூர் அலுக்கவில்லை. ஒரு வழியாகத் தயக்கங்களை மீறி அப்பாவிடம் தங்கியிருக்கும் நாட்களைச் சற்று நீட்டிக்கச் சொன்னாள். சுற்றிப்பார்ப்பதற்குத் தேர்ந்தெடுத்த மூன்று நாட்களிலிருந்து நீட்டித்துக்கொண்ட அந்த ஒரு வாரத்தைத் தாண்டி, மேலும் ஏழு நாட்கள் தங்கியிருந்தோம். சுற்றுலாவுக் கெனச் சென்ற நாங்கள், நெருங்கிய ரத்தபந்த வீட்டு விசேஷத் திற்குச் சென்றதுபோல், ஒரே ஊரில் பதினேழு நாட்களை அதுவும் ஒரு புதிய ஊரில் கழித்துவந்தது என்பது நிச்சயம் மர்மங்கள் அடங்கியதுதான். ஊருக்கு வரும்போது அங்கேயுள்ள கடைகளில் பொதுவாக வெளியூர்காரர்கள் வாங்கிச் செல்லும் பொருட்களைத் தவிர்த்து, அம்மா தன் இயல்புக்கு மாறாக முக அழகு மற்றும் நகை அலங்காரப் பொருட்களை வாங்கினாள். எதனாலோ அங்கு வந்த பின்பு காவிய சோகம் போல் மாறிவிட்டிருந்த அவளின் முகத்தை மீறி அங்கிருக்கும் வரை மேலும் இளமையாகக் காட்சி அளித்தாள்.

சென்னைக்கு வந்தபின்பு ஒரு வாரத்திற்கும் மேலாக கடும் காய்ச்சலில் விழுந்தாள். ஊர் மாற்றங்களினால் எழும் தட்பவெப்பத்தாலிருக்கும் என்று மருத்துவர் சொன்னதை நாங்களும் அப்போது நம்பினோம். ஏதோ ஒன்றின் கைவிட்ட ஏக்கம் தொற்றுவியாதி போல் அவளை அண்டிக்கொண் டிருந்தது. காலையில் சற்று உற்சாகமாக எழுபவள் மதியம் போர்வைக்குள் முடங்கியபடி முனகிக்கொண்டிருப்பாள். அவள் எதற்குள்ளேயோ பரிதாபமாக மூழ்கிக்கொண்டிருந்தாள். அவளின் இயல்பான புன்னகை, நிலம் மாறியப் புதிய செடி

போல் வாடிவிட்டிருந்தது. காய்ச்சல் சரியாயிருக்கும் சமயங்களில் அம்மாவின் பேச்சில் பெரும்பங்கைக் குன்னூர் பிடித்துக் கொண்டதுபோக வார்த்தைகளும் சுருங்கிவிட்டன. அவளுக்கான தனியான சமயங்களைத் தனக்குள்ளே உருவாக்கிக் கொண்டிருந்தாள் என்பது எங்களுக்குச் சற்றுத் தாமதமாகவே தெரிந்தது. மேலும் காய்ச்சலில் இருந்ததால் குன்னூரில் அணிந்திருந்த குல்லாய்களையும் ஸ்வெட்டர்களையும் இங்கேயும் அணிந்திருந்ததாலும் எங்களுக்கும் அவள் தொடர்ந்து குன்னூரை நினைவுப்படுத்திக்கொண்டிருந்தாள்.

ஏழு மாதங்களுக்குப் பிறகு மீண்டும் நாங்கள் குன்னூர் வந்தபோதுதான் 'அது அவளது இயல்பு போல' முகத்தில் பிரகாசத்தைக் காண முடிந்தது. இதை அப்பா குறிப்பிட்டு சொன்னபோது அம்மாவின் கண்கள் வியப்பிலாழ்ந்தின. குறும்பு நிரம்பிய சிறுமியாகப் புன்னகைத்தாள். சாதாரணமாகத் தோற்றம் தந்த ஆனால் விபரீதத்தின் அழுத்தங்கள் நிரம்பிய அந்தப் புன்னகையை நாங்கள் யாரும் கற்பனைக்காகக்கூடத் தவறாக யோசித்திருக்க முடியாது. அம்மாவுக்கே தெரியாத அவளின் ரகசிய விருப்பங்களின் இழுவையில் அப்பாவின் விதி ஆறு மாதங்கள் மட்டுமே தாக்குப் பிடிக்க முடிந்திருந்தது. ஏழாவது மாதம் அவருக்குக் கோயம்புத்தூருக்கு மாற்றலாகியிருந்தது.

2

1985ஆம் வருடம் நவம்பர் மாதத்தின் கடைசி வாரத்தின் வெள்ளிக்கிழமை சாயங்காலம், அப்பாவின் பழைய டொயோட்டா காம்ரி காரில் நாங்கள் அந்த வீட்டைப் பார்க்கக் கிளம்பியபோது மூவரும் வெவ்வேறு மனநிலைகளில் இருந்தோம். அப்பா சிந்தனை வயப்பட்டவராகவும் தன்னம்பிக்கை மிகுந்தவராகவும் தெரிந்தார். அந்த முகம் மிகுந்த யோசனைக்குப் பிறகு இயல்பு நிலைக்குக் கொண்டு வரப்பட்டிருக்க வேண்டும். முக்கியமாக மனதொத்த இயல்பான உற்சாகம் இருவருக்கும் எங்கோ மறைந்துவிட்டிருந்தது. அம்மாவின் குடும்பமும் அப்பாவின் வசதிக்குச் சளைத்ததல்ல. அம்மாவின் பெரியப்பா சிங்கப்பூரில் வியாபாரம் செய்து வந்தார். சிறுவயதிலிருந்தே அங்கு சென்றுவிட்ட அவர் படிப்படியாக முன்னேறி இரண்டு சூப்பர் மார்க்கெட்டுகளை மளிகைக்கடைத் தரத்திலிருந்து உயர்த்தி கட்டிக்கொண்டவர். அம்மா நினைத்தால் பெரிய தாத்தாவிடம் சொல்லித் தனியாகவே அந்த வீட்டை வாங்கிவிட முடியும். ஆனால் அப்பாவின் ஒப்புதலையும் அவள் விருப்பமே அப்பாவின் விருப்பமாகவும் இருக்க வேண்டுமெனவும் விரும்பினாள்.

அந்த வீடு குன்னூரின் தற்போதைய பெட்போர்டு பேருந்து நிறுத்தத்திலிருந்து பதினைந்து கிலோமீட்டர் உள்ளே தள்ளி மலையுச்சியில் இருந்தது. (கடலில் இருந்து மூவாயிரத்து எழுநூறு அடி உயரம்.) பழைய தார்சாலை ஒன்று அவ்வீட்டிற்கென்றே பிரத்யேகமாகப் போடப்பட்டிருந்ததை நீட்டித்து பொதுச் சாலையாக மாற்றியிருந்தார்கள். கலவரத்தில் எறியப்பட்டது போல் இறைந்து கிடக்கும் கருங்கற்கள் பெயர்ந்து கிடந்த சாலையில் எங்களது கார் தொடர்ந்த உருமலுடன் சென்று கொண்டிருந்தது. பகலில் ஒலித்த சில்வண்டுகளின் கூட்டிரைச்சல் வெயிலை ஞாபகப்படுத்தியது. இருபுறமும் உயர்ந்தோங்கிய மரங்களின் நுனிப்பகுதி முடிந்த இடத்தில் சின்னஞ்சிறிய ஏற்ற இறக்கங்களுடன் இளம்தளிர் புல்வெளியால் மூடப்பட்ட சமவெளியில், பிரிட்டீஷாரின் காலத்தில் எழுப்பப்பட்ட அந்தக் கட்டடம், உருக்குலைந்த ஒரு பழைய மியூசியத்தைப் போலப் பழுப்பு மஞ்சள் நிறத்தில் மேகங்களின் தழுவல் களுடன் அசாத்தியமான மௌனத்தில் உறைந்திருந்தது. சுற்றிலும் பசுமையான மலைத் தொடர்கள் அடுக்கடுக்காய் தொடுவானத்தை நிறைத்திருந்தன. எங்களைப் பொறுத்தவரை அந்த இடமும் வீடும் புதியது. ஆனால், அவை அம்மாவின் வருகைக்காகக் காத்துக்கொண்டிருந்தன.

எங்களுடன் வந்த புரோக்கர் வீட்டைச் சுற்றிக் காட்டினார். அவர் விபூதி சந்தனம் குங்குமம் என ஒன்றின்மேல் ஒன்றாக நுணுக்கி நுணுக்கிப் பொட்டு வைத்திருந்தார். கட்டடத்தின் உரிமையாளர் திரு. டேவிட் அமிர்தராஜன் லண்டன் சென்றிருப்பதாகவும் அவர் இந்தியா திரும்பியதும் எங்களிடம் நேரிடையாகப் பேசுவார் என்றும் கூறினார். கட்டடம் ஒரு மாடி வரை எழுப்பப்பட்டிருந்தது. கட்டடத்தின் முகப்பு மாதா கோவிலின் நுழைவாயில் போல் இருந்தது. அண்ணாந்து பார்த்தபோது வீட்டின் மேற்பகுதியில், ஆகாயமாகப் பரவிக் கிடந்த மேகங்கள், மெல்ல நகர்ந்துகொண்டிருந்தன. தெற்கு நோக்கிப் பார்த்துக்கொண்டிருந்த அந்தக் கட்டடத்தை நாங்கள் மேலும் இரண்டு முறை சுற்றிப் பார்த்தோம். அம்மாவுக்கு அந்த வீட்டைப் பார்த்ததும் பிடித்துவிட்டதற்கு அடையாள மாய்ப் பழகிய மனிதனைப் பார்ப்பதுபோல் பிரியத்துடன் புன்னகைத்தாள்.

எனக்கு இன்று ஒரு அழகான வீட்டிற்குள் ஒளிந்திருக்கும் மனிதர்களின் குண அதிர்வலைகளை இதயத்தின் உள்ளுணர்வாலே துல்லியமாகக் கண்டுபிடித்துவிடும் ‘தன்மை’ அந்த வயதில் இல்லை. மாறாக அது அப்படி இருந்திருக்கவும் முடியாது. ஏனெனில் பலவீனமான சமயங்களில்தான் நம்மை

ஒன்று அண்ட முடியும். எனக்கு அந்த வயதில், அந்த வீடு, ஒரு அழகான கனவை விவரித்து சொல்வதுபோல்தான் இருந்தது. அதைக் கட்டிய இன்ஜினியரையும் அங்கு ஒரு கட்டடத்தைக் கட்டவேண்டுமென்று தீர்மானித்த அந்த ஆங்கிலேயரையும் வியக்காமல் இருக்க முடியவில்லை என்றார் அப்பா.

சராசரிக் கதவின் அளவில் சற்று உயரம் குறைவான, சுற்றுப்புரத்தை மறைக்காத, கண்ணாடி சன்னல்கள், தடித்த திரைச்சீலைகளுடன், வெளிக்கும் உள்ளுக்குமான தொடர்பு ஊடகத்தைப் போல இருந்தன. உள்ளே, மேல் மாடியில் மூன்று பெரிய அறைகளும் இரண்டு கூடங்களும் இருந்தன. இரண்டாவது கூடத்தின் கடைகோடியில் தோட்டத்தைப் பார்த்தபடி கறுப்பு மேசையைப் போல் மூடப்பட்ட நிலையில் வசித்தவர்களின் கடைசி அடையாளமாக ஒரு பியானோ இருந்தது. இரும்பு வளையங்கள் கிரீச்சிட அம்மா அந்தத் திரைச்சீலையைத் தள்ளினாள். காத்திருந்தது போல் தோட்டத்து வெளிச்சம் கண்ணாடி சன்னல்கள் வழியே பியானோ மேல் படிந்தது. அதன்மீது படிந்திருந்த மழமழப்பான காலவரையற்ற தூசியில் சிரித்த முகத்துடன் ஆட்காட்டி விரலால் அம்மா தன் பெயரை எழுதினாள்.

மேல் மாடியில் உள்ள இரண்டு கூடங்களுக்கு நிகராக கீழ் தளத்தில் உள்ள மிக நீளமான ஒரே கூடத்தின் கோடியில் சாப்பிடுவதற்கான ஒரு பெரிய நீண்ட மரமேசையும் சுற்றிலும் விரைப்பான மனிதர்களைப் போல அமர்ந்திருந்த நாற்காலிகளும் தூசுபடிந்து காணப்பட்டன. அதை ஒட்டி சமையல் கட்டும் வெளிச் சமையல்கட்டும் பிணைந்திருந்தன. கீழிருந்த மூன்று அறைகளும் யாரோ அப்போதுதான் காலி செய்து விட்டுப் போனதைப் போலச் சுத்தமாகவும் பொருட்களற்றும் காணப்பட்டன. வலது பக்கம் ஒரு சிறிய விருந்தினர் வீடு கச்சிதமாக இருந்தது. அதன் பக்கவாட்டுக் கொட்டகையில் பழைய சாமான்களும் கார்களின் டயர்களும் அடுக்கப்பட்டிருந்தன. வீட்டைச் சுற்றிலும் புற்கள் கணுக்கால்களை மறைத்தன. தோட்டம் வீட்டுக்கு ஒரு ரகசிய வாசல் போல் இருந்தது. தோட்டத்து வாசற்படியிலிருந்து ஆறடி அகலத்திற்கு சிமிண்டு பாதை தோட்டத்தின் இறுதியில் அடர்ந்து பரவி நிற்கும் சிறிய காடுவரை சென்று நின்றது. அதன் பின்னால் இருக்கும் தேயிலைத் தோட்டத்திற்கு ஜீப்பில் செல்லும் பாதையாக இறந்துவிட்ட ஃபிராங்ளின் டேவிட் உபயோகித்தது என புரோக்கர் குறிப்பிட்டார்.

அப்பா மட்டும் மீண்டும் ஒருமுறை கட்டடத்தைச் சுற்றிப் பார்த்தார். சிவில் என்ஜினியரான அப்பாவுக்கு அக்கட்டடம்

மிகவும் பிடித்துவிட்டிருந்தது. 'கொஞ்சம் alter செய்தால் இது ஒரு அபராமான வீடு' என்றார். நான் சிமிண்டு பாதையின் முடிவை நோக்கிச் சென்றேன். காட்டைத் தாண்டி தூரத்தில் பசுங்கருமையுடன் தேயிலைத் தோட்டம் தெரிந்தது. காடு தன்னியல்பான அதன் வசீகரத்துடன் ஆனால் மூச்சுத் திணரும் இறுக்கமான அமைதியுடன் இருந்தது. அம்மா தோட்டத்துப் படிக்கட்டில் ஒரு சிறுமியின் குதூகலத்துடன் அமர்ந்து கால்களை நீட்டினாள். பக்கவாட்டில் இருந்த குளிர்ச்சி மிகுந்த கருங்கல் படிக்கட்டை, கைகளால் உயிருள்ள ஒரு பொருளைத் தொட்டுத் தடவுவதுபோல் செய்தாள். இவையெல்லாம் அவ்வீட்டை வாங்குவதற்கான அம்மாவின் விருப்பத்திற்கான சமிக்ஞைகள் என்று தவறாக நாங்கள் எண்ணிக்கொண்டோம்.

மதிய சாப்பாட்டுக்கெல்லாம் நாங்கள் புளூ நைல் ஹோட்டலிற்குத் திரும்பியிருந்தோம். (தற்போதைய புளூ ஹில்ஸ்.) இரண்டு நாட்கள் குன்னூரில் இருந்தோம். கண்ணாடி டீபாய் வைக்கும் அழகுசெய்யப்பட்ட காபிக் கொட்டை மரத்தின் வேர்க்கட்டைகள் இரண்டை அம்மா விலைக்கு வாங்கினாள். அவை நவீன ஓவியத்தின் கூறுகளுடன் மிக அழகாக இருந்தன. மேலும் குன்னூரில் வழக்கமாக வாங்கும் சில டீ பொட்டலங்கள் மற்றும் ஊட்டி வறுக்கிகளுடன், பெய்யவிருந்த கன மழைக்கு முன்பு ஊர் வந்து சேர்ந்தோம்.

3

அடுத்த இரண்டு மாதங்களில் சட்டரீதியான பத்திரப் பதிவுகள் முடிந்தன. அப்பா அவ்வீட்டிற்கான பராமரிப்புப் பணிகளை தனது அலுவலக விடுமுறை நாட்களிலேயே முடித்து விடலாமெனத் தொடங்கி, தொடர் விடுப்பு எடுத்து முடிக்க வேண்டிய நெருக்கடியில் வந்து முடித்தார். வீட்டின் முகப்பை ரசனையுடன் உருமாற்றியிருந்தார். கட்டடத்திற்கு முழுக்க முழுக்க வெள்ளை வண்ணப்பூச்சை உருவாக்கி, அதன் பழுப்பு நிறத்திலிருந்தும் கட்டடத்தின் பழங்காலத்திலிருந்தும் விடுவித்திருந்தார். பின்புறம் திறந்த வெளி சமையல்கட்டிற்கு தோட்டத்து வாசற்படியிலிருந்து நடைக்கூடாரமும் சாயங்காலத்தை இதமாகப் போக்குவதற்கும் காபி, டிபன் சாப்பிடுவதற்குமாகப் பிரம்புக் கூடைகளும் நிழல் குடைகளும் ரயில்வே பெஞ்சை நினைவுபடுத்தும் சாய்வும் சொகுசும் கொண்ட அழகிய வேலைப்பாடுகள் செய்யப்பட்ட இரும்பு மற்றும் மரப் பெஞ்சுகளும் போடப்பட்டன. அப்பா அந்த வீட்டிற்கு 'டியா பேலஸ்' என்று பெயர் பொறித்தார். அது அம்மாவின் செல்லப் பெயர்.

1986ஆம் வருடம் நாங்கள் டியா பேலஸிற்கு குடிபெயர்ந்து வந்தோம். சமவெளிப் பகுதிகளின் குளிர்காலமாக இருக்கும் பிப்ரவரி மாதத்தில், குன்னூரில் தொடர்மழை பெய்துகொண டிருந்ததில் வானம் நிரந்தரமாகக் கருஞ்சாம்பல் நிறத்திற்கு மாறிவிட்டிருந்தது. சில சமயம், சிறிது ஓய்வெடுத்துக்கொண்டு பெய்தது தவிர்த்து, இங்கு வந்தபிறகுதான் ஓய்வு ஒழிச்சலற்ற முழு நேர மழைப் பொழுதுகளை அதிக நாட்கள் காண முடிந்தது. இரவுக்கும் பகலுக்கும் வித்தியாசங்கள் குறைந்த அந்த மழைக்காலத்தில் ஈரமும் சில்லிப்பும் வீட்டுச் சுவர்களைத் தாண்டி எங்கள் உடல்களை நடுக்கிக்கொண்டிருந்தன. நாங்கள், வீட்டுக்குள்ளே நடமாடும் அமானுஷ்யமான நிழலுருவமாகவும் கணப்புகளின் எதிரே நோயாளிகளைப் போலப் போர்த்திக் கொண்டும் அமர்ந்திருந்தோம். எங்கள் மூச்சிலும் பேச்சிலும் சிகரெட் புகை கசிவதுபோல் பனிப்புகை வந்துகொண்டிருந்தது வேடிக்கையாக இருந்தது. எலும்பை ஊடுருவும் குளிரால் மிக அதிகமான சூட்டோடு உணவுகளை உண்டோம். மாலை ஐந்து மணிக்கெல்லாம் இருட்டிவிடும் அந்நாட்களில் ஒன்பது மணிக்கெல்லாம் நள்ளிரவு வந்துவிட்டிருந்தது. நாங்கள் மழையைச் சபிக்கவில்லை. மழை என்பது எங்களது பழைய இடத்தைப் போல் தனித்த விஷயமில்லை; அது வெயிலைப் போல் இங்கு சகஜமான ஒன்று என்பதைப் பிற்பாடு நாங்களும் ஏற்றுக்கொண்டோம்.

என்னை எலிசபெத் மெட்ரிக்குலேஷன் பள்ளியில் சேர்த்து விட்டார்கள். பெட்போர்டு பேருந்து நிறுத்தத்திலிருந்து எங்களது பள்ளிவரை நீளும் மூன்று கொண்டை ஊசி வளைவுகளைக் கொண்ட அந்தத் தார்சாலை, மிகவும் மேலுயர்ந்த மலை உச்சிப் பார்வையில் தலையும் வாலும் காண முடியாதபடி தன் உடலைக் கிடத்தியிருக்கும் கருப்பு நதியைப் போல் இருந்தது. நிதானமாகவும் ஒரே சீராகவும் பெய்யும் மழையில் குடைகளைப் பிடித்தபடி மாணவ மாணவிகள் கூட்டம் தினமும் ஒரு ஊர்வலத்தைப் போலக் காலையிலும் மாலையிலும் பள்ளிக்கூடத்திற்கு நடந்து சென்றுகொண்டிருந்தது. தார் சாலையிலும் கால்விரல்கள் மூழ்குமளவுக்கு வழிந்தோடும் தொடர்மழையால் எங்கள் ஷூக்களில் சில்லிப்பு நிரந்தரமாகி விட்டிருந்தது. அனுமதி கிடைத்தது போல் இரவுகளில் மூச்சு விடாமல் பெய்யும் மழை, பகல் நேரங்களிலும் பெய்யும் போது அம்மா என்னை தனது மாருதி காரில் கொண்டுவந்து விடுவாள். கதவு சன்னல்கள் மூடிய அறைக்குள் மின்சார விளக்குகள் எரிய பாடங்கள் நடத்தப்பட்டன.

எங்கள் வீட்டிற்கு இரண்டு வேலைக்காரர்கள் நியமிக்கப் பட்டார்கள். ஒருவர் குப்பையா. மற்றொருவர் இளம் பெண்ணான அமுதா. இவர்கள் இருவரும் எங்கள் வீட்டிலிருந்து மூன்று கிலோமீட்டர் தொலைவிலுள்ள தூவான்குளம் கிராமத்தைச் சேர்ந்த தாத்தாவும் பேத்தியுமாவர். கறுப்பும் லட்சணமுமான அமுதா, காலை வேளையில் பாலும் காய்கறிகளும் வாங்கிக் கொண்டு வரும் அவள், இரவு ஏழு மணிக்கு மேல்தான் வீட்டை விட்டுச் செல்வாள். வெளுப்பான வண்டல் மண் நிறத்தில் திடகாத்திரமான ஒல்லியும் நரையேறிய தொங்கு மீசையும் கொண்ட குப்பையா தாத்தா வீட்டின் காரோட்டியாக வும் வெளி வேலைகளுக்குமாக இருந்தார். அவர் ஏற்கனவே குன்னூரில் ஒரு பார்சி குடும்பத்திற்கு ஓட்டுநராக இருந்தவர். வீட்டில் அவரது வேலை பெரிதாக இல்லாததால் தோட்டக் காரராகவும் பிற்பாடு அவரே பணிகளை எடுத்துக்கொண்டார். ஞாயிற்றுக்கிழமை இவருக்கு விடுமுறை.

நாங்கள் திட்டமிட்டபடியும் மகிழ்ச்சியுடனும் எங்களின் வாழ்க்கையைப் புத்தம் புதிய சூழலில் மிக அழகாகத் தொடங்கி யிருந்தோம். ஆனால், அந்த வீட்டிற்குக் குடி வந்ததை நாங்கள் செய்த துரதிருஷ்டம் என்பதா? அல்லது விதி என்பதா? என்றால் நான் விதி வசத்தால் என்றுதான் சொல்வேன். ஏனெனில் நான் நவீன கருவிகளை இயக்குவதற்கும் உல்லாசத் திற்காகச் சம்பாதிக்கும் உள்ளுணர்வைப் புறக்கணிக்கும் தட்டையான பார்வை கொண்ட பெரும்பான்மையான இந்த யுகத்து மனிதனல்ல. என்னைச் சுற்றிலும் இயங்கும் இம்மக்களை யும் இப்பிரபஞ்சத்தின் பேரியக்கத்தையும் மௌனமாக ஆழ்ந்து பார்க்க முடிகிற ‘பழைய மனிதன்’ என்பதில் ஆறுதலடைகிறேன். நிகழ்பவற்றின் முன்னும் பின்னும் காரண காரியங்கள் நீங்காத நிழலைப் போல பிரிக்க முடியாமல் வருகின்றன. எந்த ஒன்றும் இங்கே சாதாரணமாகப் பிறந்துவிடவும் இல்லை; அழிந்து விடவுமில்லை. நாம் தவிர்க்க முடியாமல் விரும்பும் ஒன்றில் தான் நமது கடந்தகாலத்தின் மிச்சம் இருக்கிறது என்பதையும் அவற்றை அடைய விழைவதில்தான் நமது வாழ்க்கையின் தொடர்ச்சி இருக்கிறது என்பதையும் உளப்பூர்வமாக நம்புபவன். எங்களின் இவ்வூருக்கான வருகையும்கூட அப்படித்தான். முடியுமுன்னே முடிக்கப்பட்ட கடந்தகால வாழ்க்கையின் மிச்சங்கள் அழைத்த ஒரு துயரக்கனவுதான் அது.

பேய்களைப் பற்றி அம்மாவை விட பாட்டி நிறையக் கதைகளைச் சொல்லியிருக்கின்றாள். அப்போது அதன்மீது ஒரு பயம் சார்ந்த ஈர்ப்பு இருந்தது. அதன்பின்பு திரைப்படங் களில் பார்த்ததோடு சரி. ஆனால் குன்னூர் வந்தபின்புதான்

அது சார்ந்த விஷயத்தை முதன்முதலாக நேரிடையாகக் கேட்கவும் அனுபவிக்கவும் தொடங்கினேன். சில சமயம் 'அது' தன் நடவடிக்கைகளால் உருவாக்கும் சப்தங்களாலும் சில சமயம் நமது உள்ளுணர்வாலும் மட்டுமே புரிந்துகொள்ளக் கூடிய வகையில் நடந்த அந்த அனுபவங்கள் உங்களுக்கு வழக்கமான பேய்க் கதைகளை நினைவூட்டலாம். ஆனால், எங்கு சென்றாலும் வாழ்க்கைக்கான அடிப்படைகள் மாறுவ தில்லை என்பதுபோல பேய்களின் நடவடிக்கைகளும்கூட அவ்வாறுதான்.

4

(பிரக்காஷ் மதுக்கர் எழுதியிருக்கும் அனைத்து அனுபவங் களையும் கூற முடியாது என்பதால் மிக முக்கியமான சம்பவங் களை மட்டும் தொகுத்திருக்கின்றேன் – ஜே.பி. சாணக்யா)

இவ்வீட்டிற்கு வந்த முதல் மாதத்தில் நடந்த விஷயம் அது. (1986ஆம் வருடம் மார்ச் மாதம்) அன்று சனிக்கிழமை. பிரகாசமான காலை வெளிச்சத்தில் உற்றுப்பார்த்தாலொழிய தெரியாத லேசான மழை வெயிலோடு கூடிக்கலந்து பெய்து கொண்டிருந்தது. அமுதா வந்தால்தான் அன்றைய வேலைகள் எங்களுக்குத் துவங்கும். காலையிலிருந்து அம்மா அவளை எதிர்பார்த்துக்கொண்டிருந்தாள். நேற்றுவரை அவள் ஒருநாளும் தாமதமாக வந்ததில்லை. அம்மா காலை சிற்றுண்டிக்கான வேலைகளில் மூழ்கியபோது அமுதா, குப்பையா தாத்தாவுடன் எட்டு மணிக்குதான் வந்தாள். அவள் முகம் லேசாக வெளிரி உடல்நிலை சரியில்லாதவள்போல இருந்தாள். காரணம் சொன்ன பின்புதான் அது அவளின் பய உணர்ச்சி என்று தெரிந்தது. அவள் சொன்ன காரணத்தில் எங்களது அனைத்துப் புலன்களும் ரகசியமாக விழித்துக்கொண்டன. அத்தனை நபர்களும் கூடத்தில் இருக்க, அவள் இன்னும் அந்தப் பயத்தி லிருந்து விடுபடாதவளாக அம்மாவின் அருகே வந்து சொன்னாள். அவளின் விவரிப்பினூடாகவே நாங்கள் அதன் தீவிரத்தை உணர முடிந்தது. அவள் அதிகாலையில் இங்கு வந்தபோது வெள்ளையாய் உயரமாய் ஒரு உருவம் கேட்டில் நின்று சாலையைப் பார்த்துக்கொண்டிருந்ததாகவும் அது எனது அப்பா என்று நினைத்து அவள் கேட்டைத் திறக்கவும் அந்த உருவம் சட்டென வேகவேகமாக நடந்து சென்று வீட்டின் பின்பக்கம் மறைந்துவிட்டதாகவும் சொன்னாள். அம்மா முதலில் என்னைப் பார்த்தாள். உண்மையற்ற விஷயத்திற்காக நான் பயந்துவிடக் கூடாது என்பதற்காக இருக்கலாம். அப்பா சிரித்துக் கொண்டார். அமுதாவின் கற்பிதமான பய உணர்ச்சி என்றார். அவளது நிஜம் அலட்சியப்படுத்தப்பட்டதில் வேலைகளைக்

கவனிக்கச் சென்றுவிட்ட அமுதா, வேறு எதுவும் வெளிப்படையாகப் பேசவில்லை. இவற்றை ஏற்றுக்கொள்ளாததினூடாக அவள் எங்களிடமிருந்து சட்டென தனித்திருந்தாள். எல்லோருக்கும் வரும் பொதுப் பயமும் அதற்குண்டான பகுத்தறிவு விடைகளையும் தேடி அப்பாவும் அம்மாவும் அவ்விஷயத்தைப் புதைத்துவிட முயன்றுகொண்டிருந்தார்கள். அப்பா மிகவும் நம்பும்படி ஒரு அறிவியல் காரணத்தைச் சொன்னார். 'பனி அல்லது மேகம் திரண்டு நின்றிருக்கும்; காற்றசைவில் நகர்ந்து சென்று கலைந்திருக்கும்' என்றார். எங்களுக்கும் அதுதான் சரி என்று தோன்றியது. ஆனால் பார்க்க முடியாதவற்றை உணரும் எங்களின் நுண்ணுர்வுகள் மட்டும் அடங்காமல் அவள் சொன்னதைச் சுற்றி அலைந்து கொண்டிருந்தன. ஏனென்றால் நாங்கள் அன்று முழுவதும் மட்டுமல்ல அதன்பிறகான நாட்களிலும் அதைத்தான் பேசிக் கொண்டிருந்தோம்.

மதிய உணவுக்குப் பிறகு அமுதா என்னிடம் தனியாக அறிவுரையாகச் சொன்னாள், 'நீ தனியாக இரவில் எங்கும் போகாதே' என்று. அதன்பின்பு அவள் அதிகாலையில் வருவதை நிறுத்திக்கொண்டாள். முதல்நாளே, மறுநாள் காலை வரைக்குமான பாலை வாங்கிவந்துவிடுவாள். இருட்டிய பிறகு கிளம்ப முற்பட்டால் குப்பையா தாத்தாவுடன் சேர்ந்து செல்வாள். அவரில்லையென்றால் தங்கிவிடுவாள். அந்த நிகழ்வுக்குப் பிறகு அவளை நான் எனது அறையிலிருந்து பார்த்திருக்கின்றேன்: கேட்டைத் திறக்கும் போதெல்லாம் ஒரு திருடியைப் போலச் சுற்றும் முற்றும் பார்த்து அவசர அவசரமாகத் திறந்து, ஓட்டமும் நடையுமாகப் போவாள். நாங்கள் யாராவது உடன் வந்தால் தைரியமானவளைப் போல் முன்னே சென்று கேட்டைத் திறந்து கடைசியில் வருபவருக்காக வெளிப்பக்கமாக நின்றபடி காத்திருந்து சாத்துவாள். அம்மா சிலசமயம் அவள் பயத்தை நினைத்து வாய்விட்டுச் சிரிக்கவும் செய்தாள். ஆனால், குன்னூரின் குறைந்த வெளிச்சம் நிரம்பிய பகல்நேரங்களைக் கொண்டிருந்த அந்த மார்ச் மாத இறுதியில், நாங்கள் அனைவருமே அந்த விஷயத்தை வெளிப்புறமாக மறந்து விட்டாலும்கூட, அமுதாவின் பேச்சிற்கு வலு சேர்க்கும்படியான விஷயங்கள் நாட்களுக்குப் பிறகு நடக்கத்தான் தொடங்கின.

5

அம்மா அன்று எங்களனைவருக்கும் பாலும் கோதுமையும் கலந்த காலிஃபிளவர் சூப் செய்துகொண்டிருந்தாள்.

சமையலறைக் கதவு திறந்திருக்க, நான் கூடத்தில் உள்ள சாப்பாட்டு மேசையில் அமர்ந்துகொண்டு அவளிடம் அவ்வப் போது பேசியபடி பழைய மாத இதழ் ஒன்றைப் புரட்டிக் கொண்டிருந்தேன். அவள் காய்கறிகளை மரப்பலகையில் வெட்டும் சப்தம் கடிகாரத்தின் நொடிமுள் நகர்வு அதிகப் படியான சப்தத்தில் ஒலிப்பதுபோல் எனக்குக் கேட்டுக் கொண்டிருந்தது. என்னுடன் பேசிக்கொண்டிருந்த அவளின் குரலும் காய்கறி வெட்டும் சப்தமும் நின்றுபோனபோது அவளைக் கூப்பிட்டுப் பார்த்துவிட்டு எழுந்துபோய்ப் பார்த்தேன். யாரோ அறைக்குள் நுழைந்திருக்கும் உள்ளுணர்வுடன் யாருமற்ற அறையைத் திரும்பிப் பார்த்து நின்றுகொண்டிருந்தாள். எனக்கு அவள் நடவடிக்கை சற்று விசித்திரமாக இருந்தது. எதைக் குறித்தோ பயந்திருக்க வேண்டும். சட்டென எதையோ கண்டுவிட்டவளைப் போல் கத்தியைப் போட்டுவிட்டு அறையை விட்டு வேகவேகமாக வெளியே வந்தாள். என்னைப் பார்த்ததும் அசட்டுத்தனத்துடன் பயத்தை மறைக்கச் சிரித்தாள். எவ்வளவு கேட்டும் என்னிடம் பிடிவாதமாக எதையும் சொல்ல மறுத்து விட்டாள்.

வீடு பனிமூட்டத்தில் மறைந்திருந்தது. குளிரில் கச்சிதமான கம்பளி உறைக்குள் நுழைந்துகொண்டதைப் போல் இறுக்கமாகப் போர்த்திப் படுத்திருந்தேன். விரல்களில் நெட்டி முறிக்கும் சிறிய ஒலிகளைப் போல, கணப்பு அடுப்பின் நெருப்பு, சிறுசிறு வெடிப்பாக, அங்கொன்றும் இங்கொன்றுமாகச் சத்தமிட்டபடி ஓய்ந்துகொண்டிருந்தது. அம்மா, நான் தூங்கிவிட்டதாக நினைத்து அப்பாவிடம் சொன்னாள். அம்மாவின் குரல் உள்ளூரப் பயந்திருந்தது. 'வேலை செய்துகொண்டிருக்கும்போது யாரோ பெருமூச்சு விடும் சப்தமும் என் முதுகுக்குப் பின்னால் வந்து நின்று பார்க்கும் உணர்வும் வருகிறது' என்றாள். அப்பா அதை அலட்சியப்படுத்தவில்லை. 'ஆனால் பெருமூச்சு விடும் சப்தம், சில பூச்சிகளின் சப்தம்கூட அவ்வாறு கேட்கும். நாம் காட்டை ஒட்டித் தனியாக இருக்கிறோம்' என்றார். அம்மா மௌனம் காத்தாள். இருவரும் சில வினாடிகள் அமைதியாக இருந்த பிறகு அம்மா கேட்டாள்: 'இதெல்லாம் உண்மையா? நாமே கற்பனை செய்துகொள்கிறோமா?'. அப்பா சிரித்திருக்க வேண்டும். ஆனால் அமைதியாகவே இருந்தார். அவர் அப்போது அம்மாவின் விரல்களைப் பிடித்தோ கண்களைப் பார்த்தோ மௌனமாகப் பதில் சொல்லியிருக்க வேண்டும். அம்மா சிறிது நேரத்திற்குப் பிறகு, ரகசியங்கள் பேசும் கச்சிதமான சப்தங்களின் அளவில் என்னைக் குறித்து எதுவோ முனகினாள். பெருமூச்சிட்டு எழுந்து சென்றபோது, கண்ணாடி வளையல்

களின் சிறு ஒலிகளும் அவள் ஆடைகளின் சரசரப்பும் அதிகப் படியான சத்தமாக எனக்குக் கேட்டன.

அம்மா மறுநாளும் அப்பா வந்தவுடன் பீடித்தக் கவலை யுடன் சொன்னாள். ‘நள்ளிரவுக்கு மேல் மாடியில் யாரோ நடந்துசெல்லும் சப்தமும் நான் அறைக்குள்ளே வரும்போது முன்பே அங்கு யாரோ அமர்ந்திருப்பது போலும் தோன்று கிறது’ என்றாள். இந்த முறை என்னைக் கருதி இருவருமே வெளியில் எழுந்துசென்றார்கள்.

புதன்கிழமை அதிகாலையிலேயே அப்பா வெளியூர் புறப்பட்டார். எங்களுக்குத் துணையாகத் குப்பையா தாத்தாவை யும் அமுதாவையும் அப்பா வரும்வரை உடனிருக்கும்படி கேட்டுக்கொண்டிருந்தார். உள்ளூர ஏதோ ஒரு சுதந்திரத்தை உணர்ந்துகொண்டிருந்தேன். அம்மாவும் சென்றிருந்தால் இன்னும் அதை உணர்ந்திருப்பேன். அன்றிரவு குப்பையா தாத்தா மேல்மாடியில் இருந்தார். நான் எனது அறையில் சிறிது பதற்றத்துடன் கண் விழித்திருந்தேன். சித்திரத்தைப் போல் சன்னலில் அசையாது தொங்கிக்கொண்டிருக்கும் திரைச்சீலை பிம்பங்களுக்கும் என்னுடைய செயல்களினால் ஏற்படும் சாதாரண சப்தங்களுக்கும் நானே அதிக கவனம் கொடுத்தபடி லேசான பயத்துடன் அமர்ந்திருந்தேன்.

பள்ளிக்கூடத்தில் சார்லஸ் அண்ணாவிடம் கேட்டுத் தெரிந்துகொண்டதை வைத்து, ஒய்ஜா போர்டுக்காக எனது டிராயரைத் திறந்தபோதுதான் அந்தச் சப்தத்தைக் கேட்டேன். எல்லோருக்கும் கேட்டதா அல்லது நான் மட்டும் கேட்டேனா என்று தெரியவில்லை. இரவின் அமைதியைக் கீறுவதுபோல் குதிரை கனைக்கும் சப்தம். என் மயிர்கால்கள் பயத்தின் சிலிர்ப்பில் எழும்பிக்கொண்டன. எங்கள் வீட்டைச் சுற்றிலும் மக்களுக்கான பொதுவான பாதை எதுவும் கிடையாது. ஆனால் நான் அந்த சப்தத்தை மிகத் துல்லியமாகக் கேட்டேன். சீராக சிமிண்டு தரையில் நடந்து வரும் குதிரைக் குளம்பு களின் சப்தங்கள். என் அறைக்குள் நடப்பதுபோல் அதிர்வை தரும் அது, பின்பக்கத்து சிமிண்டு பாதையில் நடந்துவருகிறது என்று யூகித்தேன். தைரியத்தை வரவழைத்தபடி நான் மெல்ல எழுந்து சென்று திரைச்சீலையை விரல் அளவு விலக்கி கண்ணாடி சன்னல் வழியே பார்த்தேன். வாசலில் இருந்த சந்தன முல்லைச் செடி நீலம் கலந்த புத்துணர்ச்சியுடன் தென்றலில் அசைந்து கொண்டிருந்தது. காத்திருந்ததுபோல் அதன் மூர்க்கமான மணம், பூட்டிய அறைக்குள் நிறைவதை உணர்ந்தேன். குறிப்பிடும்படி எதையும் காணமுடியாத நான்

திரைச்சீலையை விட்டு நாற்காலியில் வந்து அமர்ந்து கொண்டேன். முல்லை மணத்தினூடாக கனமான பூட்ஸ் கால்கள் மரத்தாலான எங்கள் வீட்டு மாடிப்படியில் ஏறும் அந்தச் சப்தத்தையும் நேரிடையாகக் கேட்டேன். அது, வேலை முடிந்து வீடு திரும்பும் களைப்போடு இருந்தது. என்னால் முதலில் நம்ப முடியவில்லை. எனக்குக் கதவைத் திறந்து எட்டிப் பார்க்க உதறலாக இருந்தது. என் இதயத் துடிப்பும் சுவாசமும் எனக்கு வெளியே நிகழ்வதுபோல அந்நியமாகி யிருந்தன.

குழப்பத்துடன் அம்மாவை நினைத்தேன். நிமிடங்களுக்குப் பிறகு வேறு வழியின்றி எனது அறையின் கதவைத் திறந்து பயத்தை வெளிக்காட்டாமல் சாதாரணமான தொனியில் அம்மாவைக் கூப்பிட்டேன். அவள் என்னை நினைத்துக் கொண்டிருந்திருக்க வேண்டும். இனிமேல் எதையும் என்னிடம் மறைக்கும் எண்ணம் அவளுக்கு வராது. அம்மாவின் முகத்தில் எனக்காக மறைக்கப்பட்ட திகிலுணர்ச்சி வெளிரிய மிச்சத்துட னிருந்தது. அமுதா மெத்தையின் அருகே பரிதாபமாகக் குத்துக் காலிட்டு உட்கார்ந்திருந்தாள். அம்மா நான் உள்ளே வந்ததும் கதவடைத்து நாற்காலியில் அமர்ந்தாள். நான் கட்டிலில் அம்மாவின் முகம் பார்த்து ஒருக்களித்துக்கொண்டேன். அவள் என்னைப் பார்த்தாளே ஒழிய, தொலைவிலிருந்தாள். நம்பிக்கை யும் நம்பிக்கையைக் குலைப்பதுமான அதன் நடத்தைகள், பொய்மைகளின்றி இப்பிரபஞ்சத்தோடு வலுவாகப் பிணைக்கப்பட்டிருந்ததை நாங்கள் நேரிடையான அனுபவ மாகப் பெற்றிருந்தோம்.

6

மறுநாள் எழுந்தபோது அறைக்குள் நான் மட்டுமே இருந்தேன். நேற்றைய இரவின் நிகழ்வு திகிலான கனவு போலிருந்தது. மந்தமான கசப்புணர்வுடன் கதவைத் திறந்தேன். அது வெளிப்புறமாகத் தாழிடப்பட்டிருந்தது.

அம்மா காலை உணவுக்குப் பிறகு அப்பாவிடம் தொலை பேசியில் அவர் தனது வேலைகளை விரைவாக முடித்துக் கொண்டு வரவேண்டுமெனக் கேட்டுக்கொண்டிருந்தாள். முந்தைய இரவின் பய உணர்வினால் மறைமுகமாகத் தாக்கப் பட்டிருந்த நான் அறையை விட்டு வெளியே வந்ததும் அந்த மாடிப்படியைத்தான் முதலில் பார்த்தேன். மாடியை ஒட்டிச் செல்லும் கண்ணாடிச் சதுரங்களில் இருந்து புகைத்தன்மை யுடன் கொட்டிக்கொண்டிருக்கும் காலை வெளிச்சம், படிக் கட்டின் வலது பக்கத்தில் நீண்ட சாய்ந்த செவ்வகங்களாகப்

புத்துணர்ச்சியுடன் விழுந்துகொண்டிருந்தன. வெளிச்சத்தி லிருந்து எழும்பும் எதிரொலியைப் போல் அதிலிருந்து மீறும் பிரகாசமே கூடத்திற்குப் போதுமான வெளிச்சத்தை வழங்கிக் கொண்டிருந்தது. நேற்று இரவு எங்கோ ரகசியத்திற்கு அழைத்துச் செல்லும் படிக்கட்டுகள் போலத் தோன்றியவை, எந்த மர்மமும் அற்று அழகுற இருந்தன. கொஞ்சம் விடுபட்டதைப் போலுணர்ந்தேன். எதைக் குறித்த ஆர்வம் என்று உணர முடியாதபடி குழப்பங்களுடன் வெளியே வந்தேன். மானுட வாழ்க்கைக்கே உரித்தான, ஒவ்வொரு இரவின் தூக்கத்திற்குப் பிறகும் பிரச்சினைகளும் துக்கங்களும் வடிகட்டப்பட்டுத் தொடங்கும் ஒரு புதிய நாளின் தொடக்கம் தரும் உற்சாகமாக இருக்கலாம். சந்தன முல்லைச் செடி கவர்ச்சியற்று அனாதை போல நின்றுகொண்டிருந்தது. அம்மா என்னிடம் கூடியவரை சிரித்துப் பேசினாள். ஆனால் குளிர்ச்சி மிகுந்த தன் கண்களை அவள் நேற்றிரவே தொலைத்துவிட்டிருந்தாள்.

அடுத்த நாள் சாயங்காலமே அப்பா அலுவலகக் கோப்புகளுடனும் அழுக்குச் சட்டையுடனும் வீட்டுக்கு வந்தார். சாம்பலும் மஞ்சளும் கலந்து படிந்திருந்த அவரின் கண்களில் கேள்விகள் களைப்புடன் நிரம்பியிருந்தன. மீதமுள்ள அவரின் உள்முகம் சிந்தனை வசப்பட்ட தன்னம்பிக்கையைக் கைப்பிடித்திருந்தது. இந்த முறை அப்பா அறிவியல் காரணங்களைச் சொல்லவில்லை. மாறாக அதை அனுபவித்து உணரும்வரை நம்பமுடியாத சூழலில் இருந்தார். மாடியில் சன்னல்களை அகலத்திறந்து வைத்துக்கொண்டு அங்கேயே தன் வேலைகளை வைத்துக்கொண்டார். நாங்களும்கூட வேறொருவரின் வீட்டுக்குள் உளவு மனப்பான்மையுடன் நடமாடுவதுபோல் அவ்வப்போது அப்பாவைச் சாக்கிட்டு மாடியில் சில நேரங்களைக் கழித்தோம். சில வாரங்கள், வீட்டைப் போலவே, தெளிவற்ற சூரிய வெளிச்சமும் யூகிக்க முடியாத மழையுமாக, வந்துகொண்டிருந்தன. மேகங்கள் தூரத்து மலை முகடுகளிலும் ஆகாயத்தின் அந்தரத்திலும் கண்கூசும் கண்ணாடி வெளிச்சத்தில் மிதந்தபடி நகர்ந்துகொண்டிருந்தன. 'அந்த' நடமாட்டத்தின் மிச்ச சொச்சமான நினைவுகளில் அடுத்த மாதம் வரை அனைவரும் காத்திருந்தும்கூட 'அது' வரவில்லை. நாங்களனைவரும் சேர்ந்து கூறியதால் மட்டுமே அப்பா அதை நம்பியிருக்க வேண்டும்.

7

அந்த வயதில் ஆவிகளைப் பற்றியப் புத்தகங்கள் மூலமாக ஏற்படுத்திக்கொண்ட எனது முழுமையில்லாத தெளிவை

எனது அறியாமை என்று சொல்லலாம். பின்னாளில் Kenneth walker - இன் the story of medicine, the unconsious mind போன்ற புத்தகங்கள் ஆவிகளைப் பற்றிய தெளிவினை எனக்குத் தந்தன. ஆனால் அந்த வயதில் இருந்த அச்சிறிய மனப்பான்மைதான், பிற்காலத்தில் அமானுஷ்யங்களைப் பற்றிய ஆராய்ச்சிகளைச் செய்வதற்கு எனக்கு முன்னறிவிப்பாக இருந்தன. ஆவிகளில் நிறைய வகைமைகள் இருப்பதும் உடலை விட்டுச் சென்று விட்டதான உணர்வே இல்லாத ஆவிகளும் நூறு வருடங் களுக்கு மேலும்கூட ஓரிடத்தை விட்டுச் சென்றுவிடாத பேய்களும் இருக்கும் என்பதையும் நான் தாமதமாகவே அறிந்தேன். இதுபோன்ற நெடியக் காத்திருப்பும் மூர்க்கமும் கொண்ட ஆவிகளை மனோதத்துவ வல்லுநர்கள் apparations என்று வகைப்படுத்துகிறார்கள். எங்கள் வீட்டிலும் அவ்வகை யான ஒன்றுதான் இருந்திருக்க முடியும் என்று எனது மருத்துவப் பயிற்சிக்குப் பிற்பாடு நான் எனது குறிப்புகளில் எழுதிவைத்தேன்.

அந்த நாட்கள், ஒரே சமயத்தில் அதிக வெளிச்சமான வெயிலும் இதமான குளிருமாக இருந்தன அந்த மாதம் முழுதுமே ஊரெங்கும் தட்பவெப்பம் மயக்கத்திலிருந்தது. வீட்டின்மேல் காலை வெளிச்சம் படியுமுன் அம்மாவும் அப்பாவும் நடைப்பயிற்சியாகச் சென்று காய்கறிகள் வாங்கிக் கொண்டு வீடு திரும்பியிருந்தார்கள். அம்மா கழிவறைக்குச் சென்றாள். அப்பா, மிக சாதாரண உடற்பயிற்சிகளைக் கூடத்தில் நின்றபடி மேற்கொண்டிருந்தார். அம்மா கழிவறைக்குச் சென்று திரும்பும்போது அப்பா அவசரப்படுபவர்போலக் கழிவறைக்குச் செல்லும் பாதையில் நின்றுகொண்டிருப்பதைப் பார்த்துவிட்டு, தண்ணீர் நிரப்பிக் கொண்டிருக்கும் வாளியை அப்பாவைப் பார்த்ததும் அவர் வந்து நிறுத்திக்கொள்வார் என்று எண்ணி, அப்பாவைத் தாண்டி அறைக்குள் வந்தாள். அப்பாவும் அம்மாவைக் கடந்து கழிவறைக்குச் சென்று கதவடைத்துக் கொண்டார். அப்பாவைக் கடந்து அம்மா கூடத்திற்கு வந்த போது முரண்பட்ட காட்சியைப் போல் அப்பா கூடத்தில் மீண்டும் நின்றுகொண்டிருந்தார். அம்மாவுக்குத் தூக்கிவாரிப் போட்டது. தன்னைக் கடந்து கழிவறைக்குச் சென்றவர் இங்கே எப்படிச் சாத்தியம்? ஆனாலும் அம்மா குழப்பத் துடனும் பதற்றத்துடனும் கேட்டாள். நீங்கள் கழிவறைக்குப் போகவில்லையா? என்று. அவரோ, 'கடைத்தெருவிலிருந்து வந்ததிலிருந்து நான் ஹாலில்தான் இருக்கிறேன்' என்றார். 'நீங்கள் கழிவறைப் பக்கமே இப்போது வரவில்லையா?' என்று சற்றுக் குரலுயர்த்திக் கேட்டாள். அப்பா, வியந்தபடி, 'ஏன் அப்படிக் கேட்கிறாய்!?; நான் வந்ததிலிருந்து இங்குதான் இருக்கின்றேன்' என்றார். அம்மா துரத்தப்பட்டவளைப் போலக்

கழிவறைக்கு ஓடினாள். கழிவறையைப் பார்த்துவிட்டு எதையோ பார்த்து பயந்தவளைப் போல் பின்வாங்கினாள். பெரிய சிறகுடனான நாம் சாதாரணமாகக் காணக்கிடைக்காத ஒரு கழுகு அங்கிருந்து சிறகுகளை உதறி பின்புற பால்கனி வழியாகப் படபடத்து வெளியே பறந்து சென்றது. அதன் சிறகுகளின் சப்தமும் அச்சமயத்தில் எழும்பி மறைந்த வாசனையும் இன்றும் என்னால் மறக்க முடியாதவை. அம்மா பயத்திலும் அதிர்ச்சியிலும் உறைந்தபடி சுவரில் சாய்ந்து, நெஞ்சில் கை வைத்தபடி மூச்சிறைத்துக்கொண்டிருந்தாள். வாளியில் நீர் நிரம்பி வழிந்தோடிக் கொண்டிருந்தது.

பேய்களைப் பற்றியோ அல்லது அமானுஷ்யங்களைப் பற்றியோ கேள்விப்பட்டிருந்ததுதான் அவற்றைப் பற்றிய எங்களின் அனுபவம். ஆனால் இப்படியான நிகழ்வுகளை எதிர்கொள்ளும் வாழ்க்கை எங்களுக்கு அமையும் என்று எப்படி எதிர்பார்க்க முடியும்? இதனால் பகல் நேரங்களிலும் துணையற்று செல்ல முடியாதபடி எங்களின் இயல்பான வாழ்க்கையை இழந்துகொண்டிருந்தோம். பேய்களைக் குறித்த ஆர்வம் கதைகளாக இருக்கும்வரை எல்லோருக்கும் உவப்பானதுதான். அதுவே உண்மையாக இருக்கும்போது அனுபவித்தவர்களைப் பயந்தாங்கொள்ளிகளாகவும் பகுத்தறிவற்றவர்களாகவும் பார்ப்பதும்கூட எல்லோருக்கும் சகஜமானதுதான். ஆனால் சூட்சமமான அதன் வருகைகள், காத்திருப்புகள், அனைத்தும் மரணத்திற்குப்பிறகான மானுட வாழ்க்கைக் குறித்துத் தெளிவைப் பெற்றவர்களுக்கே அதை அறிய முடியும். இயல்பாக இறக்க நேரிட்ட மனிதர்களுடைய ஆன்மாக்களின் பயணம்; தற்கொலை செய்துகொண்டவர் களின் ஆன்மாக்களின் பயணம்; துர்மரணத்தால் இறந்தவர் களின் பயணம் என்ற பல வகைகளில் இவற்றை வகைப்படுத்த முடியும் என்கிறார் ஜி.என்.எம். டைரல். (பிரபல ஆவி ஆராய்ச்சி யாளரான டாக்டர். ஜி.என்.எம். டைரல், 1951இல் இவர் எழுதிய ஆவிகள் குறித்த ஒரு புத்தகம் மிகவும் அறிவியல் பூர்வமானதாகக் கருதப்படுகிறது.)

அடுத்தடுத்த நாட்கள் வீட்டிலிருக்கும் மற்றவர்களை நிஜம்தானா? என்று எங்களுக்குள்ளேயே கேள்விக்குட்படுத்திக் கொள்ளும் பதற்றம் நிலவிக்கொண்டிருந்தது. ஒருவரை ஒருவர் ரகசியமாகக் கண்காணிப்பதற்குச் சமமான அந்த நடவடிக்கை கள், அலுப்புடன், பயனற்றதாக, விளையாட்டாக மாறிவிடும் கால அளவில் நீண்டபோதும்கூட, நடந்ததின் தீவிரம் எங்களுக்குக் குறையாதிருந்தது. அப்பா, அம்மாவின் ஞாபகச் சக்தியைச் சந்தேகப்பட்டார். அம்மாவோ, 'அவர் உருவம்

கழிவறைக்கு வந்தது உண்மை; ஆனால் அது யாரென்று தெரியவில்லை' என்றார். எதையும் நாங்கள் தொடங்குவதாக நினைக்கவில்லை. சூழலுக்குள்ளே ஒரு சுழற்சியைப் போல் அல்லது வேறொருவரின் வீட்டிற்குள் நாங்கள் வசித்துக்கொண் டிருப்பது போல் மறைமுகமான கடினமான ஒரு மோதலாக அது நிகழத் தொடங்கியிருந்தது. யாரோ சொன்னார்கள் என்று இரவு நேரங்களில் சரவெடிகளை மாடியில் கொண்டு வந்து வெடித்துக்கொண்டிருந்தார் அப்பா.

8

டெல்லியிலிருந்து அனுபமா சித்தி குழந்தைகளுடன் வந்திருந்தாள். அவர்களோடு வீடு நிரம்ப சத்தத்துடனும் புதுமையான விளையாட்டுக்களுடனும் கழியத் தொடங்கியது. குழந்தைகள் பயந்துவிடுமென்று அம்மா இதுபற்றி எதுவும் சித்தியுடன் பேசாமல் இருந்தாள். பழையபடி அப்பா வேலைக்குச் சென்று வந்தார். மெல்ல மெல்ல நாட்களின் கழிவில் நாங்கள் ஒருவிதமான முழுமையற்ற இயல்புநிலைக்குத் திரும்பிக் கொண்டிருந்தோம். அந்த மாதத்தின் விடுமுறைக்குப் பிறகு, அப்பா அனுபமா சித்தியை ரயிலில் ஊருக்கு அனுப்பிவிட்டு வரும் வரை, நாங்கள் 'இதை' உண்மையிலேயே ஓரளவுக்கு மறந்திருந்தோம். ஆனால், மே மாதத்தின் இறுதி வாரத்தில், நேருக்கு நேர் தாக்கிக்கொள்ளும் மனிதர்களின் சண்டைக்கு நிகரான அந்த நிகழ்வு, எங்களைவரையும் மிகவும் மோசமாகப் பாதித்தது.

அன்று நான் எனது அறையில் படுத்திருந்தேன். அமுதா சாயங்காலமே வீட்டுக்குச் சென்றுவிட்டாள். குப்பையா தாத்தா மாடியில் படுத்திருந்தார். அப்பாவின் அலுவலக அறையில் நேரத்துடனே விளக்கணைந்துவிட்டிருந்தது. நள்ளிரவு வரை 'அதனுடைய' எந்த முகாந்திரமும் இல்லை. வீட்டின் உறக்கத்தை உறுதிபடுத்திக்கொண்டு சப்தம் ஏற்படுத்தாமல் மாடியேறி மேலே சென்றேன். மாடியின் கூடத்தில் இருந்த அமைதி, காற்றற்றத் தன்மை இவையிரண்டும் அமானுஷ்யத்தின் பிடியிலுள்ள வரவேற்பைப் போலிருந்தது. (அன்றைய தைரியத்தை இன்றும் நான் வியக்கின்றேன்.) அப்போது யாரோ எங்கள் கேட்டைத் திறக்கும் சப்தம் எனக்குத் துல்லியமாகக் கேட்டது. உள்ளூரத் திடுக்கிட்டபடி மாடியின் சன்னலிலிருந்து கேட்டைப் பார்த்தேன். சோகையான காம்பவுண்டு விளக்கொளி யில் பனியில் நடுங்கியபடி அது மூடிதான் இருந்தது. கேட்டின் நிழல், அகலமான கருங்கற்கள் பதிக்கப்பட்ட பாதையில் கலங்கலாய் நீண்டு கரைந்திருந்தது. பியானோவை, கூடத்தின்

கடைசியில் சன்னலுக்கு முன்பு ஒதுக்கிப் போட்டிருந்தார்கள். நான் வாகாக அந்த ஸ்டூலின் மீது அமர்ந்து வரைபடத்தைப் பிரித்துவைத்து அதை செஸ் காயால் நகர்த்திக் கண்களை மூடினேன். முணுமுணுத்தபடி மனப்பூர்வமாகப் பிரார்த்திக்க ஆரம்பித்தேன். ஒழுங்கற்றதும் முழுமையற்றதுமான அந்த முயற்சியில் சில நிமிடங்கள் ஏதுமில்லாத வெறுமையை உணர்ந்துகொண்டிருந்தேன். ghost world புத்தகத்தில் சொல்லப் பட்டிருப்பதெல்லாம் வெறும் கட்டுக்கதை. விற்பனைத் தந்திரம் என்று மேலோட்டமான எண்ணங்கள் என்னை ஆக்கிரமித் திருந்தன. காற்றசைவற்ற அந்த மாடியே அசைவற்றச் சித்திரத்தைப் போல மனதுக்குள் தோன்றிக்கொண்டிருந்தது. அப்படி ஒரு இறுக்கம். கண்களைத் திறந்துவிடலாம்; எழுந்து சென்றுவிடலாம் என்ற உந்துதல் மற்றொருபக்கம் என்னைப் பிடித்திழுத்துக்கொண்டிருந்தது. கூடத்தில் குளிர்ச்சிப் படிந்ததை உணர்ந்தேன். அது என்னை உள்ளூரப் பயம்கொள்ள வைத்தது. ஏனெனில் அதன் வருகையின் குறியீடாக முதலில் அறைக்குள் தட்பவெப்பம், அதன் குணாதியத்தையும் செயல்பாட்டுத் தீவிரத்தையும் பொறுத்து மாறும் என்று புத்தகத்தில் குறிப்பிடப் பட்டிருந்தது. நான் கண்களைத் திறக்காமல் மறுக்க முடியாத உண்மைக்குள் நுழைந்துகொண்டிருந்தேன். எங்கிருந்தோ புறப்பட்டு வந்த காற்றினால் சட்டெனத் தோட்டத்து மரங்கள் விட்டு விட்டுப் பெய்யும் மழையின் சப்தத்துடன் வேகமாக வீசத்தொடங்கின. ஆரோக்கியமற்ற ஒன்றைத் தொடங்கிய முட்டாள்தனத்தை என்னால் கட்டுப்படுத்த முடியாதிருந்தது. என் முன்னே தரையில் திடமான சருகொன்று சீழ்க்கை ஒலியுடன் நகர்ந்து வருவது கேட்டது. ஆவேசத்தோடு உள்ளே நுழையும் ஒரு மனிதனைப் போல் சட்டெனக் காற்று மூர்க்கமாக வீட்டின் மேல் பகுதியில் புகுந்து வீச ஆரம்பித்தது. எழுந்து ஓடிவிடும் எண்ணத்துடன் பயம் கண்களைத் திறந்து பார்க்கச் சொல்லி நச்சரித்ததும் உயிரை நடுங்க வைக்கும் அந்த அலறல் சப்தம் கேட்டு நான் திடுக்கிட்டதும் கிட்டத்தட்ட ஒரே வினாடியில் நிகழ்ந்தன. அது யாருடைய குரல் என்றே என்னால் அடையாளம் காணமுடியாத அளவுக்கு, யாரோ அக்குரலுக்குரியவரின் தொண்டைய மூர்க்கமாக நெரிப்பது போல, அடித்தொண்டையால் உச்சபட்சமாக ஒரு மிருகத்தைப் போல உருமியும் கேவியும் எழும்பின. குப்பையா தாத்தாவின் அறைக் கதவு உதைத்துத் திறக்கப்பட்டதுபோல் சடாரென்று திறக்கப்பட்டு கூடத்தில் பாதி உடலும் அறைக்குள் மீதி உடலுமாக மல்லாந்து விழுந்து அலறிக்கொண்டிருந்தார் அப்பா. கண்களால் பார்த்த பின்பே அப்பாவின் குரல் என்று தெரிந்தது. வெளியேறித் தப்பிப்பதற்காக மோதித் திறக்கப்

பட்டக் கதவுகள் இரு பக்கச் சுவர்களிலும் இடித்துக்கொண்ட சப்தம், கடினமான மரச்சாமான் எதுவோ உயரத்திலிருந்து கீழே விழுந்து உடைந்துவிட்டதை போல் இருந்தது. தாத்தா விளக்கிட்டதும் அம்மாவின் குரல் கீழிருந்து எங்களை எட்டியது. குப்பையாத் தாத்தா அப்பாவைப் பிடித்து சுயநினைவுக்காக உலுக்கிக் கொண்டிருந்தார். அம்மா, கீழ்த்தளத்தில் விளக்கிட்டு விட்டு டார்ச் லைட்டை பாய்ச்சியபடி கத்திக்கொண்டு மரப்படிகளில் சப்திக்க ஓடிவந்தாள். வலிப்பு வந்ததைப் போல அப்பாவின் வாய் கோணியபடி அழுத்தமாக இழுத்துக் கொண்டிருந்தது. பயத்திலும் எனது இயலாமையிலும் எனக்கு அழுகை வந்தது. அப்பாவின் கரங்கள் தன் கழுத்தைத் தானே நெரித்துக்கொள்வதுபோல, அல்லது நெரிப்பதைத் தடுப்பது போலக் கழுத்தை விட்டு அகலாமல் இருந்தன. குப்பையா தாத்தா அப்பாவின் கரங்களைப் பிரித்தெடுக்க முயற்சித்தும் இறந்துவிட்ட மனிதனின் இயக்கமற்ற வலிமையில் உறைந் திருந்தன. அம்மா தண்ணீரைக் கொண்டுவந்து அப்பாவின் முகத்தில் விசிறி அடித்தாள். நான் கூடத்தில் மீதமுள்ள அனைத்து விளக்குகளையும் போட்டேன். யாரோ வேகவேகமாகப் படியிறங்கிச் செல்லும் உணர்வு வந்து திரும்பினேன். சட்டென இறுக்கம் விடுபட்டது போலிருந்தது. இயல்பான தென்றல் காற்று அனுமதிக்கப்பட்டிருந்தது. திகிலுடன் அப்பாவைப் பார்த்துக்கொண்டிருந்தேன். அப்பா எங்களைத் தலைகீழாய்ப் பார்த்தவர் விழித்து நிலைக்குத்திக் கிடந்தார். அப்போதுதான் எங்களை அங்கு முதன்முதலாய்ப் பார்ப்பவர் போலவும் பார்த்தார். அவருக்கு அவமானமாக இருந்திருக்க வேண்டும். சுய நினைவுடன் சட்டென எழுந்திருக்க முயன்று தோற்றார். அம்மா அங்கேயே அழத்தொடங்கினாள்.

9

அந்த வாரம் முழுக்க மிக மந்தமான நாட்கள். வீடு எங்களுக்கான வலை போலிருந்தது. நம்பமுடியாதவைகளின் கூட்டுத்தொகுப்பாக எங்களின் அனுபவங்கள் மாறிக்கொண் டிருந்தன. முன்பனியும் சீக்கிரம் விடியாததுமான நீண்ட இரவுகள். வீட்டின் கீழ்த்தளத்தில் எல்லா விளக்குகளும் பகலிலும் எரிந்துகொண்டிருந்தன. தவறுதலாகப் பயன்படுத்தப்பட்ட ஒரு மந்திரத்தைப் போல எனது ஓய்ஜா போர்டு விவகாரங்கள் ஆகிவிட்டிருந்ததை நான் அப்பாவிடம் சொல்லவில்லை. நம்பமுடியாத 'அதன்' வருகையில் நான் நடுங்கிப்போயிருந்தேன். வாழ்க்கையின் வெளிப்புறமான விஷயங்களுக்கு அப்பால் ரகசியமான பாதையை முகர்ந்துகொண்டிருப்பதும் ஒருவகை யில் என்னை சஞ்சலத்திற்குள்ளாக்கிக்கொண்டிருந்தது.

அப்பாவின் கண்களில் நான் மீண்டும் சாம்பல் நிறத்தைப் பார்த்தேன். அவர் அப்போது தீவிரமாக சிந்தித்துக்கொண் டிருந்தார். அவசரப்பட்டு வீட்டை வாங்கிவிட்டதாக எழும்பிய பேச்சை அவர் விரும்பிவில்லை. அம்மா, குப்பையா தாத்தாவைப் போல ஏதாவது மந்திரவாதிகளைக் கொண்டு வரலாம் என்றாள். அப்பா, வீட்டின் பழைய உரிமையாளர் டேவிட் அமிர்தராஜனிடம் சொல்லிப் பார்க்கலாம் என்றார். அம்மாவும் 'அதுவும் நல்ல யோசனைதான்' என்றாள்.

டேவிட் அமிர்தராஜன் வரும் அந்த வியாழக்கிழமை பிற்பகலுக்காக நாங்கள் ஒரு சிறிய தயாரிப்பில் இறங்கி யிருந்தோம். அம்மா சில இனிப்புப் பலகாரங்களைக் கடையி லிருந்து வாங்கி வந்திருந்தாள். அப்பா குப்பையா தாத்தாவுடன் சேர்ந்து கூடத்தை ஒழுங்குபடுத்தி இருக்கைகளை இருந்த திசையிலிருந்து எதிர் திசைக்கு மாற்றிக்கொண்டார். நாம் பயந்துவிட்டதாக அவரிடம் காட்டிக்கொள்ள வேண்டாம் என்று வெளிப்படையாகச் சொன்னார். இடையில் அப்பா கோயம்புத்தூருக்கு அவரது நண்பரும் மனநல மருத்துவருமான மதுசூதனனைக் பார்க்கக் கிளம்பியபோது அம்மாவும் சேர்ந்து கிளம்பினாள். சாயங்காலமே வந்துவிடும் திட்டமிருந்ததால் என்னை குப்பையா தாத்தாவிடமும் அமுதாவிடமும் ஒப்படைத்துவிட்டு சென்றுவந்தார்கள்.

ஜூன் மாதம் முதல் வார வியாழக்கிழமை. இறக்குமதி செய்யப்பட்ட கறுப்பு நிற மெர்சிடிஸ் பென்ஸ் காரில் கோட் சூட்டுடன் டேவிட் அமிர்தராஜன் எங்கள் வீட்டிற்கு வந்த போது வீடு மிதமான வெளிச்சத்தில் இருந்தது. (500 sel மாடலாக இருந்த அந்தக் கார் அப்போதைய மிக அதிகமான செழிப்புடையவர்களின் அந்தஸ்தின் அடையாளமாக இருந்தது.) டேவிட் அமிர்தராஜன் அவரது காரைப் போல மிகக் கச்சிதமாக இருந்தார். பிசிறு தெரியாதபடி ஒட்டிவைத்த 'விக்'கைப் போல அவரது தலைக் கேசம் கோணல் வாக்கு எடுத்துப் படிய வாரப்பட்டிருந்தது. சிவந்த முகத்தில் பொருத்த மான பவர் கிளாஸ் ஒன்று அவர் முகத்தை மேலும் அழகாக் கியது. ஈரத்தன்மையுடன் இருந்த அவரது உதடுகள் மங்கலான இளம் வெயிலில் ஆரோக்கியத்துடன் மிளிர்ந்தன. வயதை மீறியபடி, ஆனால் ஸ்டைலாக 'வாக்கிங் ஸ்டிக்' வைத்திருந்தார். கைகளில் கறுப்பு நிற கிளவுஸ் அணிந்திருந்த அவர் ஒரு ஆங்கிலேயரைப் போலத் தோற்றமளித்தார். அப்பா அவரை வரவேற்று கூடத்தில் உட்காரவைத்தார். நானும் கூட சிறப்பாக ஆடை உடுத்த வேண்டுமென்று அப்பா அறிவுறுத்தியிருந்ததை அப்போதுப் புரிந்துகொள்ள முடிந்தது.

வரவேற்பும் சம்பிரதாயமான பேச்சுக்களும் பலகாரங் களும் முடிந்த பிறகு அம்மா காபி கொண்டு வந்தாள். டேவிட் அமிர்தராஜன், வீட்டை நாங்கள் மிகவும் உயிர்ப்பாகவும் அழகாகவும் பராமரித்து வைத்திருப்பதாகச் சொன்னார். அவர் வியந்த விஷயம் இந்த வீட்டின் வெண்ணிறம். 'அது ஏற்கனவே வெண்ணிறமாகத்தான் இருந்தது. இந்த வீட்டை, இந்தப் பக்கத்தில் "வொயிட் அவுஸ்" என்றுதான் சொல்வார் கள். நாங்கள்தான் ஐவரி அடித்தோம்' என்றார். அப்பாவிடம் இதில் சிறு வியப்பு தோன்றிப் புன்னகையாக மறைந்தது.

அப்பா நடந்தவற்றைத் தெளிவாகவும் நிதானமாகவும் சொன்னார். டேவிட்டும் அமைதியாகவும் தீவிரமாகவும் கேட்டுக் கொண்டிருந்தார். பிறகு அவர் ஒரு பெருமூச்சிற்குப் பிறகு சொன்னார். 'இந்தப் பிரச்சினை முன்பே வந்து கூப்பிடுவீர்கள் என்று எதிர்பார்த்தேன்' என்றார் மிகச் சாதாரணமாக. 'என் மனைவி இரண்டுமுறை அந்தக் குதிரை கனைப்பு சப்தத்தை யும் வெள்ளை உருவத்தையும் பார்த்ததாகச் சொன்னாள். பேயைத் தவிர பிரச்சினைகள் எதுவுமில்லையென்றால் வாங்கிக்கொள்கிறோம் என்று சொல்லிதான் வாங்கினீர்கள்; இப்போது இப்படிச் சொல்வதை நான் எப்படி எடுத்துக் கொள்வது என்று தெரியவில்லை' என்றார். உடனே அப்பா அவசரமாக குறுக்கிட்டுச் சொன்னார். 'இல்லை. உங்களிடம் பகிர்ந்துகொள்கிறோம்' என்றார். பிறகு டேவிட் அமிர்தராஜன் புன்னகைத்தபடி படிக்கட்டைப் பார்த்தார். மேலே உத்திரங் களைப் பார்த்தார். நொடியில் அவர் பழைய நினைவைத் தொட்டுத் திரும்பியவராய் அப்பாவிடம் சொன்னார். 'என் முப்பாட்டனார் இந்த வீட்டில் வேலைக்காரராக இருந்தார். ஃபிராங்கிளின் டேவிட். இந்தியா சுதந்திரமடைந்து இங்கிருந்து அவர்களின் கடைசிக் கப்பலில் கிளம்பியபோது ஃபிராங்க்ளின் இந்தச் சொத்துக்களையெல்லாம் என் பாட்டனாரிடமும் அவருக்கு உகந்த இன்னும் சில வேலைக் காரர்களிடமும் கொடுத்துவிட்டுச் சென்றார். அவரின் நினைவாகத்தான் எனக்கும் டேவிட்டை முன்னால் சேர்த்துப் பெயர் வைத்தார்கள்.

ஃபிராங்க்ளின் இருந்தபோது, இங்கிருந்து 30 கிலோ மீட்டர் தொலைவிலுள்ள தொதவர் இனப் பழங்குடியினப் பெண்களான பூப்மோலி, வாசமல்லி, நேசமல்லி என்ற மூவர், வீட்டுப் பணிகள் மற்றும் காய்கறித் தோட்டத்திற்கான விவசாயப் பணிகளைச் செய்வதற்கு நியமிக்கப்பட்டிருந்தனர். அவர்களில் பூப்மோலி (poopmoli) எனும் பெண் மிகவும் அழகாக இருந்தாள். (வாசமல்லி, நேசமல்லி ஆகிய இருவரும் இரட்டைச் சகோதரிகள்.)

ஃபிராங்ளினுக்கும் பூப்மோலிக்கும் இன்னதென்று வரையறுக்க முடியாத காதல் இருந்திருக்கிறது. இதை பிராங்ளினின் டைரியி லிருந்து எடுத்து The last ship புத்தகத்தில் Edward pakenham தொகுத்திருக்கின்றார். அந்தப் புத்தகத்தில் இவரைப் போல ஏழு பிரிட்டீஷ்காரர்களின் வாழ்க்கைச் சுருக்கங்கள் இந்தியா வில் கடைசி நாட்கள் எனும் உபதலைப்பில் தொகுக்கப் பட்டிருக்கின்றன. அந்தப் பெண் வந்து பார்த்துபோது இவர் பிரிட்டன் சென்றுவிட்ட செய்தியறிந்து இதோ இங்குள்ள உத்திரங்களில் ஏதோ ஒன்றில் தூக்குப் போட்டுக்கொண்டாள் என்கிறார்கள். அந்தப் பெண் மேல் உள்ள காதலால் அவர் வந்தது உண்மை ஆனால் சென்றுவிட்டார் என்றார்கள். என்னுடைய அப்பாவுக்கே இது விளங்காமல் போய்விட்டது; ஏனெனில் எனது தாத்தா இதுபற்றி அப்பாவிடம் எதுவும் கூறவில்லை என்கிறார். இது ஒரு பழைய கதை. இது குறித்து அன்றே உங்களிடம் பேசியிருக்கின்றேன் என்றார். அப்பா ஆமாம் என்பதாகத் தலையாட்டினார். ‘நீங்கள் சொல்வதை மதிக்கின்றேன். இது உங்கள் வீடு. நீங்கள்தான் தீர்வு கண்டு பிடிக்க வேண்டும். வேறு ஏதாவது உதவிகள் வேண்டுமானல் என்னைக்கூப்பிடுங்கள்’ என்றார் டேவிட் அமிர்தராஜன். அப்பா அவரிடம் என்ன எதிர்பார்த்திருந்தார் என்று தெரியாமலேயே அந்தச் சந்திப்பு முடிந்துபோனது. ஆனால் அந்தப் புத்தகத்தின் மூலமாக, பழைய நிகழ்வுகளின் தொடர்ச்சியை, அவர் தொடங்கிவைத்துவிட்டுச் செல்வதற் காகவே நாங்கள் எங்கள் விதியின்படி அவரை வரவேற் றிருந்தோம் என்பதை நான் மருத்துவத்துறைக்கு வந்த பிற்பாடே யூகித்தறிந்தேன். யாருடைய வருகை எதை எதைத் தருவிக்கிறது என்பதை நாம் நிகழ்காலத்தில் அறிய முடியாது என்பதை ஒரு சூசகமான செய்தியாகவே இதன்பின்பு நான் உணர்ந்தேன்.

நாங்கள் டெல்லியில் அனுபமா சித்தியின் வீட்டில் கொஞ்சநாட்கள் இருந்தோம். இங்கு நடந்த அனைத்து விஷயங்களும் சித்தியின் தரப்புக்குச் சுவாரஸ்யமான நம்ப முடியாத கதைகளாக ஆகிவிட்டிருந்தன. அம்மாவும் சித்தியின் நம்பிக்கையின்மையைப் பற்றிப் பெரிதாக அலட்டிக்கொள்ள வில்லை. டெல்லியிலிருந்து நாங்கள் திரும்பிவந்தபோது, டேவிட் அமிர்தராஜன் சொல்லியிருந்த, The last ship எனும் புத்தகம், எங்கள் வீட்டில் பூதாகரமான பிரச்சினைகளைக் கிளப்பு வதற்குக் காத்துக்கொண்டிருந்தது. அந்தப் புத்தகம் எங்கள் வீட்டிற்கு வராமல் இருந்திருந்தால் எங்கள் குடும்பம் சில ஆவி அனுபவங்களோடு நிம்மதியாய் இருந்திருக்கும் என்று

சொல்லத்தான் முடிகிறது. ஆனால் அப்படி முழுதாக நம்ப முடியவில்லை. ஏனென்றால் நடந்து முடிந்த சம்பவங்களை அனுபவித்த நாங்களே பின்னாளில் நம்பமுடியாமைக்குள் தான் போய் விழவேண்டியிருந்தது.

10

அது ஒரு சாயங்கால வேளை. தோட்டத்துக் கொடிக் கயிற்றில், வரிசையாகக் கோர்க்கப்பட்ட திரைச்சீலைகளைப் போல், அம்மாவின் புடவைகள் காற்றிலாடியபடி காய்ந்து கொண்டிருந்தன. புடவைகளில் வரையப்பட்டிருந்த விதவித மான பூக்களும் வேலைப்பாடுகள் நிறைந்த வரைபடங்களும் சாயங்காலத்தின் மயக்கமூட்டும் இளமஞ்சள் வெயிலால் வெளிரிய வண்ண நிழல்களாகப் புல்வெளியில் ஆடிக்கொண் டிருந்ததைக் கவனித்துக்கொண்டிருந்தேன். அவற்றின் அசைவுகள் ஒரு சோகமான தருணத்தின் மென்மையான வார்த்தைகளைப் போல் இருந்தன. வீட்டின் இயல்பான குரல் தன் சுதந்திரத்தை இழந்துவிட்டிருந்ததால் அப்படி எனக்குத் தோன்றியிருக்கலாம். பின்புறமுள்ள காட்டிலிருந்து பறவைகளின் சப்தங்கள் வீட்டின் மௌனத்தோடு ஊடுருவியிருந்தன. அம்மா தோட்டத்தில் சாய்வு பெஞ்சில் அமர்ந்து, The last ship புத்தகத்தைப் படித்துக் கொண்டிருந்ததை நான் அப்போதுதான் பார்த்தேன். அவள் முகம் அந்தப் புத்தகத்தின் சாரத்தில் மூழ்கியிருந்தது. நாங்கள் அனைவரும் இருக்கும்போதே தனிமையானதும் எங்களை விட்டு விலகியதுமான அந்த நடவடிக்கையை நானும் அப்பாவும் கிண்டலடித்தோம். அவள் அந்தப் புத்தகத்தை டேவிட் அமிர்தராஜனிடமிருந்து வாங்கியிருந்தாள். 'classic works' பதிப்பகம் வெளியிட்ட, கிட்டத்தட்ட எழுநூறு பக்கங்கள் கொண்ட அப்புத்தகத்தின் அட்டையில், துறைமுகத்தில் ஏறிக் கொண்டும் கடல் பார்த்து நின்றபடியும் இருக்கும் பிரிட்டீஷார்களின் கூட்டமும், உயரப்பறக்கும் பிரிட்டீஷ் கொடியும் கறுப்பு வெள்ளையில் அட்டைப்படமாகப் போடப் பட்டிருந்தன. அம்மா தினமும் அப்புத்தகத்தை வேலை நேரம் போக மீதி நேரங்களில் படித்துக்கொண்டிருந்ததைத் தாண்டி, தினமும் படுக்கை அறையில் அப்பா உறங்கிக்கொண்டிருக்கும் போதும் மேசை விளக்கிட்டுப் படித்துக்கொண்டிருந்தாள்.

ஞாயிற்றுக்கிழமையன்று அப்பா அப்புத்தகத்தைக் கேட்டார். அம்மாவுக்கு ஃபிராங்க்ளினைப் பற்றியும் அந்தப் பழங்குடியினப் பெண் பற்றியும் தெரிந்துகொள்ளும் ஆர்வம் இருந்ததுபோல் அப்பாவுக்கும் இருந்திருக்கலாம். 'மேசையில் தான் இருக்கின்றது எடுத்துப் படியுங்கள்' என்று சொல்லி

விட்டு குப்பையா தாத்தாவுடன் புதிதாய்க் கொண்டுவரப் பட்ட புல்வெட்டும் எந்திரத்தைப் பார்ப்பதற்கு சென்று விட்டாள். மேசை மற்றும் அலமாரிகள், டிராயர்களையெல்லாம் தேடிப்பார்த்தும் அப்புத்தகத்தைப் பார்க்க முடியவில்லை. மீண்டும் அடுத்த சனிக்கிழமை இரவு, அப்பா அப்புத்தகத்தைக் கேட்டார். அம்மாவும் வீடு முழுக்கத் தேடினாள். நெடுநேரக் குழப்பத்திற்குப் பிறகு 'எங்கோ வைத்துவிட்டேன் போலிருக் கிறது. எடுத்துத் தருகிறேன்' என்று சொன்னாள். விஷயம் இதோடு தொலைந்துபோயிருக்கலாம். திங்கட்கிழமை அப்பா வேலைக்குச் சென்றுவிட்டபிறகு அம்மா அந்தப் புத்தகத்தைப் படுக்கையறையில் காலை நேரத்தில் வைத்துப் படித்துக்கொண் டிருந்ததை நான் பார்த்தேன். அது அந்தப் புத்தகமாக இருக்க முடியாது. ஏனெனில் அம்மா பொய் சொல்லமாட்டாள். ஆனால் அம்மா அப்புத்தகத்தைத்தான் படித்துக்கொண் டிருந்தாள். அம்மா அப்பாவிடம் பொய் சொன்னாளா!? அல்லது உண்மையிலேயே மறந்துவிட்டாளா!? என்று குழப்ப மாக இருந்தது. ஆனால் காலமே அதற்கொரு தருணத்தை எழுப்பி விஷயத்தை உச்சத்திற்கு கொண்டுவந்துவிட்டது.

அப்பா வந்தவுடன் அம்மா முட்டாள்தனமாக முந்திக் கொண்டுப் பேசினாள்: 'அந்தப் புத்தகத்தை டேவிட்டிடம் கொடுத்துவிட்டது தெரியாமல் மறந்து நான் புத்தகத்தைத் தேடியிருக்கின்றேன்' என்றாள். அம்மா எத்தனை அற்புதமாகப் பொய் சொல்கிறாள்! இவள் என் அம்மாவாக இருக்க முடியாது. அப்பா துளிகூட சந்தேகம் வராமல் அம்மாவின் இப்பேர்பட்ட மறதியை நினைத்து சிறிது சத்தத்துடன் சிரித்தார். அன்றிரவு நான் ஒரு கனவு கண்டேன். அம்மா யாருடனோ கை கோர்த்தபடி சென்றுகொண்டிருந்தாள். உண்மைக்கு மாறாக அவள் கறுப்பாக இருந்தாள். உடன் வரும் நபரின் முகம் அடையாளம் காணமுடியாதபடி இலைகள் காற்றிலாடி அசைதலின் நிழலில் மறைந்திருந்தது. துர்கனவை விடுத்து எழுந்தேன். வாயில் கசப்புணர்ச்சி. எனக்கு வெறுப்பாக இருந்தது.

அப்பா, இரண்டு நாட்கள் கழித்து மலையடிவாரத்தில் பேருந்து நிலையத்திற்குச் செல்லும் வழியில் உள்ள ஐஸ்கிரீம் பார்லருக்கு என்னைக் கூட்டிச்சென்றார். அந்த நேரத்தில் அவர் முகம் வெளிரிய, கசங்கியத் துணிபோல் இருந்தது. அம்மா படித்துக்கொண்டிருந்த அந்தப் புத்தகத்தை அவரது பையிலிருந்து நியாயமான திருட்டை செய்த மனோ பாவத்துடன் எனக்கு எடுத்துக் காண்பித்தார். அந்தப் புத்தகத்தில் ஃபிராங்க்ளினின் பகுதிகள் மட்டும் வெட்டி எடுக்கப் பட்டிருந்தன. 'இதை உன் அம்மாவின் புடவை அலமாரியில்

பார்த்தேன்' என்றார். பாவம் அப்பா. இதை அவர் என்னிடம் சொல்வதினூடாக அம்மாவின் போக்கை எனக்கு ஆதாரப் பூர்வமாகச் சொல்ல நினைத்தாரா அல்லது முன்கூட்டியே அவரின் நிலையை எனக்கு விளக்கிக்கொண்டிருந்தாரா என்று புரிந்துகொள்ள முடியவில்லை. அப்பாவின் மனமுதிர்ச்சி ஆச்சர்யப்படக்கூடியதுதான். அதுபற்றி அவர் கடைசிவரை அம்மாவிடம் எதுவும் கேட்கவில்லை. ஆனால் அம்மாவிடம் தான் நாங்கள் எதிர்பாராத மாற்றங்கள் நிகழத்தொடங்கின.

11

அம்மா, அப்பா இல்லாத நாட்களில் ரகசியமாக வெளியே செல்வதை அதிகரித்திருந்தாள். அதிகமும் மணிக்கணக்காக அறையைப் பூட்டிக்கொண்டு அமர்ந்திருந்தாள். அம்மாவின் வேலைகளை அமுதா அவளுக்கு நினைவூட்ட வேண்டியிருந்தது. பின்னாட்களில் அதிர்ச்சியூட்டும்படியாக அவள் அர்த்தமற்றுக் கோபப்படுவதும் பொருட்களைத் தூக்கியெறிந்து உடைப்பது மாக மாறியிருந்தாள். சகித்துக்கொள்ள மிகவும் சிரமமான அவளின் இவ்வகையான மாற்றங்களினால், வீடு தன் முழுமை யான அமைதியை இழந்துகொண்டிருந்தது.

அப்பா ஊரில்லாத அன்றைய இரவில் நான் தூக்கம் வராமல் புரண்டுகொண்டிருந்தேன். இது குறித்து அப்பாவிடம் பேசும் தைரியம் எதுவும் வந்திருக்கவில்லை. வீடே ஆகாயத்தில் மிதக்கும் ஒரு சூன்யமடம் போலிருந்தது. நள்ளிரவு தாண்டி யிருந்த அந்நேரத்தில் யாரோ அழும் சப்தம் எனக்குக் கேட்டது. பிறகு அதன் ஒலித்திறன் அதிகரிக்க ஆரம்பித்தது. கதவு தாழிடப் பட்டிருக்கிறதாவென அபத்தமாக உறுதி செய்துகொண்டு திரைச்சீலை விலக்கிப் பார்த்தேன். என்னால் அதை, அசாதாரண நிகழ்வாகவோ சாதாரண நிகழ்வாகவோ உடனடியாக யூகிக்க முடியவில்லை. அம்மாதான் மாடிப்படிகளில் அமர்ந்து அழுது கொண்டிருந்தாள். யாரிடமும் தன் துன்பத்தை இறக்கி வைக்க முடியாமல் தவிப்பவளைப் போலக் கனிந்து அழுதுகொண் டிருந்தாள். அம்மா என்றறிந்த பிறகு துணிச்சலுடன் கதவைத் திறந்தேன். அவளது அழுகை, அவளுடைய குரலில் இல்லாமல் நம்மைக் கிலிபிடிக்க ஊடுருவும் ஒரு உலோகத்தன்மையுடன் வினோதமாக இருந்தது. பயத்தில் என் மயிர்க்கால்கள் சிலிர்த்தன. எனக்கும் அவளுக்கும் சிறிது தூரம்தான் இருந்தது. ஆனாலும் அவளை அறிந்துகொள்ள முடியாத பயத்தோடு நான் மிக மெதுவாக 'அம்மா' என்றுக் கூப்பிட்டேன். அழைத்து நிமிர்ந்தது போல் இல்லாமல் இடைமறித்ததுபோல் என்னைப் பார்த்தாள். என்னை அறிந்திராத அந்தப் பார்வையைப் பார்த்ததும் வெறுமை

184 ஜே.பி. சாணக்யா

சூழ்ந்த எனது அடிவயிறு பயத்தால் நிரம்பியது. 'யார் நீ?'. என்றபடி, அத்துமீறி உள்ளே நுழைந்தவனைக் கேள்வி கேட்பது போல் கேட்டுவிட்டு எழுந்தாள். நான் உண்மையில் நடுங்கிப் போனேன். கடைசி படிக்கட்டு வந்ததும் 'வெளியே போ' என்று கத்தினாள். நான் தாமதிக்காமல் மாடியிலிருக்கும் குப்பையா தாத்தாவைச் சத்தமிட்டுக் கூப்பிடத்தொடங்கினேன். மாடியில் விளக்கொளி எரிந்ததும் அம்மா வெளிச்சத்தைத் திரும்பிப்பார்த்தாள். பின்பு எங்கு ஓடுவது என்று தெரியாமல் விழித்தபடி என்னைப் புறக்கணித்து விடுவிடுவென மாடிப் படியேறி ஓடினாள். அம்மாவைப் பிடிக்கும்படி கீழிருந்தபடியே தொடர்ந்து நான் கத்தினேன். மரப்படிகளில் அவள் ஏறி ஓடும் சப்தமும் அம்மாவை அழைத்தபடி வழிமறித்த குப்பையா தாத்தாவின் கெஞ்சலான குரலும் கேட்டன. பின்பு அம்மாவின் அலறல், வீட்டின் சுவர்களில்பட்டு நாராசமாக எதிரொலித்தன. விபத்திற்கு முன்பான கணங்களைப் போலப் பதற்றத்துடன் நான் மாடியேறி ஓடினேன். அம்மா குப்பையா தாத்தாவை விடுத்து பியானோவின் அருகே சென்றதும் அப்படியே சிலை போல் நின்றாள். மயக்கம்போட்டு உயிரற்றவள்போல் சரிந்து விழுந்தாள்.

மறுநாள் வந்த அப்பா, மதுசூதனனிடம் தொடர்புகொண்டு அம்மா மனநிலைப் பிறழ்வை அடைந்துகொண்டிருப்பதாகக் கூறினார். இயலாமையால் எழும் அழுகையும் கோபமும் என்னை அழுத்திக்கொண்டிருந்தன. யாருடைய பிடியிலோ நாங்கள் அனைவரும் வசமாகச் சிக்கிக்கொண்டு அல்லாடுவது போலிருந்தது. குப்பையா தாத்தா அம்மாவுக்குப் பேய் பிடித் திருப்பதாக என்னிடம் சொன்னார்.

12

ஜூன் 16ஆம் தேதி ஞாயிற்றுக்கிழமைக்குப் பிறகு நடந்த அந்த சம்பவங்கள் அம்மாவையும் அப்பாவையும் ஒருவாறு நிரந்தர பிரிவிற்குள் தள்ளிவிடும் அபாயம் நிறைந்ததாக இருந்தது. மழைக்காலம் தொடங்க இன்னும் பல மாதங்கள் இருந்தும் மழைக்காலத்தைப் போல் மழை தொடங்கிவிட்டிருந்ததில் மரங்களும் தாவரங்களும் மேலும் செழுமையும் புத்துணர்சியும் பெற்றிருந்தன. இந்தப் பருவத்தோடு அப்போதைய எங்கள் வாழ்க்கை பலமாகத் தொடர்பு பெற்றிருந்தது. மதுசூதனன், எங்கள் வீட்டிற்குச் சாதாரணமாக ஒரு விருந்தாளியைப் போல வந்து சென்று கொண்டிருந்தார். இரவுகளில் மட்டுமே அம்மா அதிகமும் மாறுபடுவதால் அவர் சாயங்காலத்தில் வந்து இரவு தங்கி அதிகாலையில் கிளம்பிச் செல்வதை வழக்க

மாக்கியிருந்தார். மேலும் அம்மாவின் சிந்தனை மாறுபாட்டிற்காகக் காத்திருந்த நாங்கள் மதுசூதனனின் வருகையில் அம்மாவின் மனம் திரும்புதல் குறித்து நம்பிக்கையும் பெற்றிருந்தோம்.

மதுசூதனன் அன்று, எங்களிடம் அம்மாவினுடையதைப் போன்ற பல உண்மைச் சம்பவங்களை ஒப்பிட்டுப் பேசிக் கொண்டிருந்தார். காற்றுடன் சேர்ந்து கண்ணாடி சன்னல்களில் மோதிப் பெய்யும் மழையின் சப்தங்களோடு அவற்றை அறைக்குள் அமர்ந்து கேட்டுக்கொண்டிருந்தோம். இரவு பன்னிரெண்டு மணிக்குமேல் என்னிடம் சீட்டுக்கட்டு விளையாடலாம் என்று மதுசூதனன் சொன்னபோதுதான் அம்மா தன்னுடைய அறையிலிருந்து குடைபிடித்தபடி வெளியே செல்வதாக அமுதா எங்களிடம் வந்து சொன்னாள். மதுசூதனன் மிகவும் ஜாக்கிரதையுடன் திறந்து பார்த்த சன்னல் வழியே நாங்களும் பார்த்தோம். அம்மா, மழையில் குடைபிடித்தபடி, பூ பறிக்கும் பிரப்பங்கொடி கூடையுடன் 'மொசைக்' தளம் போட்ட முன் வாசலைத் தாண்டிக்கொண்டிருந்தாள். முன் விளக்கும், கேட்டின் விளக்கும் தவிர்த்த மங்கலான இருளில், வீட்டின் வெளி, மழையோடு மூழ்கிக்கிடந்தது. அம்மா மழையை ரசிக்கும் மனோபாவத்தில் இருந்தாளா என்று தெரிய முடியாதவாறு பாதி முதுகுவரை குடை மறைத்துக் கொண்டிருந்தது. சுருட்டிவிடப்பட்ட, இரவுக்கான முழு நீளக் கால்சட்டையின் கீழ், செருப்பு அணியாத, சிறுமியினுடையதைப் போன்ற அம்மாவின் வெளுத்தக் முழங்கால் மழையில் நனைந்தபடி சென்றன. அம்மா நேராக அந்தச் சந்தன முல்லைப் பந்தலில் சென்று நின்றுகொண்டு பூக்களைப் பறிக்கத் தொடங்கினாள். அப்பாவின் கண்களில் நீர் நிறைந்தது. மதுசூதனன் அப்பா வுக்குத் தேறுதல் சொல்லியபடி கதவைத் திறந்து முன்வாசலுக்குச் சென்றார். மழைச் சப்தத்திலும் வீசும் காற்றிலும் வார்த்தைகள் புரியாத சேதமடைந்த, அந்தப் பாடல் மீண்டும் திரும்பி வராத ஒரு அலையைப் போல எங்களிடம் வந்து போனது. நம்பமுடியாதபடி அம்மா அந்தப் பாடலைப் பாடிக்கொண்டிருந்தாள்.

அப்பா எங்களிடம் சொல்லாமல் கொள்ளாமல் எழுந்து, எங்களைத் தாண்டி வெளியே செல்ல ஆரம்பித்தார். அப்பாவின் மேல் விளக்கொளி பட்டதும் அவரது நிழல் மிக நீளமாகச் சென்று சந்தன முல்லைச் செடியிடம் நின்ற அம்மாவை வலிமையற்றுத் தொட்டது. தன்னை யாரோ அழைப்பது போல அம்மா அங்கிருந்துத் திரும்பிப் பார்த்தாள். அவளது முகம் திகிலில் உறைந்தது. பூக்கூடையுடன் வேகவேகமாக வெளிக்கேட்டை நோக்கி நடக்க ஆரம்பித்தாள். அம்மாவின்

பெயரைச் சத்தமிட்டுக் கூப்பிட்டபடி அப்பா பின் தொடர்ந்தார். திருட வந்து மாட்டிக்கொண்டது போல அவள் இன்னும் துரிதமாக நடந்தாள். அது அம்மாவின் நடையே இல்லை. நாங்களும் மழையில் இறங்கி அவர்களை நோக்கி ஓடினோம். அப்பா கிட்டத்தட்ட ஓட்டமும் நடையுமாகப் போய் அம்மாவை எட்டிப்பிடித்தார். அம்மா ஈவிரக்கமற்று அப்பாவின் முகத்தில் ஓங்கி அறைந்தாள். தடுக்கி விழுந்ததுபோல் நான் அதிர்ச்சியுடன் அதைப் பார்த்துக்கொண்டிருந்தேன். அம்மா திரும்பிப் பார்க்காமல் வெளியே செல்லும் நோக்கத்தோடு வேகவேகமாகச் சென்றுகொண்டிருந்தாள். அப்பா அம்மாவையே பார்த்தபடி மழையில் நின்றுகொண்டிருந்தார். அம்மாவின் அந்த நடை ஆச்சர்யமூட்டும் அளவுக்குக் துரிதமாகவும் அவளுடையதல்லாத வேறானதாகவும் இருந்தது. மதுசூதனன், அம்மாவை வீட்டுக்குக் கூட்டிவரும்படி பதற்றமாகக் கத்திய படி சொன்னார். அப்பா சுயநினைவு வந்தவரைப் போல அம்மாவை ஓடிப்பிடித்தார். அம்மா குடையையும் பூக்கூடையை யும் விடாமல் பிடித்தபடி திமிறினாள். மதுசூதனும் நானும் அருகில் சென்று அம்மாவை வீட்டுக்குள் வரச் சொல்லி மழையைத் தாண்டிக் கத்திக் கூறினோம். ஒன்றும் அறியாத அப்பாவி சிறுமியைப் போல் முகம்கோணி, அவளை விட்டுவிடச் சொல்லி கைக் கூப்பி அழுதாள். அம்மாவை அப்பா வீட்டுக்குள் தூக்கிக்கொண்டு வர நாங்களும் உதவி செய்தோம். அம்மாவுக்கு மதுசூதனன் 'Diazepam' இன்ஜெக்ஷன் போட்டார். சில வினாடி களில் உடனடியாக அம்மா செயற்கை உறக்கத்திற்குள் சென்றாள். அப்பா காற்றாடியைச் சுழலவிட்டு அம்மாவின் கூந்தலைத் துவட்டி உலறவைக்கத் தொடங்கினார்.

காலை சிற்றுண்டி முடித்து வானத்தில் சிறிது வெளிச்சம் பரவிய நேரத்தில் அம்மா, அமுதாவைக் கேட்டாள். தூக்கம் வருவதாகச் சொல்லிக்கொண்டு தனது அறையில் சென்று படுத்தவள் மிக மோசமான காய்ச்சலில் விழுந்தாள். உணவைக் கொடுத்தபோதெல்லாம் வாந்தி எடுத்தாள். எனக்கு அந்நாட் களில் மர்மம் மிகுந்த எங்கள் வீட்டின் மௌனம், அந்த ஊர்முழுதும் ஒரு வியாதியைப் போல் பரவிவிட்டிருந்த பிரம்மை இருந்தது. அம்மாவின் இந்தக் காய்ச்சல், அவளது பிரக்ஞை நிலையில் உள்ளவரை, இது போன்ற மாறுபட்ட செயல்களில் ஈடுபடமாட்டார் என்று மதுசூதனன் உறுதி கொடுத்திருந்தார். அப்பா தன்னை மீட்டெடுத்துக்கொள்ள முடியாதவாறு பயந்த சுபாவம் உள்ள மனிதனைப் போல் மாறிக்கொண்டிருந்தார். வீட்டின் பிரகாசமே அம்மாவின் முகம்தான். அவள் போர்வைக்குள் சுருண்டுவிட்டப்பிறகு வீடு தன் சகல வெளிச்சத்தையும் இழந்திருந்தது.

தூக்கமும் நிம்மதியுமற்ற அந்த நாட்கள், மிக நீளமாக, அலுப்புடன் சென்றுகொண்டிருந்தன. மதுசூதனன் பகலில் போனிலும் இரவில் நேரிலும் வந்தார். அம்மா தினமும் அந்நியப்படும் செயல்களின்றி உறங்க, tranquilizer இன்ஜெக்ஷன் போட்டுக்கொண்டு வந்தார். அவர் வராத நாட்களில், தேவைப் பட்டால் கொடுப்பதற்கு alprazolam மற்றும் diazepam மாத்திரை களையும் தந்தார். அம்மா, அவ்வப்போது கைக்குழந்தையைப் போலப் போர்வைக்குள்ளிருந்து என்னைப் பார்த்தாள். அவளின் விழிகள், மையிட்டதுபோல் கருமை படர்ந்து, அறியமுடியாத களைப்பில் ஆழ்ந்திருந்தன. உயிருள்ள ஒரு சிறிய வெள்ளைப் புள்ளியைப் போல் அவள் கண்கள் போர்வையின் இருட்டுக் குள்ளிருந்து மிரட்சியுடன் எங்களைப் பார்த்துக்கொண்டிருந்தன. அன்றிரவு அம்மா என்னை ஆவலுடன் அவளருகில் படுக்க வைத்துக்கொண்டாள். தாங்க முடியாத வெப்பம், அவளுடைய கம்பளியிலிருந்து வெளியேறிக் கொண்டிருந்தது. அம்மா மிகவும் பயந்திருந்தாள். அவளை விட்டு நான் எங்கேயும் செல்லக் கூடாது என்று ஒரு குழந்தைப் போலக் கேட்டுக்கொண்டாள். அம்மாவின் நெற்றியைத் தொட்ட அப்பாவின் விரல்களை அம்மா கையிலெடுத்துப் பிடித்துக்கொண்டாள்.

13

அம்மாவை டெல்லியில் உள்ள VIMHANCE (Vidyasagar Institute Of Mentel Health and Neuro Sciences) மருத்துவமனையி லிருந்து சென்னைக்குக் கொண்டுவந்துவிட்ட பிறகு, அப்பாவும் சைக்யாட்ரிஸ்ட் மதுசூதனனும் சென்னை வீட்டில் பேசிக் கொண்டவற்றைக் கீழே கொடுத்திருக்கின்றேன். அவர்கள் பேசிக்கொண்டவை அதிகமும் விஞ்ஞானத்தால் மெய்ப்பிக்கப் பட்டவற்றை மட்டுமே நம்பிக்கொண்டிருக்கும் நமது 'பௌதீகமான' பகுத்தறிவால் விளங்கிக்கொள்ள முடியாதவை. அம்மாவுக்கு அந்தப் புத்தகத்தில் படித்தத் தகவல்களால்தான் ஃபிராங்க்ளின்மேல் ஈர்ப்பு வந்திருக்கலாம் என்பது அப்பாவின் அபிப்ராயமாக இருந்தது. ஆனால் மதுசூதனன் இதற்கு வேறு காரணங்களைக் கூறினார். டாக்டர் மதுசூதனின் அணுகுமுறைகள் எனக்கு மிகவும் சுவாரஸ்யமாக இருந்தன.

'பொதுவாக The last ship புத்தகத்தில் இதைப் படிக்கும் போது ஒரு நேர்மையான காதல் என்று தோன்றும்படிதான் அது உள்ளது. படிப்பவர்கள் எல்லாம் "டியா"வைப் போல் ஆவதில்லை. பாதிக்கும் உட்கூறுகள் டியாவிடம் இருந்ததால் அது அவரைப் பாதித்திருக்கிறது' என்றார் மதுசூதனன். எங்களால் அதை அப்போது ஏற்றுக்கொள்ள முடியவில்லை.

எங்களால் மிக அபாயமாகக் கருதிய அம்மாவின் எல்லா நடவடிக்கைகளும் அவளுடைய பதில்களால் ஒன்றுமில்லாதவை களாக ஆகிவிட்டிருந்தன. ஆனால் மதுசூதனன் எங்களிடம் தனியாக வந்து, இவ்வகை நோய்க்கு Demonomania என்று பெயர் என்று சொல்லி விவரிக்கும் வரைக்கும், அம்மாவின் சாதாரண நடவடிக்கைகளை விபரீதமாகக் கற்பனை செய்து கொண்டது நாங்கள்தான் என்ற தவறான எண்ணத்திலேயே இருந்துகொண்டிருந்தோம்.

'டியா நிஜமாக நம்மை விட்டு நழுவிச் சென்று கொண் டிருக்கிறார். அவரது உலகம் நம்மை நிராகரிக்கும் அளவுக்கு வசீகரமாகவும் தனித்துவமாகவும் இருக்கின்றது. அது அவரை யறியாமல் ஆழத்திற்குச் செல்லும்போது அந்த எண்ணமே அவரை வழி நடத்துகின்றது. அது குறையும் போது அவர் தானாகவே இயல்பு நிலைக்கு வந்துவிடுகிறார்' என்றார். 'ஒருவரை' சில "முன் நினைவு"களின் தாக்கம் சில செயல்களைச் செய்யத் தூண்டும். 'இந்த ஞாபக உணர்வு, எப்போதும் எதனுடைய தூண்டுதலும் இல்லாமலே – அதாவது பிரக்ஞை இல்லாமலே தானே சட்டென உருவாவதாகும். பொதுவாக நமக்கு ஞாபகங்கள் அவ்வாறுதான் இயங்குகின்றன. மேலும் இது, கால – இட – சூழல்களினால் இயங்கக் கூடியது. புற சக்திகளினால் தீர்மானிக்க முடியாதது' என்றார். அப்பாவால் அவருடைய கருத்திற்குக் கடைசிவரை உடன்பட முடியவில்லை. ஆனால், நாம் எதை நோக்கி நகர்கிறோமோ அதை நோக்கிய சக்தி நம்மை வழிநடத்துவது இயற்கையின் வல்லமைகளில் ஒன்று என்பதை வெளிப்படையாக ஒத்துக்கொண்டார். 'ஒரு லட்சியவாதி படிப்படியாகத் தனது முயற்சிகளின் வழியாக தன் லட்சியத்தை அடைவதுபோலதான் இது' என்றார். 'ஆனால், இதில் மிக முக்கியமாகக் குறிப்பிடத்தக்க அம்சம் என்ன வென்றால், ஒரு நபருக்குத் தான் ஏன் அப்படி ஆக வேண்டும் என்பது அவர்களாலேயே கண்டுபிடிக்கமுடியாததுதான். இங்குதான் அறிவியலின் சக்தி தீர்ந்து போய்விடுகிறது' என்றார் மதுசூதனன். 'இது எதைப் போன்றது என்றால், வீட்டைப் பூட்டாமல் சிறிது தூரம் சென்றுவிட்ட பிறகு, ஞாபகம் வந்து மீண்டும் வீட்டுக்குத் திரும்பி வருவது போன்றதாகும்'. அப்பாவுக்கு இருந்த குழப்பம், மனோத்தத்துவ மருத்துவம் படிக்கும்வரை எனக்கும் இருந்தது. ஆனால் மதுசூதனனுக்கு இல்லை.

14

ஃபிராங்க்ளின் தொதவர் இனத்தைச் சேர்ந்த அந்தப் பழங்குடியினப் பெண்ணைப் பற்றி எழுதிய The last ship

புத்தகத்திலிருந்த – அம்மா வெட்டி எடுத்துப் பதுக்கி வைத்திருந்த – அப்பகுதிகள் எனக்கும் பிற்காலத்தில் வாசிக்கக் கிடைத்தன. டேவிட் பிராங்ளினின் வாழ்க்கைக் குறிப்புகள் போல மற்றவர்களிடம் சுவாரஸ்யமில்லாது போனதற்குக் காரணம் அங்கு எதுவும் காதலில்லாததுதான். ஃபிராங்ளினுக்கும் அப்பழங்குடியினப் பெண்ணுக்குமான உறவு சாதாரணமாகத் தோற்றம் தரும் ஒரு அசாதாரண உறவு என்று எனக்குத் தோன்றியது. அவர்களுக்குள் அதிகமும் வார்த்தைகளற்ற உறவுதான் வளர்ந்து பெருகியிருந்தது. ஆனால் அம்மௌனங் களுக்குள்ளேயே அவர்கள் ஒருவருக்கொருவர் ஒத்த உள்ளுணர்வில் திளைத்து இருந்திருக்கின்றார்கள் என்பதை ஃபிராங்ளினின் விவரிப்பில் தெரிந்துகொள்ள முடிந்தது. ஃபிராங்ளின் அவளை வருணித்து எழுதியிருக்கும் பெயர் 'காட்டின் தேவதை' என்றுதான். 'பிரியமான என் வனதேவதையே' என்று பல இடங்களில் தனது நாட்குறிப்பில் தொடங்கி எழுதியிருக்கின்றார். ஃபிராங்க்ளின் அவளின் அழகில் மயங்கி கவிதை வரிகள் போலவும் சில பகுதிகளில் எழுதியுள்ளார். சமயங்களில் மேட்டுப்பாங்கான பகுதிகளிலிருந்து அவள் வானம் பார்த்தபடி இறங்கி வருவதை, தனது தேயிலைத் தோட்டத்திலிருந்துப் பார்க்கும் அவர், தரையிறங்கி வரும் தேவதை என்றே குறிப்பிடுகிறார். (அவர் எழுதியதில் சில பகுதிகளை மட்டும் தந்திருக்கின்றேன் – பிரக்காஷ் மதுக்கர்)

'தொடைதாண்டி நீளும் கூந்தலை அவள் அள்ளி முடிவதில்லை. அவள் கூந்தலே செழுமைக் கொஞ்சும் வாசனை மிக்கதொரு காடு. பல சமயங்களில் நான் எனது உடலை அதில் ஒருக்களித்து உறங்கியிருக்கின்றேன். அவளது உதடுகள் செம்பருத்தியின் செங்கருமைக்குள் ஆழ்ந்திருந்தன. இரண்டு உதடுகளும் சேருமிடத்தில் மொக்குகளின் முனைகளைப் போல் சுருண்டிருக்கும் உதடுகளின் நுனிப் பகுதிகள் தாமரை பூ நிறத்தில் மெல்லிய ரேகைகளுடன் பரவியிருந்தன. அது அவளிடம் ஒரு அசாதாரணமான கவர்ச்சி என்றுதான் கூற வேண்டும். விலகி நின்ற புருவங்களின் கீழே அவள் இதயத்தை வெளிச்சமிடும் கண்கள் நீந்த முடியாத ஆழத்தோடு ஒளிர்ந்து கொண்டிருந்தன. அவளுடைய மூக்கில் ஒரு சிறு தங்க வளையம் கெட்டிநரம்பின் கனத்தில் இருந்தது. அது அவளின் தாமிர நிற முகத்தில் இந்தியப் பெண்களின் குங்குமம் தரும் மங்கலத்தைப் போல ஒளிர்ந்துகொண்டிருந்தது. எண்ணைப் பசை வழியும் அம்முகத்தில் ஒரு பெண் தெய்வத்தின் சாயல் அவ்வப்போது தோன்றிமறையும். அவள் நடைக்கு எந்த ஒலிகளும் இல்லை. அருகில் வந்தால் மட்டுமே கண்டுபிடிக்க

முடியும். இவற்றின் சக்தி மிகுந்த கதிர்வீச்சில் நான் எப்போதும் என்னை இழந்துகொண்டிருந்தேன்.'

ஒரு சமயம் அவர் அவளிடம் வருவதாகக் கூறிவிட்டுச் சென்றபின்பு, வேலை நிமித்தம் காரணமாக வரமுடியாமல் போனபோது, அவருடைய வீட்டுத் தோட்டவாசல் உள்ளடங்கிய கொட்டகைப் பகுதியில், அவர் வரும்வரையிலான மூன்று நாட்களை அங்கேயே கழித்திருக்கிறாள். 'ஒருவேளை நான் வருவதற்கு ஒரு மாதமாகியிருந்தால்?' என்று அவர் அந்நினைவுக் குறிப்பில் கேள்வி எழுப்புகிறார். அது நமக்கும் ஆச்சரியத்தை யும் கேள்விகளையும் எழுப்புகின்றன. எனக்கும் இது நம்ப முடியாத ஒன்றாகவே இருந்தது. பிறகு அப்பெண்ணின் மற்ற நடவடிக்கைகளை அவர் விவரிக்கும்போது அது சாத்தியம் தான் என்று உணர முடிந்தது. அவருடைய காய்ச்சல் நாட்களில் உடனிருந்த அந்த நினைவுகளைப் படிக்கும்போது அவள் மீது நமக்கும் ஒரு ஆழமான பிரியம் தோன்றிவிடுவதைத் தவிர்க்க முடியவில்லை. அந்த நாட்களில் அவரின் தூக்கம் கலையும் ஒவ்வொரு கணங்களுக்காவும் அவள் கண்கள் மிகப் பிரேமையுடன் அவரையே பார்த்துக்கொண்டிருந்ததாகக் குறிப்பிடுகிறார்.

'நான் அவளைச் சில சமயம் வேண்டுமென்று துன்புறுத்திப் பார்த்திருக்கின்றேன். அவள் அப்போதும் என்னை விட்டு அகலுவதில்லை. பியானோவில் அமர்ந்து வாசிக்கும் அனேக சமயங்களில் அவளை விட்டு இசையில் மூழ்கிவிடுவதை சகித்துக் கொள்ள முடியாத அவள் எனது மடியில் ஒரு பூனையைப் போல் அமர்ந்து எனது விரல்களில் அவளது விரல்களைக் கோர்த்துக்கொள்வாள். நான் அதைத் தலைப்புமாற்றிச் செய்வேன். அது அவளது விரல்களால் நான் வாசிப்பது போன்றிருக்கும். அதன்பின் பியானோவில் எனது இசை என்பதே அவளில்லாமல் இருந்ததில்லை எனும் அளவுக்கு அவள் உடனிருந்தாள். மேலும் இரு உடல்களும் ஒத்தமனமாக அந்த இசைக்கோர்வைகளை சேர்ந்து அனுபவித்ததில் அவளுக்கு அது மிகவும் பிடித்திருந்திருக்க வேண்டும். பூரணமான நிறைவுக்குப் பிறகான ஆனந்தமான சமயங்களில் சேர்ந்து இறப்பதும்கூட காதலின் ஒரு பரிமாணம்தான் என்று நான் நினைத்தேன்.

'அவள் என்னிடம் எதைக் கண்டு வியக்கிறாள் என்று என்னால் கடைசிவரை தெரிந்துகொள்ளவே முடியவில்லை. ஆனால் நான் அவளைக் காதலிக்கத் தொடங்கியது அவளுடைய முழுமையான அர்ப்பணிப்பு நிறைந்த அன்பினால்தான். அவள் என்னை அப்படி விரும்பிக் காதலிக்கும்போது, என்னால்

அப்படிக் காதலிக்காமல் இருக்க முடியாத அளவுக்கு என் மனசாட்சியினை, தன் காதலின் பரிசுத்தத்தால் ஒரு விளக்கின் திரியைத் தூண்டுவதுபோல் தூண்டிவிடுகிறாள். பிறகு அவ்வெளிச்சம் இருவருக்குமானதாக ஒளிவீசத் தொடங்கி விடுகிறது. அவள் சைகைகளைக் கூட உபயோகிப்பதில்லை. எல்லாவற்றையும் கண்களிலும் புன்னகைகளிலும் அமைதி காத்தலிலுமே உணர்த்திவிடுகிறாள். அவளுடைய இந்தப் பழக்கம், ஒத்த இதயங்கள் பேசிக்கொள்வதற்கு வார்த்தைகள் தேவையில்லை என்பதை எனக்கு உணர்த்திவிட்டிருந்தன. ஒரு நாள் அவள் விரும்பிச் சூடும் சந்தன முல்லைச் செடியிடம் நின்றபடி பாட்டு ஒன்றைப் பாடிக்கொண்டிருந்தாள். அந்தப் பாடலைப் பதிவுசெய்யாமல் போனது எனது அசட்டையான விஷயங்களில் ஒன்று. அவள் என்னுடன் இருக்கும் போதே ஒரு கனவைப் போல தோற்றம் தருவாள். அதன் நிஜம் நம்ப முடியாதது. 'என்னுடைய வாழ்க்கையில் அவளோடு வசித்திருந்த நாட்கள் மட்டுமே நான் உயிர்த்திருந்த நாட்களாகும்.'

15

சரியாக அன்றிலிருந்து ஒன்பதாவது மாதம் எங்கள் சென்னை வீட்டிற்கு ஒரு கடிதம் வந்தது. அந்தக் கடிதம் பியானோவுக்குள் இருந்ததாக அந்தப் பியானோவை வாங்கியவர் அப்பாவுக்குத் தகவல் குறிப்பிட்டிருந்தார். அந்தக் கடிதத்தில் இரண்டு பகுதிகள் தனித்தனியாக சௌத்தாள் பையிலிட்டு கச்சிதமாக மடித்து வைக்கப்பட்டிருந்தன. ஒன்று The last ship புத்தகத்தில் ஃபிராங்ளின் டேவிட் எழுதி அம்மாவால் வெட்டி எடுக்கப்பட்ட சுயசரிதைப் பகுதி. மற்றொன்று அதற்கான அம்மாவின் பதில் கடிதம். நன்கு படித்த என் தாய், எழுதப் படிக்கத் தெரியாத காட்டின் தேவதையாய், படிப்பறிவற்றவளாகத் தன்னைச் சுட்டி எழுதியிருந்தாள். பெண்களுக்கே உரித்தான பிரத்யேக நளினத்துடன் முப்பத்தைந்து பக்கங்கள் கொண்ட அக்கடிதம், மிகுந்த சுவாரஸ்யமும் அழுத்த மான ரகசியக் காதல் சம்பவங்களும் நிரம்பியவை.

361 டிகிரி, இதழ் 3 கார்த்திகை - தை 2012

சித்திரச் சாலைகள்

தில்லையாடி அம்பலத்தில் உள்ள ஏ.ஜி. ராமலிங்கா பல்கலைக்கழகத்தில் 90களில் எனது கல்லூரிப் படிப்பை முடித்து வெளியேறிய பின்பு சுமார் பதினைந்து வருடங்களுக்குப் பிறகு அப்பல்கலைக்கழகத்தைப் பற்றிய சுவாரஸ்யமான செய்தி ஒன்று எனக்காக அன்று காத்திருந்தது.

சிந்தனையாளரும் வரலாறு மற்றும் புனைகதை ஆசிரியருமான எனது நண்பர் ஆர்.கே.வை மரியாதை நிமித்தமாகச் சந்திக்க நேர்ந்த அக்கோடைக்காலத்தில் குளிர்சாதன வசதி செய்யப் பட்ட ஒரு ஹோட்டலில் மதிய உணவு சாப்பிட்ட படி எனக்கு அந்தச் செய்தியை அவர் சொன்னார்.

உலகப் புகழ்பெற்ற பல்கலைக்கழகங்களில் ஒன்றான அப்பல்கலைக் கழகமும் பல்வேறு அரசர்கள் வெவ்வேறு காலங்களில் கட்டிய புராதனக் கோயிலான நடராஜர் கோவிலும் ஐந்து சினிமாக் கொட்டகைகளும்கொண்ட தில்லையாடி அம்பலத்தில், எனக்கு முன்னே இருபது ஆண்டு களுக்கு முன்னதாகவே கடலோரக் கிராமங் களைத் தாண்டிய கடற்பகுதியில் உள்ள தங்கக் கடத்தல்காரர்கள் முதல் கடைசி பெரிய மனிதர் வரை நெருக்கமாகப் பழகியும் கோவிலின் வரலாறு மற்றும் கலாச்சார நடவடிக்கைகளுக்கான ஆய்வைச் செய்தவரும் அப்பல்கலைக்கழகத்திலேயே பயின்றவர் என்ற முறையிலும் அவர் கூறும் அச்செய்தி மிக நம்பகமானது என்பதில் எனக்கு எந்தச் சந்தேகமும் இல்லை.

நான் ஏ.ஜி. ராமலிங்கா பல்கலைக்கழகத்தில் இசைக் கல்லூரியில் சேர்வதற்கு முன்பே, ஓவியம் பயில வேண்டும் என்று விருப்பம் கொண்டு முயற்சித்தபோது, தில்லையாடி அம்பலத்திலிருந்து ஆறு மணிநேரப் பேருந்துப் பயண தூரத்தில் உள்ள சென்னையும் மூன்றிலிருந்து நான்கு மணிநேரத் தொலைவில், கும்பகோணம் சுவாமிமலை வழியில் உள்ள கொட்டையூரின் தூரமும் என்னைச் சிறிது யோசிக்கவைத்துக் கொண்டிருந்தன. கிட்டத்தட்ட இவ்விரு நகரங்களுக்கும் நடுவில் உள்ள தில்லையாடி அம்பலத்தில்: மருத்துவம், பொறியியல், கணிதம், வேதியியல் எனத் தொடங்கி இசைத் துறை உள்பட அனைத்துக் கல்வித் துறைகளும் இருக்க, ஓவியத் துறை ஒன்று இல்லாமல் இருப்பது பெரும் குறை என்று நான் சந்தித்த அனைத்து நண்பர்களிடமும் தெரிவித்திருந்தேன்.

ஆர்.கே.யிடம் இலக்கியம் பற்றிப் பேச்செடுத்துக் கதை களுக்கு ஓவியம் வரைவது, ஓவியர்கள், எனப் பேச்சுத் தொடர்ந்த போது, மேற்கூறியவற்றை எதேச்சையாகத்தான் பேச நேர்ந்தது. ஆனால் ஆர்.கே. சொன்னது வியக்கும்படி என்னை உண்மையி லேயே பரபரப்புக்குள்ளாகியது.

மற்றவர்களுக்கு இச்செய்தி மிக மிகச் சாதாரணமானது. அக்கல்லூரியிலேயே படித்த எனக்கு அப்படியல்ல. ஓவியத் துறை 1965லிருந்து 71வரை இருந்ததாகவும் 71இல் அதை மூடி விட்டார்கள் என்றும் 'Dance on Water' என்ற உலகப் புகழ் பெற்ற ஓவியத்தை வரைந்த கேரள ஓவியர் கருணாகரன்தான் ஓவியக் கல்லூரியின் முதலும் கடைசியுமான முதல்வர் என்றும் ஆர்.கே. கூறினார். நான் சிறிது நேரம் அந்தச் செய்தியில் வியந்தபடி ஆர்.கே.வைப் பார்த்துக்கொண்டிருந்தேன். அவர் சிரித்தபடி மேலும் கூறினார். ஏன் மூடினார்கள் என்பது தெரியாது. ஏ.ஜி.ஆருக்கு ஓவியத் துறையை நடத்துவது குறித்து ஒரு பிரச்சினையும் இருந்திருக்க முடியாது. அதை மூடியதற்கு நிச்சயம் பிரத்யேகமான காரணங்கள் மட்டும்தான் இருக்க முடியும் என்றார். வருடத்திற்குப் பல கோடிகள் வெள்ளையும் கறுப்புமாய்ப் புழங்கும் அப்பல்கலைக்கழக வருமானத்தை வைத்துப் பார்க்கும்போது ஆர்.கே. கூறுவது உண்மையாகத் தான் இருக்க முடியும்.

ஏ.ஜி. ராமலிங்கச் செட்டியாரைப் பற்றித் தமிழர்களுக்குப் பிரத்யேகமாக அறிமுகப்படுத்த வேண்டிய தேவையில்லை. எங்கள் கிராமங்களுக்கு நடுவிலுள்ள சிறு நகரமான தில்லையாடி அம்பலத்தின் ரயில் நிலையத்திலிருந்து கிழக்கே தெரியும் களிமண் நிறப் பிரதேசத்தில் பத்துக் கிலோமீட்டர் நீளத்திலும் ஏழு கிலோமீட்டர் அகலத்திலும் அவரது பல்கலைக்கழக

ராஜ்ஜியம் தொடங்குகிறது. இவரது குடும்ப வைபவங்களிலும் கல்லூரித் திறப்பு விழாவிலும் ஆண்டு விழாக்களிலும் ஜவஹர்லால் நேரு, பெரியார், குன்றக்குடி அடிகளார், காமராஜர், அண்ணாதுரை உள்படப் பலர் கலந்துகொண் டிருக்கிறார்கள்.

நிழல்கள் வெளிறிக்கொண்டிருந்த மாலை நேரத்தில் பயணவழியில் உள்ள கிராமங்களைப் பேருந்தில் கடந்தபடி இதுகுறித்து நிறையப் பேசிக்கொண்டு சென்றபோது ஆர்.கே. கூறிய அச்சம்பவம் எனக்கு உற்சாகமானதாக இருந்தது. அக்கல்லூரி மூடப்பட்டதற்கான காரணத்தை அறிய என் மனம் விரும்பியது. ஏனெனில் அச்சம்பவக் காலத்தோடும் அந்நிகழ்வோடும் எனது பள்ளிக்கூட ஓவிய ஆசிரியர் கலிய பெருமாளும் தொடர்புகொண்டிருந்தார்.

விளையாட்டைத் தவிர எதைப் பற்றியும் அறிந்து கொள்ளும் ஆர்வமேயில்லாத எனது பள்ளிக்கூடப் பருவத்தில் ஒன்பதாம் வகுப்புவரை ஓவிய ஆசிரியராக இருந்த திரு. கலியபெருமாள், கொந்தளிப்பு நிறைந்தவராகவும் முரடராகவும் சில நேரங் களில் அன்பைப் பொழிபவராகவும் இருந்தார். அவரிடம் ஓவிய நோட்டுப் புத்தகங்கள் வாங்காதவர்கள், ஒழுங்காக வரையாதவர்கள் வாங்கிய அடிகள்தான் அவரிடம் பயின்ற மாணவர்களுக்கு அவரைப் பற்றிய ஞாபகமாக இருக்க முடியும் என்பதற்கு நானும் விதிவிலக்கல்ல.

கலியபெருமாள் நீளமான முடி வைத்து நெளிநெளியாகக் கோணவாக்கில் பிரித்துவிட்டிருந்தார். சாக்பீஸை எடுத்தவுடன் கரும்பலகையில் எழுதியதாகச் சரித்திரம் கிடையாது. டஸ்டர் கட்டையால் அதை உடைப்பார். குறுக்காக உடைக்கப்பட்ட ஒரு துண்டு சாக்பீஸை எடுத்துக் கரும்பலகையில் thick and thin – இல்தான் எழுதுவார்; வரைவார். சில சமயம் உடைத்த துகள்களை விரலால் தொட்டுத் தொட்டு எடுத்து வரைவார். அது கரும்பலகையில் பல மாயங்களை ஏற்படுத்தும்.

இன்று ஓவியத் துறை ஏற்றுக்கொண்ட நவீனப் பாணி ஓவியங்களில் ஒன்றைக்கூடச் செய்திராத அவரை ஓவியர் என்று யாரும் ஏற்றுக்கொள்ளாவிட்டாலும்; வறுமை நிலையில் ஓவியம் பயின்று, ஓர் ஓவிய ஆசிரியராகத் தன்னை அரசினர் மேல்நிலைப் பள்ளியில் பொருத்திக்கொண்டு, மாணவர்களுக்கு ஓவியங்களை அறிமுகப்படுத்தியதிலும் ஓவியக் கோடுகளைப் புரியவைத்ததிலும் மாணவர்களின் வளர்ச்சித் திறனுக்கேற்பத் தனித்தனியான அக்கறை எடுத்துத் திசைதிருப்பியவர் எனும் முறையிலும் ஓவியக் கல்வியின் ஆரம்பப் பணியை வரவேற்கும்;

புரிந்துகொள்ளும் நபர்களும்; நானும், அவரை நிச்சயமாக ஒரு ஓவியராக ஏற்றுக்கொள்வோம்.

ஓவியத் துறை மூடப்பட்டதற்கான காரணம் வரலாற்றின் பெரும் பாதைகளில் பொருட்படுத்தத் தக்கதல்ல என்று சிலர் கருதலாம். விமான ஓடுதளத்தைத் தன் வீட்டின் மேலேயே வைத்திருக்கும் பல கல்வி ஸ்தாபனங்களின் உரிமையாளராக உள்ள ஒரு பணக்காரர்; ஓவியப் பின்னணியில் வளர்ந்து 'Dance on Water' எனும் உலகப்புகழ் பெற்ற ஓவியத்தை வரைந்த ஓவியர் கருணாகரன்; வறுமையில் வாழ்ந்த எங்கள் பகுதி மக்களில் சிலர், எங்கள் அருகிலுள்ள சிறு நகரத்தில் திறக்கப் பட்டதாலும் தங்களுக்கு இயல்பாகக் கைவந்த கலையாக ஓவியம் இருந்ததால் வேலை கிடைக்கும் எனும் நம்பிக்கை யாலும் ஓவியம் பயில வந்த அடித்தட்டு மக்கள்; இந்த மூன்று புள்ளிகளும் சந்தித்துக்கொண்ட நிகழ்வுகளின் தொகுப்பு என்பதால் இதைக் கூறும் நியாயம் கொஞ்சமேனும் எனக்கு இருப்பதாகக் நான் கருதுகிறேன்.

ஆர்.கே. குறிப்பிட்டபடி இதில் எங்களுக்குத் தெரிந்தவர்கள் அல்லது சம்பந்தப்பட்டவர்கள் நான்கு நபர்கள்தாம். பல்கலைக் கழகத்தின் தோன்றுநர் வரிசையில் மூன்றாவது வாரிசான ஏ.ஜி.ராமலிங்கம்; ஓவியர் கருணாகரன்; எனது ஓவிய ஆசிரியர் கலியபெருமாள்; எனது ஆசிரியரின் நண்பரும் ஓவியக் கல்லூரி மாணவருமான செபஸ்டியன்; ஆகிய நால்வர்தான் அவர்கள். ஆனால் துரதிருஷ்டவசமாக, இச்செய்தி கிடைத்த ஏழு மாதங்களுக்கு முன்பே ஓவியர் கலியபெருமாள் பணிக் காலத்திலேயே எங்கள் பள்ளிக்கூடத்தில் (பிப்ரவரி 2, 2004இல்) ஆசிரியர்கள் ஓய்வு அறையில் மாரடைப்பில் இறந்து விட்டிருந்தார். செபஸ்டியனைத் தவிர இது சம்பந்தப்பட்ட இருவரும் இறந்துவிட்டிருந்தார்கள்.

செபஸ்டியன் தற்போது மும்பையில் 'பாம்பே டையிங்'கில் டிசைனராகப் பணிபுரிவதாகவும் தில்லையாடி அம்பலத்தில், 'பாம்பே டையிங்'கின் விளம்பரப்பலகையையும் சென்னை 'பாம்பே டையிங்' விளம்பரத்தையும் முதன்முதலாக வடிவமைத்தவர் செபஸ்டியன்தான் என்றும் ஆர்.கே. கூறினார். ஆர்.கே., செபஸ்டியன், கலியபெருமாள் இருவரோடும் நெருங்கிப் பழகியவராகவும் அவர்களைவிட ஓரிரு வயது சிறியவராகவும் இருந்தார். 1956இல் வெளியிடப்பட்ட Ten Commandments திரைப்படத்தைத் தாங்கள் மூவரும் தில்லையாடி அம்பலத்தில் தற்போது பல முதலாளிகளின் கைகளுக்கு மாறிவிட்ட தில்லை டாக்கீஸில் 70களில் பார்த்ததாகக் கூறினார். தற்போது எல்லாத்

திரைப்படங்களுக்கும் திரையரங்கினுள் கண்ணாடிப் பெட்டிக்குள் வைத்து ஒட்டப்படும் வால் போஸ்டர்கள் அப்போது ஹாலிவுட் திரைப்படங்களுக்கு மட்டுமே இருந்ததாகவும் பொதுவாகவே இந்தியத் திரைப்படங்களுக்கு அப்போது கண்ணீர் அஞ்சலி போஸ்டர்கள்போல டபுள் கலர் போஸ்டர்களே அதிகமிருந்தன எனவும் தெரிவித்தார். (ஆர்.கே. பார்ப்பதற்கு வாலிபத் தோற்றம் தராதவராக இருந்ததால் திரையரங்கினுள் அனுமதிக்கப்படாமல் பிறகு வயதையும் தோற்றத்தையும் ஒப்பிட்டுப் பேசிய விவாதத்திற்குப் பின்பு அனுமதிக்கப் பட்டதாகக் கூறினார்.)

வரலாறுக்கும் புனைகதைக்குமான இடைவெளி நெருக்க மானது. பழங்கால வரலாறுகள் இன்று புனைவுகளின் தோற்றத்திலே நின்றுவிடுவதிலிருந்து இதை நாம் எளிதாகப் புரிந்துகொள்ள முடியும். நெடிய வரலாற்றின் பிரம்மாண்டத்தின் முன்பு காலச் சுழற்சியில் பலர் காணாமல் போய்விடுவதும் உண்டு. இருப்பினும் கறுப்பு நிற எழுத்து வரிகள் உருவாக்கும், (வாசகர்களின்) கற்பனைகளில் அவை மீட்டுருவாக்கம் செய்யப்படும்போது, வரலாற்றின் இதயத் துடிப்பைக்கூட நாம் துல்லியமாகக் கேட்க முடியும்.

2

ஓவியக் கல்லூரிக் குறித்து எனது தேடல்களாக அமைந்தவைகளில் எனக்குக் கிடைக்கப்பெற்றவை : Martin Williams எழுதித் தொகுத்த The Hundred Painters எனும் புத்தகத்தில் உள்ள கருணாகரனின் வாழ்க்கைக் குறிப்பும் செபஸ்டியன் மூலமாகக் கேட்டறிந்தவைகளும், உள்ளுணர்வு அடிப்படையில் எனக்குத் தோன்றிய சம்பவக் கனவும்தான். இவற்றை அப்படியே வாசகர்களுக்கு என் கதைக்கான மொழியில் விவரிக்கிறேன். Martin Williams எழுதித் தொகுத்த The Hundred Painters எனும் புத்தகத்திலிருக்கும் கருணாகரன் பற்றிய வாழ்க்கைக் குறிப்புகள் : (இதில் ரவிவர்மாவும் கருணாகரனும் கேரள ஓவியர்களாகச் சேர்க்கப்பட்டுள்ளார்கள்)

ஓவியர் கருணாகரன் தேவாலயங்களும் மசூதிகளும் நூற்பாலைகளும் குறிப்பிடத்தக்க அளவில் உள்ள, வாஸ்கோடகாமா முதன்முதலில் வந்திறங்கிய வரலாற்றுத் துறைமுகத்தைக் கொண்ட கோழிக்கோட்டில் 1916ஆம் ஆண்டு பிறந்தார். தந்தையாரும் ஓவியர் மற்றும் மரச் சிற்பக்காரர். மரக்கடைசல் வேலைகளில் கைதேர்ந்தவர். திருவிதாங்கூர் சமஸ்தானத்தில் பணிசெய்துகொண்டிருந்தார். கருணாகரன் தந்தை வழியாகவே ஓவியம் பயின்று லண்டனில் 1837இல்

தொடங்கப்பெற்ற பெருமைக்குரிய ஓவிய, சிற்பக் கல்லூரி யான The Royal College of Arts – இல் ஓவியம் பயின்றவர். 1940இல் 'Dance on Water' ஐ வரைந்தபோது திருவிதாங்கூர் சமஸ்தானம் தன்னுடன் அவரை இணைத்துக்கொண்டது. 'Dance on Water' ஓவியம் ரவிவர்மாவின் ஓவியத்திற்கு இணையாகப் பேசப்பட்டது.

இவர் விலாசினி என்ற தனது தந்தைவழி உறவுப் பெண்ணை மணந்தார். அவரது மண வாழ்வு எந்தத் தடையுமின்றி இறுதி வரை சென்று முடிந்தது. இரண்டு மகள்கள். இருவரும் சிறு வயதிலேயே குடும்பச் சூழலிலிருந்து விலகியே அதிகமும் விடுதிகளில் தங்கிப் படிக்க வைக்கப்பட்டனர். பிற்பாடு இவர்கள் கோயில் கட்டடக் கலைஞர்களான இரட்டைச் சகோதரர்களுக்கு மணம் முடித்துத் தரப்பட்டனர்.

கருணாகரன் திருவிதாங்கூர் சமஸ்தானத்தில் இருந்த போது அங்கு அதிகமும் தந்தைவழி வந்த புரவலர்கள் மற்றும் அரசுத் தரப்பினர்களின் குடும்ப உருவ ஓவியங்களையே வரைய நேர்ந்தது. ஓர் ஓவியனின் சுதந்திரம் நிறுவனங்களின் கீழில்லை என்னும் கருத்தை அவர் உணர்ந்திருந்தபோதும் தன் வாழ்வின் தேவைகளுக்காகவும் சமஸ்தானத்தை விட்டு வெளியேறிச் சென்ற பின்னர் தந்தையின் அரச விசுவாசம் குறித்த மனச் சங்கடத்தைத் தவிர்ப்பதற்காகவுமே அவர் தொடர்ந்து அங்கே இருக்க நேரிட்டது.

நவீனமும் பாரம்பரியமும் பிணைந்த ஆன்ம எழுச்சிதான் கருணாகரன் பாணி ஓவியங்கள். பிரதேசம் சார்ந்த, நிலம் சார்ந்த ஒரு ஓவியன் அப்படித்தான் இருக்க முடியும் என்பதைத் தொடர்ந்து பேசிவந்தவர் அவர். அப்போதுதான் ஒரு ஓவியன் வாழ்வின் வேர்ப் பிடிப்புக் கொண்ட ஓவியங்களை வரைய முடியும். அதில் மிளிரும் மண்சார்ந்த அசைவுகளும் கலாச்சார முகங்களும் ஓவியன் வளர்ந்ததன் ஆழ்மனப் பதிவுகளோடு அவனையறியாமல் வெளிப்படும். பிறகு அதுவே அவனது ஆளுமையாக மலரும் என்றார். கேரளத்து வையநாட்டில் எடக்கல் குகையில் மரபை ஒட்டி வரையப்பட்ட ஓவியங்களை உள்வாங்கித் தனது ஓவியத்தை உருவாக்கக் கருணாகரன் திட்டமிட்டிருந்தார்.

அவர் எழுதிய 'வண்ணங்களால் ஒரு உலகம்' புத்தகத்தில் கூறியுள்ளபடி காலத்தில் நவீனப் பொருட்கள் என்று கூறப்பட்ட யாவும் தற்போது பழமையேறிப் போயிருக்கின்றன. ஆனால் அவை தற்போது மேலும் நவீனமானவை. ராய் சௌதிரி கூறியதுபோல ஓர் அறையை நவீனமாக்க வேண்டு

ஜே.பி. சாணக்யா

மெனில் அங்கு ஒரு புராதனப் பொருளைக் கொண்டுபோய் வையுங்கள் என்பதில் உள்ள அர்த்தம்தான் அது. அவை உண்மையிலேயே பழைய காலத்தின் வரலாற்றைப் புதிய இடத்தில் வலியுறுத்துபவை. ஒருநாள் இவை எனது தனிமையி லிருந்து வேறொரு தனிமைக்குள்ளோ அல்லது வேறொரு வசிப்பிடத்திற்கோ நகர்த்தப்படும். அப்போது அவை பழமையின் சின்னங்களாக அல்லது குறைந்தபட்சம் ஓர் ஓவியக்காரனின் உடமைகளாக இருக்கக்கூடும். என் விரல்கள் தடவிய, உடல் உரசி அழுந்தி எழுந்த பகுதிகளும் என் உணர்ச்சி படிந்த கணங்கள் உறைந்த அம்மரப் பொருட்களும் தம்மை உணர்ந்த ஒருவனிடம் மௌனமாகப் பேசத் தொடங்கிவிடும். அவை உயிர்ப் பொருட்கள்; கண்டிப்பாக எனக்குத் தெரியும்; ஆன்ம எழுச்சியில் பங்கெடுத்துக்கொள்ளும் எல்லாமும் கால ஓட்டத்தில் தங்கள் பயணங்களை ஒருபோதும் நிறுத்திக்கொள்வ தில்லை. (இவை கருணாகரனுக்கு மிகவும் பொருத்தமான கூற்றுதான்.)

உலகம் முழுதும் அரசர்கள் காலத்தில் ஓவியர்கள் அவர் களோடு நெருக்கமாக இருந்ததுடன் கௌரவமாகவும் நடத்தப் பட்டிருக்கிறார்கள் என்பதை உணர முடிகிறது. அரசாட்சி முடிந்தும்கூட அரசர்கள் தங்களுக்கான ஓவியர்களைக் கடைசி வரை கௌரவ ஊதியத்துடன் வைத்திருந்த நிகழ்வுகள் இருக்கின்றன. கருணாகரனும் அவ்வாறே நடத்தப்பட்டிருக் கிறார் எனினும் ஓவியத்தின் வெளியை அவர் மிக நவீனத் துவமாகப் பார்க்கத் தொடங்கியதன் விளைவே சமஸ்தானத் துடன் உள்ளுக்குள் ஏற்பட்ட முரண்பாடாகும்.

“வான்கோவின் ஓவியத்திலிருக்கும் மஞ்சள் நிற வெயில் நம் முகத்தில் பாய்கிறது. அவன் நிஜமாகவே வெயிலின் உயிரை வண்ணத்தால் கைப்பற்றிவிட்டான். என்னால் அதன் வெப்பத்தைக்கூட உணர முடிகிறது” என்றார். “உங்களுக்குத் தெரிகிறதா அவையனைத்தும். ஒரு ஓவியனின் ஆன்மா. அதனுள் ஊடுருவிச் செல்லுங்கள். அவன் இதயமும் வண்ணங்களால் தான் உருவாக்கப்பட்டிருக்கும்” என்கிறார். (வான்கோவைக் கருணாகரனுக்கு மிகவும் பிரத்யேகமாகப் பிடித்திருந்தது.)

ஓவியம் வரைவது பற்றிய பழமையான நூலான விஷ்ணு தர்மோத்திரத்தில் உள்ள ‘சித்திர சூத்திர’த்தை அடியொற்றிக் கருணாகரன் எழுதிய நூல்தான் ‘வண்ணங்களால் ஒரு உலகம்’. ஆனால் இது நவீனப் பாணி ஓவியங்களுக்கானதும் இன்றைய நிலவரப்படி எழுதப்பட்டதுமாகும். இதில் ஓவிய உருவாக்கம், ஓவியர்கள் பற்றிய குறிப்புகள் உள்பட பல விஷயங்களை அவர் தொகுத்துள்ளார்.

இதில் இவர் ஓவியக் கலையின் தோற்றத்திற்கு முன் மாதிரியாகக் கருதப்படும் நாராயண முனிவரை மறுத்து எழுதியுள்ளார் (தன் தொடையில் ஓர் அழகிய உருவை வரைந்து வனப்புமிக்க தேவமங்கையான ஊர்வசியை உருவாக்கியவர் நாராயண முனிவர்). மனிதன் கண்டுணர்ந்த எல்லாவற்றுக்குமே ஆன்மீகச் சாயம் பூசி மீண்டும் மனிதனுக்கே அறிமுகப்படுத்தும் மதத் தந்திரம் மட்டுமே இதில் உள்ளது. குகைகளில் தான் பார்த்த காட்சிகளையும் தன் பயத்தையும் சந்தோஷத்தையும் வெளிப்படுத்திய அறியாமை நிரம்பிய அக்கோடுகளிலிருந்து தான் நம் ஓவியப் பாரம்பரியம் தொடங்குகிறது என்கிறார் இவர்.

தன் தந்தைக்கான பல பணிகளை ஏற்றுக்கொண்டிருந்த கருணாகரனை, தந்தையின் இறப்புதான் விடுதலை செய்தது. நவீனம் முழுதாக அவரைத் தழுவிய காலகட்டம் அது என்று இந்திய ஓவியங்கள் குறித்து எழுதியுள்ள ரவிசங்கரன் குறிப்பிட்டுள்ளார். இருப்பினும் அக்கால கட்டத்தில் தந்தையார் ஒப்புக்கொண்டு முடிக்காமல் விட்ட பல பணிகளை முடித்துத் தரும் நிர்ப்பந்தத்தில் கருணாகரன் இருந்தார். இது முழுக்க முழுக்கத் தந்தை மீதான மரியாதையால்தானே தவிர அவரை யாரும் கட்டுப்படுத்தவில்லை என்கிறார்கள் சமஸ்தானத்து ஊழியர்கள். அச்சமயங்களைச் சாதகமாகப் பயன்படுத்திக் கொள்ளப் பல நபர்கள் முயன்றிருக்கிறார்கள். அவர்களுக் கெல்லாம் தான் நம்பிய ஓவிய வெளியைப் புரியவைக்கவும் ஓவியம் பற்றிய புரிதலற்ற முட்டாள் பணக்காரர்களுக்கு விளக்கவுமே அவர் அதிலிருந்து விரைவிலேயே வெளியேறினார்.

ரவிசங்கரன் இவரைத் தத்துவங்களும் வண்ணங்களும் இணைந்த கலைஞன் என்று குறிப்பிடுகிறார்.

1940களுக்குப் பிறகு கருணாகரனின் ஓவியங்களில் மிக முக்கியமான மாற்றங்கள் நிகழத் தொடங்கின. ஒரு கலைஞனின் சுய தேடலைப் பொறுத்து அவை மாறுபடுகின்றன. தேடலற்ற எந்த ஒரு கலைஞனின் வாழ்விலும் புதிய படைப்புகள் வருவதில்லை. இவற்றைத் திட்டவட்டமான தத்துவ ஒழுங்குகள் அல்லது முழுமையான புரிதல்களைக் கொண்ட வண்ணக் கோடுகள் என்கிறார்கள் விமர்சகர்கள்.

இதில் முக்கிய ஓவியங்களாக Water Colour (1942), Shadows on the Mountain (1944) போன்ற ஓவியங்களைக் குறிப்பிடலாம். இரண்டு ஓவியங்களுமே எண்ணெய்ச் சாய ஓவியங்கள். Water Colour எனும் இவ்வோவியம், நீர் செல்லும் இடம் பொறுத்துத் தன்னை மாற்றிக்கொள்ளும் எளிமையான தத்துவத்தைப்

பின்பற்றி அமைந்துள்ளது. இப்பண்பில் இவ்வுலகின் மாபெரும் தத்துவமும் மானுட வாழ்வுமே அடங்கிவிட்டதாக அவர் வியந்துள்ளார். இந்த எண்ணமே இவ்வோவியத்தை வரைய வைத்ததாகக் குறிப்பிடுகிறார் கருணாகரன். ஒரே சட்டகத்தில் உயிர்பெறும் பல்வேறு உணர்ச்சி நிலைகளில் அழுத்தம் தரும் வண்ணங்களால் வரையப்பட்டிருக்கிறது இவ்வோவியம். பளிங்கு நீரில் தெரியும் கூழாங்கற்கள், அதன்மேல் நிற்கும் மர மேசை, மேசைமேல் வண்ணங்களாலான கண்ணாடி தம்ளர்கள், ஜாடிகள், கூஜாக்கள் இருக்கின்றன. நீர் நிரப்பப் பட்ட கண்ணாடிப் பொருள்களில் நீர்நிலைக் கோடுகள் சூரிய ஒளிக்கு ஏற்றாற்போல் அடர்த்தியும் வெளிர்த் தன்மையும் கொண்டதாக இருக்கின்றன. பொருள்களின் வண்ணங் களுக்கேற்ப அவற்றின் தோற்றமும் தெரியும்படி வரைந்துள்ளார். அதனுள் அடியாழத்தில் வெய்யிலின் ஒளியில் வைரங்கள் மினுங்குகின்றன. சமஸ்தானத்துக்காரர்களில் சிலர், கருணாகரன் இதை ஒரு வைர வியாபாரிக்காக வரைந்ததாகக் கூறுகிறார்கள்.

பொதுவாகவே கருணாகரனைத் தாண்டிய அவருக்குள் உறங்கும் தத்துவப் பண்பே Dance on Water ஐ வரைய வைத்திருக் கிறது. கருணாகரன் தன் பிரதேசம் வெளிப்படும் உலகத் தரமான பார்வையைத் தொடும் ஓவியத்தையே பிறகான காலங்களில் விரும்பியுள்ளார். அதன் வழியாகத்தான் தொடர்ந்து வரைந்தவற்றில் கேரளாவின் கலாச்சாரம் தெரியும் பல்வேறு நுட்பங்களை அவர் தனது ஓவியத்தில் வெளிப்படுத்தி யுள்ளார். இதனுடைய ஆகச் சிறந்த வண்ண ஓவியமான Dance on Water ஐ சில கதகளி நடனக் கலைஞர்கள் கதகளியின் ‘உள்ளும் புறமும்’ என்பனவற்றைக் குறிப்பதாகவும் கூறுகிறார்கள். கதகளி பற்றிய அவரது ஆரம்ப ஓவியம் ஒன்றில் : நடனம், நடனத்திற்கு முன், நடனத்திற்குப் பின் என்று மூன்று நிலைகளை வரைந்துள்ளார். இதில் நடனத்திற்கு முன் எனும் தலைப்பிட்ட ஓவியத்தில் ஒப்பனைக்கான வண்ணங்களை முகத்தில் ஆரம்பப் பூச்சுகளை விளக்குவது போன்று ஸ்ட்ரோக்குகளில் வரைந் துள்ளார். பின்னர் ஆகாயத்தின் நீல வண்ணத்தையும் மேகங் களையும் பின்னணியாகக் கொண்டு கதகளியின் உச்ச வேகத்தை வெளிப்படுத்தும் விதமாக வெறும் கோடுகளை ஒப்பனை வண்ணங்களையே தேர்வுசெய்து நடுக்கமுறும் கோடுகளாக வும் அழுத்தமான கோடுகளாகவும் சாதாரணக் கோடுகளாகவும் வரைந்துள்ளார். அதை உற்றுப் பார்க்கும்போது ஒரு நடனக் கலைஞனின் ஆத்மா, வண்ணங்களால் நிரப்பப்படுகிறது என்கிறார்கள் கதகளியில் ஆழ்ந்த அனுபவமுள்ள கலைஞர்கள்.

இறுதியாகத்தான் அவரது Dance on Water ஓவியம் வரையப் பெறுகிறது. அதற்கான சம்பவம் சிறு சுவாரஸ்யத்தைக் கொண்டிருக்கிறது. கதகளி நடனம் பார்ப்பதற்குச் சென்ற கருணாகரன், மூத்த கலைஞர் ஒருவர் நடனத்திற்குப் பின் அங்குள்ள அரண்மனையில் கற்படிக்கட்டுகள் நிறைந்த குளத்தில் நீராடும்போது நீரில் கரைந்த வண்ணங்கள், அவரைச் சுற்றிலும் அவர் எழுப்பும் நீரலைகளின் மடிப்புகளில் நடனமாடியபடியே படிக்கட்டுகளை நோக்கிச் சென்றதாகக் குறிப்பிட்டுள்ளார். நீரில் முங்கி எழும் அரிதாரம் பூசப்பட்ட கலைஞனின் ஒப்பனைகள்; அவர் எழுப்பும் அதிர்வலைகளில், வண்ணங்கள் கரைந்து தத்தளிக்கின்றன என்கிறார். அந்தக் கணம் தன்னை இனம் புரியாத கிளர்ச்சிக்கு ஆட்படுத்தியது என்று எழுதியுள்ளார்.

இவ்வோவியத்தை அவர் வரைந்தபின்பு ஒப்பனைப் பற்றி அவர் குறிப்பிட்டுள்ள விஷயம் மிக முக்கியமான தத்துவப் பண்பைப் பெற்றிருக்கிறது. ஒப்பனை என்பது வேறொரு நிஜத்தைத் தரும் கற்பனை. ஒரு நிஜத்தின்மேல் வேறொரு நிஜம் பூசப்பட்ட பின்பு அந்தக் கற்பனை நிஜம் கொள்கிறது. அது தரையிறங்கும் நேரத்தில் நாடகமோ நாடக ஆசிரியனோ நடிகனோ முடிந்திருக்க வேண்டும் என்று அழுத்தமாகக் குறிப்பிட்டுள்ளார்.

(இவ்வோவியம் திருவனந்தபுரம் அரசு கலைக் கூடத்தில் பாதுகாக்கப்பட்டுள்ளது. மற்ற ஓவியங்களில் சில எம்.சி. சாலையிலுள்ள கே.வி. மேனன் ஓவியக் கூடத்திலும் உள்ளன.)

கலைஞனின் தற்காலத் தனிமை என்பது முழுக்க முழுக்க கலையும் தூய ஆன்மீகமும் சம்பந்தப்பட்டதாகும். அவனது ஆன்மாவின் தனிமை, பேரண்டத்தோடு மட்டுமே பொருந்திப் போவதாகவும் மற்றவைகளில் தன்னை இணைத்துக்கொள்ள முடியாதபடி துண்டிப்பு மனநிலையில் உள்ளதாகவும் இருக்கிறது. கருணாகரன் ஆன்மீகம் மற்றும் கடவுள் பற்றிய தனது கருத்து களைப் பெரிதாக வெளிப்படுத்தாமல் இருந்தாலும், அவரது ஆன்மா அவரது கலையை மீறி அவரைத் தனியாக உணரவைத் திருக்கிறது. இது இப்பிரபஞ்சத்தோடு தன்னை ஆழமாகப் பிணைத்தும் பிரித்தும் பார்க்கும் ஆன்மீக நிலையாகும்.

'ஓவியர் கருணாகரனைப் பற்றி சுவாரஸ்யமான தகவல் ஒன்று தமிழகத்தில் உலவுகிறது. இவர் கேரளாவில் ஒரு பல்கலைக்கழகத்தில் ஓவியப் பேராசிரியராக இருந்ததாகவும் தனது எஞ்சியுள்ள நாள்களை அங்கு வறுமையுடன் கழித்ததாக வும் கூறுகிறார்கள்.' என்று மார்ட்டின் வில்லியம்ஸ் குறிப்பிட்

டிருந்தார். இது முழுக்க முழுக்கக் கருணாகரனைப் பற்றிய புனைவு. கருணாகரனின் கடைசிக் காலம் கேரளாவில் அவரது சொந்த வீட்டில் மிக மகிழ்ச்சியுடன் கழிந்தது.

3

மார்ட்டின் வில்லியம்ஸ் கூறுவதை என்னால் ஆதார பூர்வமாக மறுக்க முடியும். ஏனெனில் தில்லையாடி அம்பலத்தில் கருணாகரனின் மாணவர்களாகத் ஓவியம் பயின்ற ஆர்.கே. கூறிய இரண்டு நபர்களை நான் சந்தித்திருக்கிறேன்.

செபஸ்டியனை நான் பாம்பே டையிங் முகவரிகளைப் பிடித்துத் தொலைபேசியில் தொடர்புகொண்டபோது கல்லூரி மூடப்பட்டதற்கான பொதுத் தகவல்களையே கூறினார். "நீங்கள் 'கலி'யுடைய ஸ்டூடண்ட்டா?" என்றார். கருணாகரன் மாஸ்டரைப் பற்றி என்ன எழுதப்போகிறீர்கள்?" என்று விசாரித்தார். செபஸ்டியனின் அம்மா இன்னும் திருச்சியில் இருப்பதாகக் கிடைத்த தகவலின் அடிப்படையில் மீண்டும் விசாரித்தபோது செபஸ்டியன், 'திருச்சிராப்பள்ளிக்கு வர வேண்டும், ஆனால் எப்போது என்று தெரியவில்லை' என்றார். 'பூனாவுக்கு வர முடியுமா?' என்று கேட்டார். முடிந்தால் வருவதாகவும் வரும்போது கட்டாயம் சந்திப்பதாகவும் கூறி முடித்துக்கொண்டேன்.

நான் விரும்பியபடியும் எதிர்பாராதபடியும் செபஸ்டியனைச் சென்ற மாதம் பூனாவின் கிழக்குப் பகுதியில், தமிழர்களின் கோவிலுக்கு அருகேயுள்ள கோ ஆப்ரேடிவ் காலனியில், அவரது வீட்டில், எனது நண்பர் சிவ சண்முகம் வீட்டிலிருந்து காரில் அரைமணி நேரப் பயண தூரத்தில் சந்தித்தேன்.

செபஸ்டியன் உற்சாகமாகத் தோற்றம் தரக்கூடிய வெள்ளை முடிக்காரராக இருந்தார். ஒல்லியான, திட காத்திரம் தெரியும் உடலில் கை நரம்புகள் பிதுங்கி வெளியே தெரிந்தன. சற்றே பெரிய கண்களும் கத்தையாக ஒழுங்கமைக்கப்பட்ட சாம்பல் வெள்ளையில் வெளுத்த மீசையும் நீளவாகு முகத்திற்குப் பொருத்தமாக இருந்தன. கேள்விகளுக்குப் பதிலாகச் சட்டென அவருக்கு ஹிந்தியும் மராட்டியுமே வந்தன. பல சமயங்களில் மொழி தாவிச் செல்லும்போது அவருக்கு நான் தமிழை நினைவுறுத்த வேண்டியதாய் இருந்தது. ஆனால் அவர் அக் காலத்தோடு பயணப்படும்போது குதூகலமும் துக்கமுமான எங்கள் கிராமங்களின் மொழிப் பிரயோகங்களின் பச்சை வாசனை மிளிரப் பேசிக்கொண்டு சென்றார். பெருநகர வாழ்வு அவரைப் பலவாறாகப் பண்படுத்தியிருக்கிறது என்பது வெளிப்

படையாகவே தெரிந்தது. அவர் தோற்றத்தில் இல்லாத கவித்துவம் அவர் பேச்சில் இருந்தது. அவரை நான் மிகவும் இணக்கமாக உணர்ந்தேன். அவருடன் பேசியது, விவாதித்தது யாவையும் சுருக்கியும் கருத்துப் பிறழாமலும் தந்துள்ளேன். கீழ்வரும் இப்பகுதி அவருக்குரியதுதான்:

அடர்ந்த மரங்கள் சூழ்ந்த எங்கள் ஓவியக் கல்லூரியும் எப்போதும் நிழல் படிந்த எங்கள் வகுப்பறைகளும் இன்னும் என் கண்களில் இருந்து மறைந்துவிடவில்லை. கனவுகள் உண்மையிலேயே நிரந்தரம் பெற்றுவிட்ட ஓவியங்களைப் போலும் வரைந்ததால் வரலாற்றினைக் கூறிக்கொண்டு நூலகத் தின் புத்தக அலமாரிகளில் அடுக்கப்பட்ட புத்தகங்களாக; எண்ணி முடிக்கப்படாத பக்கங்கள் கொண்ட பிரதிகளுடையது போலும் எனக்குள்ளே காத்திருக்கின்றன. அவற்றை அசை போடுவதுதான் இவ்வயதான பருவத்தில் எனக்குத் துன்பத்தை யும் ஒரு வகையான ஆறுதலையும் தருகின்றன.

எங்களது பெயரெழுத்துகள் வெட்டப்பட்ட டெஸ்க்கு களிலும் மரப்பெஞ்சுகளிலும் எங்கள் ஞாபகங்கள் தூசுபடிந்து கிடக்கின்றன. சைக்கிள்களையும் பாதசாரிகளையும் கேலி செய்யும், பல்கலைக்கழகத்திற்குக் கூட்டிச்செல்லும் தற்போது உள்ள பகட்டு மிகுந்த சாலைகள் அப்போது இல்லை. திருத்தப் பட்ட காட்டிற்குள் செல்லும் வண்டிப் பாதைகள் போல் சாலைகள் வளைந்து மறைந்து திரும்பிக்கொண்டிருந்தன. மாட்டுவண்டிகள் முனகிக் கொண்டு லாந்தர் விளக்குகளில் பெரிய நிழல்கள் அசைய நிலவொளியில் காட்டைக் குடைந்து நகர்வதுபோல் எங்களது பயணங்கள் நிதானமாக இருந்தன. அவை ஒரு புதிய பிரதேசத்தின் அரூபத் தன்மையினுள் தம்மைக் கொண்டிருந்தன. வளர்ச்சி பெறும் எந்த நோக்கத்தையும் நேரிடையாகத் தெரிவிக்காமல் படிப்பு ஏறாத மாண வனைப் போல் அசைவற்றுக் கிடந்தன நிலப் பகுதிகள். வேட்டி கட்டிக் கொண்டுகூட நாங்கள் வகுப்பறைக்குச் சென்றோம். எங்கள் ஆடைகளில் வண்ணக் கறைகள் மகிழ்ச்சியுடன் வசித்துக் கொண்டிருந்தன. கான்வாஸில் வண்ணங்கள் நிறைந்து கிடந்த அந்நாட்கள் இந்நேரத்தில் கண்ணீரைத் துளிர்க்கச் செய்பவை.

நான் கோவில் சுவரிலும் பள்ளிக்கூடச் சுவரிலும் கிறுக்கிக் கொண்டிருப்பதைப் பார்த்து நான் தமிழ் படிக்க வேண்டும் என்று விரும்பிய எனது தமிழய்யா சந்திரசேகரன்தான் என்னைப் பல்கலைக்கழகத்திற்கு அழைத்துச் சென்றார். உயர்ந்தோங்கிய தூண்கள் கொண்ட அக்கட்டிடமும் உள்ளிருந்த ஓவியங்களும் என்னைப் பரவசப்படுத்தின.

நான் முதல்வர் அறைக்குள் நேர்முகத்திற்காக அழைக்கப் பட்டபோதுதான் முதன்முதலாகக் கருணாகரன் மாஸ்டரைப் பார்த்தேன். சந்தன கலர் ஜிப்பாவும் கழுத்தில் துளசி மாலையும் குறுந்தாடியுமாய் இருந்தார். என்னைப் பார்த்ததும் புன்னகைத்தார். அவர் கை நீட்டினார். கை கொடுப்பதற்காக எனது கையை நீட்டினேன். நான் படம் வரைந்து வைத்திருந்த நோட்டை அவர் கேட்டார். நான் சிறிது வெட்கத்துடன் சுதாரித்தவாறு நோட்டைக் கொடுத்தேன். அவர் எங்கள் ஊரின் சித்திரங்களை, உருவங்களை ரசிக்கும் எந்த முகபாவமும் இல்லாமல் பார்த்தார். நோட்டை மூடித் திருப்பிக் கொடுத்த போது என் பெயரைக் கேட்டார். புறப்பட்ட போது அவர் எழுந்து கை கொடுத்தார். இந்த முறை நான் தயங்கி என் கையை நீட்டியதில் சிரித்தபடி சில வினாடிகள் அவர் கையை நீட்டிக்கொண்டிருந்தார்.

கருணாகரன் மாஸ்டர் எங்களைப் போன்ற குள்ளர் வகையல்லர். சற்று நிமிர்ந்து பார்த்துப் பேச வேண்டும். குறுந்தாடியும் சற்றே சூன்யத்தில் நிலைத்திருக்கும் கண்களு மாய்ச் சலவை செய்யப்பட்ட ஆடைகளையே அணிந்திருப்பார். வீட்டிலும் கட்டப்படும் பட்டுக்கரை அடித்த பருத்தி வேட்டி களும் அவ்வாறே இருந்தன.

அவருக்குச் சிற்பத்தின் மீதும் ஈடுபாடு இருந்தது. அவரது ஈசலை* அவரே செய்துகொண்டார். எங்கள் ஓவியக் கல்லூரியில் பயிற்சிக்கான வகுப்புகள் என்னவோ ஓவிய ஆசிரியருக்கானது தான் என்றாலும் கருணாகரன் மாஸ்டரின் விரிவான படிப்பும் விருப்பமும்தான் எங்களுக்கு நிறைய விஷயங்களைப் பாடத் திட்டமாக அமைக்க உதவியிருந்தன.

தற்போது ஓவியம் விரிவாகப் படிக்கும் பல பாடத் திட்டங்கள் அந்த ஓராண்டுக்குள்ளாகச் சுருக்கப்பட்டும் விலக்கப் பட்டும் இறுக்கமாக இருந்தன. கலி பல்கலைக்கழகத்துக்குச் சிறிது தொலைவிலேயே இருந்தான். நான் சைக்கிளில் வந்து சென்றேன். பத்து மணிக்கு நாங்கள் ஓவியத் துறையில் இருந்தோம். மொத்தமே 22 பேர்தான். காலையிலே ஒரே ஒரு வகுப்பு நடைபெறும். அது free hand drawing designs மற்றும் sketching work பற்றியதாக ஆரம்பத்தில் இருந்தது. மதிய உணவுக்கு மேல் ஒரு வகுப்பு. அதில் உருவப்பட மாடல்கள், பழங்கள், பொருள்கள் வரைவது தொடர்ந்தது. அதில் தேர்ச்சி பெற்ற பலரை மேனன் தனியாக sketch எடுப்பதற்கு அவரவருக்குப்

---

* ஈசல் – ஓவியம் வரைய பயன்படும் ஸ்டேண்ட் [drawing stand]

பிடித்த இடங்களுக்கு அனுப்பினார். நானும் கலியும் நடராஜர் சன்னதியில் சுற்றிக்கொண்டிருந்தோம். நான்கு கோபுரங்கள் வெவ்வேறு கோணங்களில்; நந்தவனத்தில் மேயும் கோயில் மாடுகள்; தெருக்களில் போஸ்டர்கள் தின்னும் வீட்டு மாடுகள்; கோவேறு கழுதைகள் பூட்டப்பட்ட 'குதிரை' வண்டிகள்; தேர் மற்றும் தேருக்குள் உள்ள சித்திரங்கள்; தேர்களின் வெவ்வேறு கோணங்கள், என வரையத் தொடங்கினோம். கோவில் மாடுகள் மூக்கணாங்கயிறு போடப்படாதவை. அவற்றின் கொழுத்துத் திமிறிய அழகும் சாதுத் தன்மையும் என்னை மிகவும் கவர்ந் திருந்தன. என்னுடையதும் கலியினுடையதுமான இவ்வகை யான அந்நகரத்து ஸ்கெட்ச்சுகள் மாஸ்டருக்குப் பிடித்துப் போய் பல சமயங்களில் அதில் திருத்தங்கள் செய்தார். முகத்தின் அளவும் உடல் அளவும் எவ்வாறான எண்ணிக்கையில் இருக்க வேண்டுமென போட்டுக்காட்டினார். கட்டிடங்களுக்கு மேலே கோடுகளை இழுத்தும் பிணைத்தும் அவற்றைச் செம்மை யாக்கினார். மாஸ்டரின் விரல்கள் பென்சிலைப் பிடித்து இழுக்கும் கோடுகள் அனாயாசமாகவும் மந்திரம் நிரம்பியவை யாகவும் இருந்தன. இவை அடுத்த நாள் பாடங்களாகப் பள்ளியில் சொல்லிக்கொடுக்கப்பட்டன. சோமசுந்தரம், கிருபாசங்கரன் என்ற இரண்டு ஓவிய ஆசிரியர்கள், எங்களை மாஸ்டருக்குப் பிடித்திருப்பதாகவும், ஒழுங்காக இருந்து படித்து முன்னேறும்படியும், ஓவியம் எங்களுக்கு இயல்பாகவே நன்றாக வருவதாகவும் மாஸ்டர் குறிப்பிட்டதாகச் சொன்னார்கள்.

சுற்றிலும் உள்ள சமவெளியிலிருந்து தங்கு தடையற்று வீசும் மாலை தென்றலில் எங்களைப் பறிகொடுத்தபடி ஓவியக் கல்லூரியிலிருந்து வீடு திரும்பும் சாயங்கால வேளைகளில் மாஸ்டர் தங்கியுள்ள விருந்தினர் மாளிகை வழியே சைக்கிளை நடத்திக்கொண்டு செல்வோம். மாளிகைக்குச் செல்லும் வழி சிமிண்ட் சாலையில் இருந்தது. கார் நுழைந்து செல்லும் கேட்டின் முன்பு எங்களின் நிறம் கொண்ட காவலாளி எப்போதும் எங்களைப் பார்ப்பான். அவனுக்கு அங்கே வேறு அதிக நடமாட்டங்கள் எப்போதாவது இது போன்றுதான் இருக்கும். நாங்கள் பார்த்திராத வினோதச் செடிகள்; வெவ்வேறு வண்ணங்களில் இலைகள்; குருத்துகள்; ஒரே இலையில் பல்வேறு வண்ணங்கள் கொண்ட தன்மைகள்; அவற்றை லேசாக நின்று பார்த்தவாறு நகருவோம். பொடி வண்ணக் கார் ஒன்று போர்டிகோவில் அமைதியாக நின்றுகொண்டிருப்பது செடி களின் மறைப்பினூடாகத் தெரியும். மாஸ்டரை ஒருநாளும் நாங்கள் முன் பால்கனியில் பார்த்ததில்லை. பின்னாளில் நாங்கள் அவருடன் கழித்த ஒரு மாலைப் பொழுதில் தெரிந்து

கொண்டோம். பின்பக்கத்துப் பால்கனியில் உள்ள பிரம்புக் கூடையில் அமர்ந்து மரங்கள் அடர்ந்த தோட்டத்தைப் ரசித்த படியோ ஊருக்குத் தொலைபேசியில் பேசியபடியோ அல்லது மணிக்கணக்காக அப்படியே உறைந்த நிலையில் அமர்ந்தபடியோ இருப்பார். பகலில் தெரியும் விவகாரங்களை இரவு தன் ரகசியத்தால் பூட்டிவிடுகிறது. ரகசியத்தின் நிறம் எப்போதும் கறுப்பு வகைகள்தானே என்றார்.

ஒரு கதையைப் போல் வகுப்பறையில் வின்சென்ட் வான்கோவை அறிமுகப்படுத்தியது மாஸ்டர்தான். வான்கோ வின் தீவிரம் எங்களுடைய வகுப்பறையைச் சில்லிடச் செய் திருந்தது. வான்கோ இறந்தது பற்றிக் கிழக்குப் பகுதியிலிருந்து வரும் ஒரு மாணவன், வரலாற்றில் பேசப்பட வேண்டு மென்பதற்காகவே அப்படித் தற்கொலை செய்துகொண்டிருப்பார் என்றான். அவனை வகுப்பறையை விட்டு வெளியே போகச் சொன்னார் மாஸ்டர். அவனுக்கு ஓவியம் வராது என்றார். வான்கோவைப் பைத்திய நிலைக்கு இட்டுச் சென்றவனும் நள்ளிரவில் கைவிட்டுப் போனவனுமான அவனைக் கொலை செய்ய வேண்டும் என்று ஒருவன் கூறினான். எனக்கு அது அப்போதுதான் நிகழ்ந்த தற்கொலையைப் போல, இன்னும் துப்பாக்கியின் சூடு ஆறாதிருக்கும் அக்கணத்தைப் போல, தோன்றிக்கொண்டிருந்தது. என் கண்கள் தளும்பிக்கொண் டிருந்தன.

மாஸ்டர் கலியிடம் கேட்டபோது, ‘வான்கோ புரிந்து கொள்ளப்படாத உலகில் பைத்தியமாயிருப்பதைவிட அவன் இறந்தது ஆறுதலாக இருக்கிறது’ என்றான். மாஸ்டர் அவனை ஆழமாகப் பார்த்தார்.

பிழைப்புக்காக ஓவியம் பயில வந்தது வெட்கமாக இருந்தது.

அறியாமை மிகுந்த எங்கள் கிராமங்களிலிருந்து உன்னத மான ஓவியத் துறைக்கு வந்துகொண்டிருந்தோம். பெரும்பாலும் ஏழைகள் பயின்ற இடம். எங்கள் பெற்றோர்கள் கூலிக்கு விவசாய வேலைகளைச் செய்தபடி கால்நடைகளை வளர்த்துக் கொண்டு எங்களையும் வளர்த்தார்கள். நாங்கள் தப்பித் தவறி விழுந்தவர்கள் போல் இக்கல்லூரிக்கு வந்தோம். ஓவிய ஆசிரியர் வேலை என்பதால்தான் எங்கள் வீட்டார் எங்களை ஓவியம் பயிலவே அனுமதித்தார்கள். வான்கோவைப் போலவோ ரபேலைப் போலவோ ஓவியப் பின்னணி கொண்ட வாழ்க்கை எங்களுக்கு இல்லை. நாங்கள் ஓவியத்தில் முன்னேறிப் போகாததற்கு இது மட்டும் காரணம் அல்ல. முயற்சி; ஆன்ம எழுச்சி; தொலைநோக்கு இலக்கு, ஆகியவை இல்லாததும்

தான் காரணம். இருப்பினும் அந்நிலையில்தான் எங்கள் வாழ்க்கை இருந்தது.

நாங்கள் வரலாற்றை எதிர்நோக்கிய எந்த வாழ்க்கையையும் வாழவில்லை. எங்களுக்குத் தெரிந்ததெல்லாம் எங்கள் பெற்றோர்களை எங்கள் உத்தியோகப் பணத்தில் பாதுகாக்க வேண்டும் என்பதுதான். கோவணத்தின் மேல் கட்டும் வேட்டியே எங்களுக்குத் துண்டுபோலத்தான் இருந்தது. மாற்றுப் புடவைக்காக அம்மா புடவையை இரண்டாகக் கிழித்துத் தனித்தனியாக உடுத்திக்கொண்டாள். கவுரவமான ஆடை வேண்டும் என்று நினைத்தோம். மரத்திலிருந்து உதிரும் வேப்பங்கொட்டைகளைப் பொறுக்கிச் சேகரித்து விற்றுத்தான் நாங்கள் வரைவதற்கான பென்சில்களை வாங்கினோம். மழைக்காலங்களில் எங்கள் கால்நடைகளிடமிருந்து தனித்துப் படுக்கவும் வெள்ளப் பெருக்கில் எங்கள் வீடுகள் ஏரிகளில் மிதந்துபோவதை நாங்கள் பார்க்க வேண்டாமென்றும் ஒரு கல் வீட்டுக்கு ஆசைப்பட்டோம். அப்போது ஓர் ஏழை மனிதனுக்கு நீராகாரத்தைப் போல் இருக்கும் இந்த அடிப்படைக் கனவுகள்தாம் எங்களை வளைத்துச் சுழற்றிக்கொண்டிருந்தன.

எங்களைப் போன்ற ஏழைகளுக்குக் கிடைத்த கலைகள், எங்கள் வயிற்றுப்பாட்டுக்கு ஏதேனும் செய்யும்; எங்கள் மானங்களைக் காக்கும்; வளர்த்த பெற்றோர்களுக்கும் உதவும் சகோதரர்களுக்கும் பின்னாளில் உதவிசெய்யும், என்றே நம்பினோம். அதில் எந்த ஒளிவு மறைவும் இல்லை. அம்மா கேட்டதெல்லாம் எப்போது வேலைக்குச் செல்வாய் என்பது தான். அவளுக்கான மூன்று வேளைச் சோற்றைத் தராத எந்த ஒரு கல்வியையும் வேலையையும் நான் புறக்கணிக்கத் தயாராக இருந்தேன்.

தில்லையாடி அம்பலத்தைத் தாண்டிய சில ஊர்களைக் கேள்விப்பட்டிருக்கிறோம். பள்ளிக்கூடச் சுற்றுலாவின்போதும் திரைப்படங்களிலும்தான் கடலைப் பார்த்திருந்தோம். கருணாகரன் மாஸ்டர் உலக நாடுகள் பலதும் சுற்றியிருந்தார். இதை என் அம்மாவிடம் கூறியபோது, அவர் ஏன் ஊர் சுற்றி ஊதாரியாக இருக்கிறார், வீட்டில் தங்கமாட்டாரா? என்று கேட்டாள். அவர் தன் படிப்புக்காகவும் உலக அறிவுக்காகவும் அவ்வாறு இருப்பதாகக் குறிப்பிட்டபோது பணம் சம்பாதிக்கின்ற அளவுக்கு இன்னும் படிக்கவில்லையா? என்றும் கேட்டாள். அவ்வளவுதான் எங்கள் வாழ்க்கை. என் அம்மாவும் டூரிங் டாக்கீஸில் கறுப்பு வெள்ளைத் திரைப் படங்களில்தான் நீலக் கடலைப் பார்த்திருப்பாள். என் அம்மாவுக்கு சைக்கிள் பஞ்சர் என்றாலோ காற்றடிக்க வேண்டும்

ஜே.பி. சாணக்யா

என்றாலோ காசு கேட்கும் காரணம் புரியும். உடல் நிலை சரியில்லையென்றால் அரசு மருத்துவமனை இருக்கவே இருக்கிறது. நோட்டுப் புத்தகங்கள் வாங்கவோ மற்ற வரை பொருள்கள் வாங்கவோ கேட்டால் 'பள்ளிக்கூடத்தில் தரமாட்டார்களா' என்று கேட்பாள். மீறிக் கேட்டால் தன்னை ஏமாற்ற முடியாது என்பாள். இதற்காக அவள் கணக்கற்ற சொத்துகளும் அரசனுக்கு இணையான அந்தஸ்தும் உள்ள, நாம் சந்திக்கவே முடியாத பல்கலைக்கழகத்தின் தோற்று நரைச் சந்தித்துப் பேசுகிறேன், சைக்கிளில் கூட்டிப் போ என்பாள். எங்கள் ஆயா சற்று விவரமானவள். திரைப் படத்தில் மழை பெய்தபோது வீட்டில் சட்டிப்பானைகளும் ஆடுமாடுகளும் வெளியில் கிடக்கிறதென்று வீட்டுக்கு நடந்தோடி வந்தவள். எங்கள் ஊரிலிருந்து நான்கு கிராமங்கள் தள்ளிதான் எங்களுக்கான தபால் நிலையம் இருந்தது. எங்கள் வாழ்வுக்குள் யாருக்கும் கடிதம் எழுதும் தேவையோ ஸ்டாம்புகள் வாங்கவோ எனது பாதி வாழ்க்கையிலும் எங்கள் முன்னேற்ற வாழ்விலும் நேர்ந்ததுமில்லை.

4

எங்கள் மாஸ்டர் ஒத்துக்கொண்ட செட்டியார் குடும்பத் தின் ஓவியப் பணிக்காக நானும் கலியும் உதவியாளர்களாக நியமிக்கப்பட்டிருக்கிறோம் எனும் செய்தி எங்களுக்கு அவருடைய ஈசலை எடுக்க விருந்தினர் மாளிகையில் சென்று காத்திருந்தபோது தெரியாது.

காரின் இருக்கைகள் வடிவமைக்கப்பட்டிருந்த விதம் ஏழையையும் பரம்பரைப் பணக்காரனைப் போல் உட்கார வைத்துவிடும். கருணாகரன் மாஸ்டர் கலியபெருமாளை 'கலி' என்று அப்போதுதான் அழைத்தார். 'க' வுக்கு ஆங்கில எழுத்து 'ஜி' – ஐ உபயோகிக்கும்படிக் கூறினார். எங்களுக்குக் கூச்சமாக இருந்தது. பின்னாளில் நான் அவனைப் பெருமாள் என்றாலோ கலியா என்றாலோ முறைப்பான். அவனே 'கலி' என்று கூப்பிடச் சொன்னான்.

கார் கண்ணாடிகள் ஏற்றப்பட்டு ஏ.சி. பரவிய இருக்கை களில் இந்துஸ்தானி என்று சொல்லிக் கேசட்டை நுழைத்துப் பட்டன்களைத் தட்டினார் மாஸ்டர்.

ஒரே இடத்தில் மூவருக்கான தனிமையையும் சந்தோஷத்தையும் தரும் திறன் அந்த இசைக்குத்தான் இருந்தது.

தந்திக் கருவிகள் இழைந்து ஒன்றைப் போல் குழைந்து குபீரென எழும்பியும் அமிழ்ந்தும் இனம் புரியாத ஒரு பரவசத்தை

முதல் தனிமை 209

அந்த இசை அளித்தது. மாஸ்டர் அவ்வப்போது கசியும் குரலுடன் இணைந்து முணுமுணுத்தார். ஒரு சுரத்தால் தானே பாடுவது போல் தலையசைத்து வந்தார். பல்கலைக்கழக முத்துத் தாண்டவர் ஹாலில் பிரம்மாண்டமான படிக்கட்டின் வளைவு களில் பதினைந்தடிக்கும் மேலாகச் சட்டமிடப்பட்ட ஆயில் பெயின்டிங்கில் நிற்கும் மூத்த செட்டியார்களின் உருவங்கள் படிக்கட்டில் ஏறும்போதும் இறங்கும்போதும் என்னைப் பல முறை அதிர்ச்சியுறவும் பிரமிக்கவும் செய்திருக்கின்றன. யாரோ உண்மையிலேயே படிக்கட்டில் வருபவர்களைக் கவனித்தபடி இருப்பதாக அவ்வோவியங்கள் தோற்றம் தந்திருக்கின்றன. அவற்றைக் கருணாகரன் மாஸ்டர்தான் வரைந்தார் என்று தெரிந்தபோது அவர்மீது எழுந்த மரியாதை அளவற்றுப் போனது. அவ்வோவியத்தில் பயன்படுத்தப்பட்ட வண்ணங்கள் யாவும் நிஜமான கறுப்பு மனித வண்ணத்தின் சேர்க்கைகளில் நிரம்பி யிருந்தன. ஓவியத்தில் பின்னணி வண்ணமும் மர மேசைகளும் புத்தகங்களும் பூக்கிண்ணமும் அடர்த்தியான இருள் வண்ணங் களில் சேர்க்கப்பட்டிருந்தன.

இது போன்ற பணிகள் மிகச் சாதாரணம் என்று அவர் குறிப்பிட்டபோது மேலும் வியந்துதான் போனோம். அதில் தொழிற்பயிற்சிதான் இருக்கிறது. கிரியேட்டிவிட்டி இல்லை என்றார்.

இடம், பொருள், உருவங்களை நகல்செய்வது ஒரு விஷயமே யில்லை. அதற்கான வெளியை வண்ணங்களில் உருவாக்குவது தான் கிரியேட்டிவிட்டி என்றார். அதை எங்களுக்கு விரிவாக விளக்கவும் செய்தார்.

வண்ணங்களால் படைக்கப்பட்டது உலகம். இவ்வுலகின் முதல் ஓவியனும் கடைசி ஓவியனும் ஒரே ஒருவன்தான். அது இந்த இயற்கைதான். அது இவ்வாறு வண்ணங்களால் இவ்வுலகை உருவாக்கவில்லையெனில் இங்கு எதுவுமே முழுமை பெற்றிருக்காது. நாம் அவற்றின் ஒளிச்சிதறல்கள். நாம் எத்தனை அறிவுஜீவிகளாக இருந்தாலும் எத்தனை சக்திமிகுந்த கலைஞர் களாக இருந்தாலும் இயற்கையைத்தான் சொல்வதற்கு முயற்சிக் கிறோம். உருவ ஓவியங்களிலிருந்து அகமன வெளியை வரைவது வரை எதுவானாலும் நாம் இயற்கையில் உள்ளதைத்தான் வெளிப்படுத்துகிறோம். மக்களுக்குள் மக்களாக இருக்கும் நம்மவர்களில் ஒருவன் அதைத் தீட்டும்போது நமக்கு அதைப் பாராட்டத் தோன்றுகிறது. அவன் சிந்தனையும் வண்ணங் களும் நம்மிலிருந்து அவனை வேறுபடுத்திக் காட்டுகின்றன. எனவே மக்கள் குழுவில் அவன் குறிப்பிடத் தகுந்தவனாகிறான். அவன் கண்டுபிடித்த அகமன வெளிப்பாட்டையும் அவனை யும் அந்தராத்மாவாக விசாரித்தால் அவன் இங்குள்ள வண்ணங்

210 ஜே.பி. சாணக்யா

களை எடுத்து அவன் படும் வாழ்வைத் தூரிகையால் ஓர் ஊமையைப் போல் தொட்டும் வரைந்தும் காண்பிக்கிறான். அவ்வளவுதான் இங்கு கலைஞனின் இடம். சிறிது இயற்கையை உற்றுப்பார்த்தால் நமக்குத் தெரியும் இயற்கையின் எல்லா உருவாக்கங்களிலும் ஓவியமும் சிற்பமும் ஒளிந்திருப்பது. ஆதிகாலம் தொட்டே மனிதன், தான் கண்ட காட்சிகளை மனத்தில் நிறுத்தித் தனது வசிப்பிடங்களான குகைகளில் கிறுக்குவதிலிருந்து தொடங்கும் நமது ஓவியப் பாரம்பரியம் இன்று எத்தனையோ வளர்ச்சிகளைக் கண்டடைந்துவிட்டது. உலகம் முழுதும் எண்ணற்ற ஓவியர்கள் வண்ணங்களால் சிந்தனைகளை மறு உருவாக்கம் செய்கிறார்கள். விமர்சகர்கள் மற்றும் அழகியலைப் பேசுபவர்கள் பலவிதமான கோட்பாட்டுத் தத்துவங்களை உருவாக்கிவைத்துவிட்டார்கள். இது வரைக்கு மான ஓவிய உலகம் சந்தித்த விஷயங்களிலிருந்து இன்றைய ஓவியனின் நிலை மிகுந்த சவாலுக்குரியதாகும். இதுவரை வரையப்படாத பல உணர்ச்சிகளும் தத்துவங்களும் நம்மை வரவேற்றுக்கொண்டிருக்கின்றன. இதில் சோர்ந்துபோவதற்கு எதுவுமில்லை. எத்தனை முறை வாழ்ந்து பார்த்தாலும் ஒவ்வொரு வினாடியும் வாழ்க்கை புதிதாக இருப்பதுபோலவே கலைகளும் இருக்கும். இதை உணர்பவனுக்கே இந்தச் சவால்கள் புரியும்.

நான் கூறிக்கொள்வதெல்லாம் எந்தத் தூரிகையும் தேர்ந் தெடுக்காத அந்தத் தருணங்களைத் தேட வேண்டும். வேர்ப் பிடிப்பும் உலகத் தன்மையும் இணையும் அவ்விடங்களைத் தீட்ட வேண்டும். நம் சிந்தனைகளை, மரபுகளைச் சதா புதுப்பித்துக்கொண்டேயிருக்க வேண்டும் என்பதுதான். உறுதி யான கோடுகளும் வண்ணத்தின் கவர்ச்சியும் ஆழங்களை வேறுபடுத்திக் காட்டும். நிற பேதங்களைத் தாண்டி மற்ற துறைகளின் அறிவும் புரிதலும்தான் ஒரு ஓவியனை மிளிரச் செய்கின்றன. கோடுகள் எப்போதும் யார் வரைந்தாலும் கோடுகள்தான். டாவின்சியின் சிந்தனைகள் உருவாக்கும் கோடுகள், பிகாசோவின் சிந்தனைகள் உருவாக்கும் கோடுகள் என்று பிரித்தறிந்து பார்த்தால் அவர்கள் ஏன் வரலாறாக உருமாறியிருக்கிறார்கள் என்று தெரியும்.

எனக்குத் தெரிந்த பல ஓவியர்கள் இஸங்களுக்கும் கோட்பாட்டிற்கும் உள்ளூற பயந்தபடியே தூரிகையை வண்ணத்தில் தோய்க்கிறார்கள். இவர்களைப் போன்றோரும் பல கலை ஓவிய விமர்சகர்களும் ஓவியத்தைப் பதற்றத்தோடு தான் புரிந்துகொள்கிறார்கள். இவர்கள் வாழ்வின் இருப்பும் அறிவும் ஓவிய வரலாற்றில் தங்களைத் திணித்துக்கொள்ளப் பயன்படுத்தப்படும் குறுக்குப் புத்தியில் உழல்கின்றன.

கலை எப்போதுமே காலத்தையும் சிந்தனைகளையும் தத்துவங்களையும் பிரதிபலிக்கிறது. இருப்பது, இருந்தது, எதிர்ப் படுவது, எதிர்ப்படப் போவது, என இதன் பணிகள் ஏராளம். இன்னும் சொல்வதானால் காலம் தன் முகத்தைச் சிற்பத்தின் வழியாகவும் ஓவியங்களின் வழியாகவும் இலக்கியங்களின் வழியாகவும் பதிவுசெய்தபடி தன் பயணத்தை மேற்கொண் டிருக்கிறது. இதில் இஸங்கள் என்பவை ஒரு பெயரின் அடிப்படையில் குறிக்கப்பட்ட ஒரு வகைமையைப் புலப்படுத்தும் பெயர்தான். வகைமையே கலையின் சாரமல்ல. வகைமை வகைமைகளில் மட்டுமே அடங்கும். இஸங்களாலும் நவீனக் கோட்பாடுகளாலும் அர்த்தமற்றுப் புறக்கணிக்கப்படும் பழைய ஓவியங்களிலிருந்துதான் ஓவியர்கள் தங்கள் புதிய ஓவியங் களைக் கண்டடைந்தார்கள். இதற்காகப் பழைய ஓவியங்கள் விடைபெற்றுக்கொண்ட ஓவியங்கள் என்று கூற முடியாது. அவை மிகவும் கௌரவத்திற்குரியவை.

'செலஸ்டின்', 'முதிய யூதர்' போன்ற யதார்த்த ஓவியங் களை வரைந்த பின்புதான் பிகாசோ உருவச் சிதைவு ஓவியங்களை உருவாக்க முனைந்தார்.

முக்கியமாக நான் கூறுவது, யதார்த்தமாக வரைய வேண்டும். அவற்றில் தேர்ச்சி அடையும்போது நீங்களே அதை விட்டு விலகிச் செல்வீர்கள். யதார்த்தத்திலிருந்து நகரும் அரூபத்தன்மைதான் மிகவும் சக்தி வாய்ந்தது.

கலைமனத்திற்கு எப்போதுமே ஓர் உத்வேகம் உண்டு. அது இன்றியமையாததும்கூட. ஏனெனில் அது கருக்கொண்ட கற்பனையையும் யதார்த்தத்தையும் வண்ணச் சிந்தனைகளால் வெளிப்படுத்துகிறது. இதில் அவர்கள் தங்களை இம்பிரஷ னிஸ்ட்டுகள் என்றோ ஏதோ ஒன்றின் பெயராலோ குறிப்பிட்டுக்கொள்ளலாம். இப்படிப் பணிபுரிவது தவிர்க்க முடியாததும்கூட.

உலகின் உயிர்ப் பொருள்களின் தத்துவத்தையும் மரணத்தை யும் இடைப்பட்ட வசித்தலையும் ஆழமாய்ப் புரிந்துகொள்ளும் கலைஞனுக்கே கலைகள் தங்கள் கதவுகளைத் திறக்கின்றன. தூங்குபவர்களுக்கும் தூங்குபவர்கள் போல இறந்தவர்களுக்கும் உள்ள வித்தியாசத்தை எந்த ஓர் ஓவியன் உருவாக்குகிறானோ அவன் இவ்வாழ்வை ஓவியம் வழியே புரிந்துகொள்கிறான், வெளிப்படுத்துகிறான் என்பேன் என்றார்.

பழங்காலத்தில் ஓவியம் பெற்றிருந்த முக்கியத்துவம் இப்போது பெற்றிருக்கிறதா? அப்போது அரசர்களும் அரசருக்கு இணையானவர்களும் ஓவியர்களைக் கொண்டாடினார்கள்.

நமது ஏ.ஜி.ஆர், போன்றோர் இல்லையெனில் இங்கு பள்ளி களும் இல்லை; கல்வியுமில்லை; நானுமில்லை என்றார்.

ஓவியன் அக்காலத்தில் வரைவதற்காகப் பத்துக் கிராமங் களைப் பெற்றிருக்கிறான். வரைவதற்கு முன்னே வெகுமதிகள் தரப்பட்டிருக்கின்றன. இன்றைய நிலையில் ஓவியன் பரிதாப மான ஆடுகளைப் போன்றிருக்கிறான். இந்தியாவின் அரசர்களும் ஓவியர்களும் எனும் பாரம்பரியத்தின் கடைசி மனிதர்களில் நானும் ஒருவன் என்பதை வருத்தத்துடன் சொல்ல வேண்டி யிருக்கிறது என்றார்.

ஓர் இரவு பயணம்செய்த பின்பு நாங்கள் அந்த வெப்பப் பகுதியை அதிகாலையில் அடைந்திருந்தோம். யாருமற்ற தெருக்கள் கனவுலகம்போல் இருந்தன. கருணாகரன் மாஸ்டர் அவ்வப்போது வந்து தங்கிச் சென்றுகொண்டிருந்த அந்த அரண்மனையை வீடு என்றார். அது கிழக்குப் பார்த்து இருந்தது. ஏ.ஜி.ஆர், அவருக்கு ஓவியங்கள் வரையவும் ஓய்வெடுக்கவுமெனக் கொடுத்த இடம். அந்த வீட்டை ஓர் ஓவியன் தன் கற்பனையில் கூட அத்தனை பிரம்மாண்டமாக வரைய முடியாது. வரவேற்பு அறைகள் இரும்புத் தூண்களாலும் மரத் தூண்களாலும் தாங்கிக் கட்டப்பட்டிருந்தன. முற்றத்தை ஒட்டிய தனி அறை களில் வண்ண அலங்கார ஓவியங்கள் இருந்தன. பெரும்பாலும் ரவிவர்மா பாணி ஓவியங்கள், வெண்ணெய் திருடும் கண்ணன், யசோதை மடியில் கண்ணன், ராமாயணக் காட்சிகள், நடனக் காட்சிகள் போன்றவை இருந்தன. சில கதவுகளில் எல்லா வீடுகளிலும் உள்ளதுபோல் யானை, புலி, சிங்கம், யாளி எனப் பலதரப்பட்ட சிறு சிற்பங்களைச் செய்திருந்தார்கள். கோவிலா வீடா எனும் திகைப்பு இருந்தது. வீட்டின் முகப்பில் மேல் உயரத்தில் சிற்ப அலங்காரம் மற்றும் சுதை அலங்காரம் செய்யப்பட்டிருந்தன. வீட்டினுள் நுழைந்ததும் முதலில் என்னை மூச்சடைக்கவைத்தது சுற்று நடைபாதை கொண்ட அந்த முற்றம்தான். அத்தனைப் பெரிய முற்றம் உள்ள வீட்டை என் வாழ்நாளில் அதற்குப் பின்பும் எங்கும் பார்த்ததில்லை. இதில் என்ன வியப்பென்றால் அதைப் போல் மூன்று முற்றங்கள் இருந்தன. விவசாயம் செய்யும் எங்கள் ஊரின் மொத்த வயல்களின் அளவில் அவர்களின் ஒரு வசிப்பிடம் இருந்தது.

செட்டியார் குடும்பத்தின் பிறந்தநாள் விழாக்கள், திருமண வைபவங்கள், இறப்புச் சடங்குகள் போன்றவை முன்முற்றத்தில் நடைபெறும் என்று மாஸ்டர் கூறினார். முதல் முற்றத்தின் பகுதியை ‘அட்டளி’ என்று அழைப்பார்கள் என்றபோது ஒரு கேரளக்காரர் தெரிந்துகொண்ட தமிழ் வாழ்வுக்கு முன் எங்களின் தமிழ் வாழ்வு மிகப் பலவீனமாக இருந்தது. அட்டளி,

பெண்களின் உரையாடல் பகுதிக்கானது எனவும் வணிக வேலைகளைக் கவனிப்பதற்கானது எனவும் கூறினார்.

இரண்டாம் முற்றம் அத்தனை வேலைப்பாடுகளோ ஓவியங்களோ சுவர் அலங்காரங்களோ அதிகமற்று இருந்தது. அது குடும்பப் பெண்கள் புழங்குவதற்கான இடமென்றார். அதனுடன் சமையலறை இணைக்கப்பட்டிருந்தது.

மூன்றாவது முற்றம் வேலைக்காரர்கள் புழங்குமிடமாகவும் சுற்றுச்சுவருடன் திறந்த வெளியில் நேரிடையாக வெய்யில் விழும் இடமாகவும் இருந்தது. மூடப்பட்ட கம்பிகளால் ஒரு கிணறும் இருந்தது. நான் அவற்றை முதலாவது இரண்டாவது எனக் குறிப்பிட்டபோது இவற்றைப் முன்முற்றம், நடுமுற்றம், பின்முற்றம், என்று கூற வேண்டுமென்றார்.

நடுமுற்றத்தை ஒட்டியிருந்த ஒரு பகுதியை மாஸ்டர் dining hall என்றார். அவ்வறையைப் புரிந்துகொள்ள எங்களுக்கு நேரம் பிடித்தது. சுவர்களின் இரு பக்கங்களிலும் சலூனில் உள்ளது போன்று இரண்டிரண்டான மிகப் பெரிய முகம் பார்க்கும் கண்ணாடிகள் – சுவர் அளவுக்குப் பெரியவை – பொருத்தப்பட்டிருந்தன. அது ஒப்பனை செய்யும் அறையாகவோ திருமண வைபவங்களுக்கானதாகவோ இருக்கும் என எண்ணினேன். ஏதோ ஆட்கள் உள்ளிருப்பது போன்ற அச்சத்துடன் நாங்கள் அவ்வறையை எட்டிப் பார்த்தோம். மாஸ்டர் அவ்வச்சத்தை ரசித்திருக்க வேண்டும். பந்தி பரிமாறும் போது சாப்பிடுபவர்களின் தேவையைக் கண்ணாடி வழியாகக் கண்டுகொள்ளும்படி பொருத்தப்பட்டுள்ளன என்றார்.

இந்த வீட்டில் நமக்காகச் சமைப்பதற்கு வந்திருக்கும் சமையல்காரரைத் தவிர்த்து யாருமே இல்லை என்றார். அந்தச் சமையல்காரர் ஏ.ஜி.ஆரின் குடும்பச் சமையல்காரர்களில் ஒருவராவார். அவர் எங்களைப் போன்ற இளைஞர். (அவர் பிற்பாடு தானாக எங்களிடம் வந்து தன்னுடைய பெயர் ராமானுஜம் என்று அறிமுகப்படுத்திக்கொண்டார்) தன் வீட்டு விருந்துக்குக் கருணாகரன் மாஸ்டரை ஏ.ஜி.ஆர், அழைத்து வந்தபோது ராமானுஜத்தின் சமையல் மிகவும் பிடித்துப்போனதாகப் பாராட்டிச் சென்றுவிட்ட பல வருடங்களுக்குப் பிறகு மாஸ்டரின் ஓய்வுக்காகவும் மன அமைதிக்காகவும் தனது வீடு ஒன்றைத் தங்கிக்கொள்ள ஏ.ஜி.ஆர், அளித்தபோது, அவர் அங்கு தங்கும் காலம்வரை சமையல் பணி செய்வதற்காகக் கூடவே ராமானுஜத்தையும் அனுப்பியதாகக் கூறினார். ஏ.ஜி.ஆர், தன் மேல் கொண்ட பிரியத்திற்கும் மதிப்பிற்கும் இது ஒரு சாதாரண எடுத்துக்காட்டுதான் என்று மாஸ்டர் கூறினார்.

அவ்வீட்டில் உள்ள திட்டவட்டங்கள், கட்டிட அமைப்பு முறைகள், வாழ்க்கை முறைகளைப் பார்த்தபோது முதன் முறையாய் எங்களை வேறு நபருடன் மிக அழுத்தமாக ஒப்பிட்டுப் பார்க்க நேர்ந்தது. அவ் வீடுகளில் உள்ள முன் திண்ணை, பின்திண்ணை, வரவேற்பறை, முன்முற்றம், நடுமுற்றம், வெளிமுற்றம், உள்ளறை, வெளியறை, தூங்கும் அறை, அமரும் இடம், பால்கனி, சமையலறை, உணவு அறை, பகல் பொழுதுக் குரிய இடம், இரவுப் பொழுதுக்குரிய இடம் என எப்படிப் பட்ட வாழ்க்கை. நான் உண்மையிலேயே மலைத்துப் போனேன்.

எங்கள் வீடு கரும்புச் சருகுகளால் வேயப்பட்டது. ஐந்து வருடங்களுக்கு ஒரு முறையோ அல்லது அதற்கு இடையிலோ காற்று, மழை சேதாரத்தாலோ அது திரும்பத் திரும்ப வேயப் படும். அவை அமைக்கப்படும்போது எங்கள் பொருள்களைச் சாக்குப் போட்டு மூடியோ அல்லது தோட்டத்திலோ வாசலிலோ எடுத்துவைக்க வேண்டும். எங்கள் வீட்டின் அல்லது கூரையின் கீழே சுவர்களால் தடுக்கப்பட்ட உள் பகுதியை வீடு என்றோம். அதில் அம்மா ஒருபுறம் சட்டிப்பானைகளை வைத்துக்கொண்டு விறகுக் குச்சிகளில் சமைத்து, கரி படிந்த ஆட்சிசெய்து கொண்டிருந்தாள். மிச்சமிருக்கும் இடத்தில் சுவரில் சாமி படங்களும் தரையில் நாங்களும் இருந்தோம். பின்பக்கம் திறந்தால் தோட்டம். அது வயல்வெளியைக் காட்டிற்று. முன்பக்கம் தெருவாசலைக் காட்டிற்று. கோடைக் காலங்களில் நாங்கள் இரவுநேர வானத்தைப் பார்த்தபடி வாசலிலேயே படுத்துக்கொண்டோம். வாசலிலே உணவு உண்டோம். பொங்கலுக்கு மண்ணால் செய்து உருவாக்கிய அடுப்பில் கோடைக் காலங்களில் சாக்கு மறைப்புக் கட்டி அம்மா சமைத்தாள். மழைக்காலங்களில் ஆடுமாடுகளும் எங்களுடன் வீட்டினுள் படுத்துக்கொண்டன. மலையும் மடுவுமான இவ்வாழ்க்கை முறை என்னை மிகச் சிறியவனாக உணரவைத்ததுடன் பயங்கரம் நிரம்பிய அமைதியைத் தருவதான சூழலில் என்னைத் தள்ளியது.

மூடியிருக்கும் அத்தனை பெரிய வீட்டினுள் கவியும் வெளிச்சத்தையும் குளிர்ச்சியையும் எங்களைக் கவனிக்கச் சொன்னார் மாஸ்டர். Air and light என்று குறிப்பிட்டார். அப்போது அவர் சில நிமிடங்கள் அமைதியாக எதையோ சிந்தித்தவராய் இருந்தார். அவர் ஓர் ஓவியத்தின் ஒளியை உணர்ந்ததுபோலும் அதை வரைவதற்கான நிதானத்திற்குள் இருந்ததுபோலும் இருந்தது. தனது தோல் பையை எடுத்து ஸ்கெட்ச் நோட்டில் சிலவற்றைக் குறித்துக்கொண்டார்.

பேன்டின் இரண்டு பாக்கெட்களிலும் கைகளை நுழைத்து உதடுகளை மடித்துத் திறந்து லேசாகத் தலையாட்டினார். பின்பு மீண்டும் சிறிது மேலெழும்பிய வரைப் போல முன் பாதங்களை அழுத்திக் குதிகால்களைத் தூக்கி அமர்த்தி Air and light என்று மீண்டும் உச்சரித்தார்.

அந்த வீடு எங்களுக்குப் பிடித்திருக்கிறதா என்று கேட்டார் மாஸ்டர். நாங்கள் இருவரும் பெரிய தவறு செய்து விட்டவர்களைப் போல விழித்தோம். அவருக்குப் பிடித்திருப் பதாகச் சொன்னார். இத்தனை பெரிய வீட்டில் – வீடா? அரண்மனையில் – ஒரு மனிதன் அல்லது குடும்பம் இருந்தாலும் கூட அவை பிசாசுகளைப் போல இக்கட்டடத்தின் தனிமையில் கிடந்து சாக வேண்டும். எதற்கு இத்தனை பெரிய வீடு என்று தான் தோன்றியது. எங்கள் ஊர் இதில் தாராளமாகப் புழங்கும். கிடைத்தால் குதூகலமாய்க் கும்மாளமிடும். கும்பல் இல்லாமல், கொண்டாட்டம் இல்லாமல் இவ்வீட்டில் என்னால் வசிக்கவே முடியாது. பெரிய இடங்களை வளைத்துக் கட்டியிருக்கும் இக்கட்டடங்கள் ஒரு மனிதனைப் பயங்கரத் தனிமையில் ஆழ்த்தும். இக்கட்டடம் தரும் தனிமையைத் தாங்கும் சக்தி கொண்ட மனிதனுக்குத்தான் இக்கட்டடம் பிடிக்கும். நிச்சயம் வீடற்றவர்களைப் பார்க்கும்போதோ மழை நேரத்தில் தவிப்பவர்களைப் பார்க்கும்போதோ இவ்வீட்டில் இருக்கும் மனிதனாக நான் இருந்தால் குற்ற உணர்ச்சியால் இறந்து போவேன்.

ஆனால் இக்கட்டடங்களுக்கு அப்பால், அவர்கள் வாழ நினைத்த வாழ்க்கைமேல்; இயற்கையை ஒரு வீட்டின் திட்ட வட்டங்களுக்குள்ளாக எதிர்கொண்ட முறைகள்; எனக்குப் பிடித்தமானவையாக இருந்தன. சூரிய ஒளி, காற்று மழையைக் கூட அவர்கள் ரிப்பன் சன்னல்கள் வழியே எதிர்கொண்ட விதம், இயற்கையைத் திட்டமிடுவது, அதில் உள்ள பாங்கு கச்சித உணர்வைத் தருவதாக இருந்தன.

இறுதியாய் அன்றிரவு, ஒரு மனிதனுக்கு எதற்கு இத்தனை பெரிய வீடு என்று நான் மாஸ்டரிடம் கேட்டுவிட்டேன். மேனனுக்குத் தமிழ் வாழ்வு பற்றி இருந்த அறிவு எங்களுக்கு ஆச்சரியமாக இருந்தது. இல்லையென்றால் கேரளாவிலிருந்து தில்லையாடி அம்பலத்திற்கு வந்து சொந்த ஊர்போல் வசித்துக்கொண்டிருக்க முடியுமா என்றான் கலி. மாஸ்டருக்கு இவை மட்டும் அல்ல அவருக்குப் பூகோளம் பற்றியும் பிற நாடுகளில் உள்ள பணக்கார இனங்கள், கலாச்சாரங்கள் குறித்தும் உணவு வகைகள் குறித்தும் தெரிந்திருந்தன.

சிலப்பதிகாரம் படிக்கவில்லையா என்று கேட்டார். நாங்கள் பேந்தப்பேந்த விழித்துக்கொண்டிருந்தோம். அந்தக் கதைதான் எங்களுக்குத் தெரியுமே என்பதுபோல். அதிலே இவர்களின் வாழ்க்கை முறை, வணிகம், தெருக்கள், விவரணைகள் உள்பட எல்லாமும் இருப்பதாகக் குறிப்பிட்டார். சிலப்பதிகாரத்தை அவர் ஆங்கிலத்தில் படித்ததாகக் கூறினார். பிறகு அவர் சொல்லத் தொடங்கினார்: அக்காலத்தில் அரசர்களைவிட வணிகர்கள்தான் செல்வம் மிகுந்தவர்களாக இருந்தார்கள். அதிகாரம் பொருட்டும் செல்வம் பொருட்டும் மோதல்கள் வலுத்துக்கொண்டிருந்தன. அரசர்களும் கோயில்கள் கட்டினார்கள். அதற்குச் சமமாக வணிகர்களும் கட்டிக் காட்டினார்கள். அரசர்களுக்கு அடுத்தும் அருகிலும் நிகராகவும் உள்ள பொருளாதாரப் பலம் அவர்களுக்கு இருந்தது. இதன் நீட்சியாகவும் தங்களுடைய வணிக செல்வ, அதிகாரத்தின் இருப்பின் பொருட்டும் கடல் கடந்த வணிகத்தால் பெற்ற வாழ்வும் அறிவும் இவர்கள் இயல்பாகவே இவ்விடத்திற்கு வர நேர்ந்திருக்கிறது.

ஒருமுறை நான் செட்டியார் கொடுத்த விருந்துக்குச் சென்றிருந்தபோது அவர் பூம்புகாரின் வளர்ச்சியே எங்களின் மூதாதையர்களும் சோழ மன்னர்களும் இணைந்து உருவாக்கிய முயற்சிதான் என்றார்.

செட்டியாரின் பாரம்பரியமும் அவரது குடும்ப முன்னேற்ற வாழ்வும் வணிகத்தால் அமைந்தவைதாம். ஆசியாவில் முதன் முறையாக 'வங்கி' என்ற அமைப்பை ஏற்படுத்தியதும் செட்டியார்கள்தான். வட்டி முதலீட்டைக் கொண்டுவந்தவர்களும் இவர்கள்தாம்.

வட்டியின் மூலமாகவும் தங்களின் புத்திசாலித்தனத்தின் மூலமாகவும் பர்மாவில் கிட்டத்தட்ட *800 லட்சம்* மதிப்புள்ள சொத்துகளை வைத்திருந்தார்கள்; அதுவும் *1929 – 30*களிலேயே. கொடுத்த பணத்தை வட்டியுடன் கொடுக்க இயலாத பர்மா மக்களின் நிலங்கள் நிலவுரிமையுடன் இவர்களிடம் வந்து சேர்ந்தன. இவர்களின் வங்கிக் கடனால் பெறப்பட்ட நிலம் பர்மாவில் 25 லட்சம் ஏக்கர் ஆகும். இலங்கையிலும் காபி, தேயிலைத் தோட்டங்களுக்கு வட்டிக் கடன் கொடுத்து அங்கும் தங்கள் செல்வாக்கை ஆங்கிலேயருக்கு இணையாக வைத்திருந்தவர்கள்தாம் இவர்கள்.

தமிழ்நாட்டு அரசர்களின் அரண்மனை அந்தப்புரங்கள், சயன அறைகளை ஓவியங்கள் அலங்கரித்தது போன்று, அயல் நாட்டு வணிகத்திற்கானதும் குறிப்பாக ஐரோப்பாவின்

கலாச்சாரப் பண்பாட்டு விரும்பியாகவும் இவர்கள் இருந்த சூழலில் அரச குடும்பத்திற்குச் சமமான அக்காலத்தில் வாழ் வதற்கான அடையாளத்திற்காகவும் இவர்களின் வீடுகளில் ஓவியங்கள் வர ஆரம்பித்தன. எல்லோரும் ரசனையோடு தான் இதைச் செய்தார்களா என்பது வெட்ட வெளிச்சமான விஷயம். பணம் வந்தால் எல்லாம் வரும் என்றார் மாஸ்டர். எங்களுக்குக் கதை கேட்பதுபோல் இருந்தது.

ஓவியக் கலையும் சிற்பக் கலையும் புகழ்பெற்ற கட்டடங் களுடைய அலங்காரமாக இருந்தவைதாம். பிற்பாடு அவை தம்மை அகவெளியாக நிறுவிக்கொண்டபோது அவற்றின் நிலைமை இன்றுவரை இதுதான். மைக்கேலாஞ்சலோவோ டா வின்சியோ இன்று இருந்தால் அவர்களுடனும் செட்டியார் தொடர்பு கொண்டு அவர்களின் படைப்பாக எதையாவது ஒன்றை இங்கு கொண்டுவந்து சேர்த்திருப்பார் என்றார் மாஸ்டர். எந்த ஒரு கலைஞனும் தானும் தன் படைப்பும் மதிக்கப்பட வேண்டுமென்றுதான் விரும்புகிறான்; கனவு காண்கிறான். ஓவியமும் ஓவியனும் விலைமதிக்க முடியாதவை போன்ற ஒரு தோற்றத்தைச் சில பணக்காரர்கள் ஏற்படுத்துகிறார்கள். ஆனால் செட்டியார் அப்படியல்ல; அவர் ஒரு ரசனைவாதி என்றார். சமஸ்தானத்திலிருந்து மாஸ்டர் இங்கு வந்ததை எங்களால் அப்போது தொடர்புபடுத்திப் பார்த்துக்கொள்ள முடிந்தது.

ஆனாலும் எனக்கு மூச்சடைத்துப்போன விஷயம் செட்டியார் தற்போது வாழும் வீட்டில் சிறிய விமானம் வந்திறங்கும் ஓடுதளம் இருப்பதாகச் சொன்னதுதான். சிறுவயதில் எங்கள் வயல்களின் மேலே விமானங்கள் வானத்தில் பறந்துசெல்லும். அவிழும் கால் சட்டைகளைக் கைகளில் பிடித்துக்கொண்டோ நிர்வாணமாக ஓடிக்கொண்டோ ‘கெட்ட’ வார்த்தைகளில் திட்டியபடி கல்லை எடுத்து உயரே வீசியபடி துரத்திக்கொண்டு விமானத்தின் திசையில் ஓடுவோம். என்னவோ நாங்கள் துரத்துவதைப் பைலட்டுகள் பார்த்தவுடன் எங்கள் ஊர் ஏரிக்கரைக் களத்துமேட்டில் விமானத்தைத் தரையிறக்கி எங்களை நலம் விசாரித்துவிட்டுப்போவார் என்பது போல்.

நாங்கள் அங்கிருந்த இரண்டு நாட்களிலும் நன்றாகச் சாப்பிட்டுத் தூங்கினோம். மாஸ்டர் அவரது வேலையை அவரே செய்துகொண்டார். அவருடைய அப்படியான வாழ்வையும், எங்களை அவருக்குப் பிடித்திருப்பதையும் உணர்த்துவதற்குக் கூட்டி வந்திருக்கிறார் என்று அன்றிரவே தெரிந்துகொண்டோம். அவருக்குப் பிடித்த சிலரை அங்குக் கூட்டி வந்திருப்பதாகச் சமையல்காரர் கூறினார்.

அவர் சைவ உணவு உண்டார். ஆனால் நல்ல காரசாரமான உணவு. இரண்டு சாயங்காலமும் மரவள்ளிக் கிழங்கை அவித்துப் பசையாய்க் கடைந்து குழம்பைத் தாளிப்பது போலவே பக்குவம் கூறிச் செய்யச் சொல்லிச் சாப்பிட்டார். அது ஸ்ரீலங்காவில், குறிப்பாக முஸ்லிம் குடும்பங்களிடம் பிரபலம் என்றார்.

ஒரு portrait இல் மார்பளவு ஸ்கெட்ச் செய்து கண்களுக்கு மட்டும் வண்ணம் தீட்டியிருந்தார். அவர் ஓவியத்தை எப்போதுமே கண்களில் இருந்து ஆரம்பித்தார். அதில் வரையப்படும் ஆத்மாவை அவர் கண்டுகொள்வதாக நம்புகிறார். பிறகு அதனுடன் அவருக்கு ஒரு ஆத்மப் பிணைப்பு ஏற்படுகிறது. கோட்டுச் சித்திரத்தில் உள்ள கண்களே பேசத் தொடங்கி விடும்போது வண்ண ஓவியம் நிச்சயம் பாஷையைக்கூடப் பரிமாறிக்கொள்ளும். நடு முற்றத்தில் அவர் உயரமான அந்த ஈசலை நிறுத்தியிருந்தார். அவர் இல்லாத நாட்களில் வெள்ளை நிறத் துணியால் ஓவியம் மூடப்பட்டு மரக்கிளிப்புகள் போடப் பட்டிருந்தன.

அவர் வண்ண டியூபுகள், லின்சிட் ஆயில் மற்றும் தூரிகை களை அருகில் பரப்பிவைத்துக்கொண்ட விதம் சிறு குழந்தையின் அடுக்கல்களைப் போல் இருந்தது. முதலில் அவர் வண்ணங் களைக் கலக்கும்போது கண்களை அகல வைத்துக்கொண்டு கவனித்த நாங்கள் பிற்பாடு சாதாரணமாகிவிட்டோம். எல்லோருக்கும் அப்படித்தான். பழகப் பழகத்தான் வண்ணங் களின் பேதமும் அளவீடுகளும் படியும் என்று அவர் விளக்கினார். உண்மையிலேயே நாங்கள் அவருடன் எப்போதும் இருக்க விரும்பினோம். குறிப்பாக மாஸ்டர் இவ்வாறு பழகினா லும் அடிப்படையில் தனிமை விரும்பியாக இருந்தார். அனுபவங்களின் வழியாக அவர் எல்லோரை விட்டும் தனித்து இருந்ததால் வரலாற்றை உருவாக்குபவர்கள்மீது அவருக்குத் தனிப் பிரேமை இருந்தது. இதில் இரண்டு விஷயங்கள் கவனிக்கப்பட வேண்டும். ஒன்று: வரலாற்றைப் பற்றிய பிரக்ஞை எதுவுமில்லாமல் தனக்குப் பிடித்ததைச் செய்து வரலாறாக மாறுபவர்கள். உதாரணத்திற்கு வான்கோவைக் குறிப்பிடலாம். வான்கோவிற்கு ஓவியம் வரைவது தவிர்த்து வேறு எதைப் பற்றியுமே கவலையிருந்ததில்லை (ஓவியம் வரையத் தொடங்கி விட்ட பின்னர்). இரண்டாவது: வரலாற்றை உணர்ந்து அதில் தன் இடத்தைத் தீர்மானித்து அதை நோக்கி நகர்பவர்கள். இந்த இரண்டாவது வகையில் அறிவுஜீவித்தனமும் கலையும் இணைந்தவர்கள்தாம் பெரும்பாலும். இதில் அடக்கமான கலைஞர்கள் மிகவும் குறைவு. மாஸ்டர் இதில் இரண்டாவது வகையில் அடங்குபவர்தான். இதில் டா வின்சியும் அடங்குவார்.

முதல் தனிமை

நாங்கள் திரும்பி வரும்போது ஏ.ஜி.ஆருக்கு கருணாகரன் மாஸ்டரைப் பிடித்துப்போனதற்கான காரணத்தைக் கூறினார். அது மிகவும் சுவாரஸ்யமாக இருந்தது. ஒரு மனிதனை ஒருவருக்கு ஏன் பிடிக்கிறது என்பதற்குத் திருத்தமான காரணங்கள் சிலதுதான் இருக்க முடியும். அப்படி இதை வைத்துக்கொள்ள லாம். ஏ.ஜி.ஆர், தனது பெற்றோரின் முழு உருவப்படத்தைக் கருணாகரன் மாஸ்டரின் தகப்பனாரிடம் வரைவதற்குக் கொடுத்திருந்தார். அந்த ஓவியங்கள் மிகச் சிறப்பாக வரையப் பட்டு, தனது வீட்டில் பொருத்தப்பட்டு அவ்விஷயமே மறக்கப்பட்டுவிட்ட காலத்தில் கருணாகரன் மாஸ்டரின் தந்தையார் ஏ.ஜி.ஆருக்கு ஒரு கடிதம் எழுதினார். உடல்நிலை சரியில்லாததாலும் தன் கைகள் தூரிகையைத் தொட்டாலே நடுக்கமுறுவதாலும் அவ்வோவியங்களைத் தன்னால் வரைய முடியாமல் போய்விட்டது. எனது மகன் கருணாகரன்தான் அவ்வோவியங்களை வரைந்தான். இதைத் தாங்கள் தயைகூர்ந்து மன்னிக்க வேண்டும் என்று உண்மையை ஒப்புக்கொண் டிருந்தார். கருணாகரன் மாஸ்டர் தந்தைமேல் வைத்த பிரியத்தால் ஓவியத்தில் தந்தையின் கையெழுத்தையே போட்டிருந்ததார். ஏ.ஜி.ஆர் கருணாகரன் மாஸ்டரின் திறமையில் உள்ளூற வியந்துபோனார். அடுத்த முறை சமஸ்தானத்திற்கு வருகை தந்த ஏ.ஜி.ஆர், மாஸ்டரை அவர் வீட்டுக்கு வந்து சந்தித்ததாகக் கூறினார். இந்தச் சம்பவத்திலிருந்துதான் ஏ.ஜி.ஆருக்கும் மாஸ்டருக்குமான நெருக்கம் அதிகரித்ததாகக் கூறினார்.

பிற்பாடு சமஸ்தானத்தோடு மனரீதியாகப் பல சங்கடங் களை அனுபவித்துக்கொண்டிருந்த கருணாகரன் மாஸ்டரின் மனமாற்றத்திற்காக ஏ.ஜி.ஆர் அவருக்காகவே தனது பல்கலைக் கழகத்தில் ஓவியத் துறையைத் தொடங்குவதாகக் கூறினார். அது மட்டுமல்லாது இசைத்துறைக்குப் பிறகு மற்றொரு கலைத்துறையான ஓவியமும் தன் பல்கலைக்கழகத்தில் இடம் பெறுவது குறித்துப் பெருமையும் நிறைவும் ஏ.ஜி.ஆருக்கு இருந்தது. ‘உங்களால் என் பல்கலைக்கழகத்தில் ஒரு குறை தீர்ந்தது. ஓவியத் துறையை ஏற்படுத்த வேண்டுமென்று சிலர் கூறியும் எனக்குத் தோன்றவில்லை. தற்போது தங்களால் அது தொடங்கப் படுவது எனக்குப் பெருமையாகவும் மன நிறைவைத் தருவதாக வும் உள்ளது’ என்று ஏ.ஜி.ஆர் கூறியதாகச் சொன்னார்.

கருணாகரன் மாஸ்டர் விருப்ப ஓய்வுபெறும் அந்த வருடத்தில் நாங்கள் சேர்ந்தது எங்கள் அதிர்ஷ்டம். அதன்பின் காலத்தின் துரதிருஷ்டம் என்றுதான் கூற வேண்டும். கடைசி யாக நான் கருணாகரன் மாஸ்டரைப் பார்த்தது இசைத் துறையின் முப்பெரும் விழாவிலும் அவர் விருப்ப ஓய்வு

பெறுவதை முன்னிட்டு நடத்தப்பட்ட பாராட்டு விழாவிலும் தான்.

அரண்கள் அமைக்கப்பட்டும் சிவப்புக் கம்பளம் விரிக்கப் பட்டும் கிடந்த முத்துத்தாண்டவர் ஹாலின் நுழைவாயிலில் ஏ.ஜி.ஆரை வெள்ளை நிறக் காரிலும் கறுப்பு நிறக் காரிலும் எதிர்பார்த்தது கூட்டம். அவர் கறுப்பு நிறக் காரிலிருந்து இறங்கிவந்தார். கறுப்பு மற்றும் வெள்ளை நிறக் கார்கள் இரண்டும் ஒரே மாதிரி இருந்தன.

கறுப்பு உருவமும் மழமழப்பான கறுப்புக் கோட்டுமாய் லேசான தொந்தியுமாய் எண்ணெய்த் தன்மைகொண்ட முகமுமாய்ச் செட்டியார் இறங்கினார். மாலை ஒளியில் அவர் ஷு பளபளத்தது. அந்த ஷுவுக்குப் போடப்படும் பாலிஷ் நாங்கள் தேய்த்துக் குளிக்கும் சோப்பைவிட இருபது மடங்காவது உயர்ந்ததாகத்தான் இருக்கும்.

கருணாகரன் மாஸ்டர் பற்றி டெல்லியில் இருந்துவந்த அவரது ஓவிய நண்பர்கள் மேடையில் பேசி முடித்த பின்பு எங்களது ஆசிரியர்களும் பேசினார்கள். செட்டியார் காலரியில் இருந்து இறங்கிவந்து ஆளுயர மாலை அணிவித்துக் கொஞ்சம் பேசினார். அது கருணாகரன் மாஸ்டரின் 'வண்ணங்களால் ஒரு உலகம்' எனும் புத்தகத்தைப் பற்றிதான்.

இறுதியாகக் கருணாகரன் விடைபெறும் பொருட்டும் எங்களைப் போன்ற மாணவர்களுக்கான அறிவுரையாகவும் பேசினார். நிகழ்ச்சி முடிந்து கருணாகரன் மாஸ்டர் செட்டியாரின் காரில் ஏறிச் சென்றபோது பார்த்தேன். அப்போது அவர் முகம் மிகப் பிரகாசமாக இருந்தது. பின்னர் அவர் கேரளா சென்றிருக்கக்கூடும். அதன் பிறகு நான் அவரைச் சந்திக்கவில்லை.

(மேற்கண்ட தகவல்கள் யாவும் செபஸ்டியன் கூற நான் பதிவுசெய்து எழுதியவையாகும். மற்றபடி ஓவியக் கல்லூரி மூடப்பட்டதற்கான காரணங்கள் பொது யூகங்களாகவே இருந்தன. கருணாகரன் மாஸ்டர் சென்றுவிட்ட பிறகு ஏ.ஜி.ஆருக்கு அத்துறையை நடத்துவதற்குப் பிரியமில்லாமல் இருந்திருக்கலாம் என்றார் செபஸ்டியன். ஒரு கல்வித் துறையை அப்படித் தொடங்கி முடித்துவிட அது ஒன்றும் பெட்டிக் கடையல்ல என்று நான் கூறினேன். அதை அவர் புரிந்துகொள்ள வும் செய்தார். மேலும் ஒரு கலைத்துறையைத் தொடங்கி மூடுவது ஏ.ஜி.ஆரைப் பொறுத்தவரை அவரது அந்தஸ்திற்கு இழுக்காகும். ஏ.ஜி.ஆரை தெரிந்தவர்களுக்கு இவ்விஷயத்தில் ஆச்சரியம் இருக்க முடியாது.)

5

இங்கு நான் ஒரு விஷயத்தைக் குறிப்பிட விரும்புகிறேன். ஒரு பொருளை, ஒரு நிகழ்வை நாம் உண்மையாக விரும்பித் தொடர்ந்தால் அது நம்மைத் தொடரத் தொடங்கிவிடும் என்பதுதான். நாம் செய்ய வேண்டியது அதற்கான தகுதியும் அதைத் தீவிரமாக விரும்புவதும் அதை உணரக் கூருணர்வுத் திறன் (sensitivity) பெற்றிருக்க வேண்டும் என்பதும்தான். பிறகு காலம் நாம் விரும்பியவைகளைப் பெறுவதற்கான கண்ணி களுக்கு மாய வலைகளை விரிக்கிறது. கடைசியில் அது நமது வழித் தடங்களில் நண்பனைப் போல் நமக்காகக் காத்திருக்கத் தொடங்குகிறது. இவ்வுலகின் பொருட்களும் உயிர்களும் இம்மாய நகர்தலின் பொருட்டே இப்பிரபஞ்சம் தன் ஜீவித்தலை நிகழ்த்திக்கொள்கிறது.

ஒரு விஷயத்தின் திறப்பு என்பது ஒரு காலத்தினுள் ஒரே ஒரு முறை நடந்தேறுகிறது. பின்னர் அது பல்வேறு நபர்களாலும் பல்வேறு தத்துவங்களாலும் சொல்பவர்களின் இச்சைகளாலும் மேலும் உருமாற்றம் பெறுகிறது (அவற்றில் நானும் விதிவிலக்கல்ல எனினும் சம்பவத்தை மாற்றும் எண்ணமோ குயுக்தியோ எனக்கில்லை. என் மொழியும் யூகிப்பும் இதைப் பன்முகம் கொண்ட உரையாடலாக உங்களுக்கு மாற்றிவிடலாம்).

இதை நான் ரூபத்திலிருந்து அரூபம், அரூபத்திலிருந்து ரூபம் என்றோ அல்லது உண்மையிலிருந்து பொய், பொய்யி லிருந்து உண்மை என்றோ கூறுவேன். இவை யாவும் கடைசி யில் ஒரு புள்ளியுள் புள்ளி. இவை கடைசியில் கோடுகள். முழுமை பெற்ற கோடுகள் காலத்தின் நிரந்தரச் சித்திரம் என்பேன்.

கல்லூரி மூடப்பட்டதற்கான காரணத்தை நான் கண்டடையாமல் போய்விடுவேனோ என்று அஞ்சியபோது அதை ஒத்திப்போட்டேன். சிறிய இடைவெளி எனக்குத் தேவையாக இருந்தது. ஆனால் அது இடைவெளியாக இல்லாமல் அதன் தொடர்ச்சியாகவே நான் கேரளாவுக்கு அழைக்கப் பட்டேன் என்பதை நினைக்கும்போது எனது வியப்பிற்கு அளவில்லை.

அந்த வருடமும் நண்பர்கள் கேரளா செல்லத் திட்ட மிட்டிருந்தார்கள். என்னை விரும்பிக் கூப்பிட்டார்கள். நாங்கள் தேவிகுளம் வழியாக மூணாறு செல்லும் திட்டத்துடன் காரில் சென்றுகொண்டிருந்தோம். மலைப் பாதைகளில் ஏறிக் கொண்டிருந்தபோது லேசான தூறல் ஆரம்பித்தது. தூறல்

தான் எனும் அலட்சியத்தின்மேல் விழுந்த அடியாக கருமேகங்கள் சூழ்ந்து மழை பிடித்துக்கொண்டது. சில நிமிடங்களிலேயே இரவுபோல் ஆகிவிட்ட அந்தப் பகலில், காரின் வைப்பர்கள் வழித்துக்கொட்டும் மழையைத் தாண்டி கண்ணாடியில் அறைந்து பெய்யும் மழையைத்தான் எங்களால் பார்க்க முடிந்தது. எதிரில் பலமாகத் தொடர்ந்த ஹாரன் சப்தம் கேட்டபோது நாங்களும் பதற்றத்துடன் தொடர்ந்து ஹாரன் அடிக்கத் தொடங்கினோம். ஏதோ இக்கட்டில் நுழைந்தது போல் அனைவருமே கலவர முகத்தில் இருந்தோம். எதிரே வந்த லாரியின் டிரைவர் எங்களைக் கடந்துபோன போது எங்களைத் திரும்பிப் போகுமாறு கைகாட்டினார். நாங்கள் வேறு வழியின்றி வாகனத்தை ஓரம்கட்டி நிறுத்திக் கொண்டோம். கீழே பள்ளத்தாக்குகளும் சாலைகளும் மழையால் பிணைந்திருந்தன. சுதாரிப்பில்லாத எந்த வாகனத்தையும் மரணம் தொடும் அபாயம் இருந்தது. சிலர் உள்ளிருந்தபடியே வெட்கத்தை விட்டுப் பிரார்த்திக்கத் தொடங்கினார்கள். கொட்டிய மழை நின்றபோது திரும்பிச் செல்வது என ஒருமனதாக முடிவெடுத்தோம்.

திரும்பிச் செல்வது என்பதே மழையின் வழியாக வந்த அழைப்பு என்பதை நான் சென்னை வந்த பிறகே உணர்ந்தேன். தேவிகுளம் வந்தபோது மழை எங்களுக்காகவே நின்றதுபோல் மீண்டும் காற்றுடன் கலந்து பெய்யத் தொடங்கியது.

நானும் ரவியும் காரிலிருந்து இறங்கி லாட்ஜுகளைப் பார்த்து விசாரித்துக்கொண்டிருந்ததில் தொப்பலாய் நனைந்து விட்டிருந்தோம்.

அப்போது ஓர் இளைஞன் எங்கள் காரைக் குறுக்கே இரு கைகளையும் நீட்டி மறித்து மழையில் நனைந்தபடி டிரைவர் பக்கம் வந்தபடி விசாரித்தான். நாங்கள் மூணாறு செல்ல முடியாத சூழலைக் கூறி மறுநாள் காலை வரை தங்க வேண்டுமென்றோம். அவன் எங்களுடன் காரில் ஏறிக்கொண்டான். அவன் உச்சரிப்பு நல்ல தமிழில் இருந்தது. திரையரங்கமும் ஒயின் ஷாப்பும் ஒட்டிய பிரதான சாலையில் காரைத் திருப்புமாறு சொன்னான். கடைசியாக அவன் ஒரு வீட்டின் முன்பு வண்டியை நிறுத்தச் சொன்னான். கிட்டத்தட்ட அது ஒரு அரண்மனையைப்போல இருந்தது. எங்களுக்கு அவன் மேல் சந்தேகம் வந்துகொண்டிருந்தது.

‘இங்கே தங்கலாம் இறங்குங்கள்’ என்று எங்கள் அச்சத்தைப் பார்த்துச் சிரித்தபடி அவன் இறங்கினான். நாங்கள் யாரும் இறங்கவில்லை.

மூடியிருந்த கேட்டை கையால் அறைந்து தட்டினான். வயதான ஒருவர் முக்கால் வேட்டியும் முழுக்கை பனியனுமாக குடை பிடித்தபடி கேட்டைத் திறக்க வந்தார். அவன் எங்கள் பதிலை எதிர்பார்க்காமல் அவருக்குக் கேட்டைத் திறக்க உதவிக்கொண்டிருந்தான். அவன் ஆடைகள் அவன் தோலைப் போல ஒட்டிக்கொண்டு மழையில் அடிவாங்கிக்கொண்டிருந்தன. விபரீதம்தான் கைகளை மழையின் ரூபத்தில் விரித்துவிட்டது என்று எண்ணினேன். அவ்வயதானவர் ஒட்டுமொத்தமாகக் காரைப் பார்த்துப் புன்னகைத்தார். தவறிழைக்காத முகமாய்த் தெரிந்தது. குடை பிடித்தபடியே காரின் இடதுபுறம் வந்து கண்ணாடியைத் தட்டினார். எனது பக்கக் கண்ணாடியை இறக்கினேன். 'பயப்படாதீர்கள், இது எங்கள் முதலாளியுடைய பேலஸ். அவர் வெளிநாட்டில் இருக்கிறார். நீங்கள் தாராள மாகத் தங்கிப்போங்கள்' என்று மலையாள உச்சரிப்புடன் தமிழில் கூறினார். 'எவ்வளவு பணம் வேண்டும்?' என்று கேட்டதற்கு, 'முடிந்ததைக் கொடுத்துச் செல்லுங்கள்; 'சாப்பாடுகூடச் செய்து தருகிறோம்' என்றார்.

அந்த அரண்மனையில் அவ்வயதானவருடன் அவரது மனைவியும் இருந்தார். எங்களுக்குச் சுடு கஞ்சியும் கிழங்கும் செய்து தருவதாகக் கூறினார்கள். நாங்கள் தேங்காய்த் துவையலையும் சேர்த்துக் கேட்டோம். மழைக்கு எங்களனை வருக்குமே அது பிடித்தமானதாக இருந்தது. கண்டிப்பாக மதுவருந்தக் கூடாது என்று சொல்லிவிட்டிருந்தார். வீட்டுக் காவலாளிகளின் புழக்கம் தவிர்த்து எல்லா அறைகளும் பூட்டப்பட்டிருந்தன. 'மழைக் காலத்தில் நீங்கள் சுற்றிப்பார்க்க வந்திருக்கக் கூடாது' என்றார். வயிறு நிறையச் சாப்பிட்டதும் மழையால் உண்டான அயற்சியில் படுத்ததும் உறங்கத் தொடங்கினோம்.

எனக்கு ஏதோ அரவம் கேட்பது போலிருந்தது. இவ்வீட்டில் அனைத்தும் சகஜமாக நடப்பதுபோலிருந்தாலும் உள்ளுக்குள் ஏதோ ஒன்று அருவிக்கொண்டிருந்தது. ஏதோ உலோகப் பொருள்கள் ரகசியமாக முனகும் சப்தம்போல் இருந்தது. நாங்கள் படுத்திருந்த அறையின் உட்புறக் கதவைக் கிழவர் கிட்டத்தட்ட கையில் ஒரு முழு நீளமுள்ள ஆயுதத்தைப் போலிருந்த சாவியால் அந்த அறையைத் திறக்க முயற்சித்துக் கொண்டிருந்தார். அவர் முகத்தில் ரகசியம் ஒளிந்திருந்தது. ஆனால் அவர் என்னைப் பார்த்தாரா எழுப்பினாரா என்று தெரியாமல் நான் பார்த்துக்கொண்டிருந்தேன். அவர் என்னை மட்டும் விழித்தெழச் செய்திருக்க வேண்டும் அல்லது எதேச்சை யாக இந்தச் சப்தம் என்னை எழுப்பியிருக்கக் கூடும். அவரை

நான் பார்த்ததில் அவர் திடுக்கிடவில்லை. அவர் கதவைத் திறந்து உள்ளே சென்று சிறு இடைவெளியோடு மூடிவிட்டுச் சென்றார்.

நான் நண்பர்கள் யாரையாவது எழுப்ப வேண்டுமென்று நினைத்தேன். சென்றவர் திரும்பி வராத காரணத்தால் சிறு துணிச்சலுடன் எழுந்து அக்கதவின் பக்கம் சென்றேன். திறந்த சிறு இடைவெளி வழியே மிக நீளமான ஒரு ஹால்; சோபாக்கள் போடப்பட்டுப் படுசுத்தமாகத் தெரிந்தது. என் தயக்கங்களை மீறியபடி மெல்லக் கதவைத் திறந்து உள்ளே சென்றேன். மஞ்சள் ஒளியும் வெளியிலிருந்து கசியும் நிலவொளியுமாய் அவ்விடத்தில் ஒரு மயக்கம் நிறைந்திருந்தது. நான் திரும்பிச் சென்றுவிட வேண்டும் என நினைத்தேன். அந்த ஹால் முடிந்து படிக்கட்டுகள் மேலேறி உப்பரிகையை அடைந்தன. உப்பரிகையில் கைநீட்டும் தூரத்தில் உள்ளது போல நிலா முழுமையடைந்து ஒளிர்ந்துகொண்டிருந்தது. அங்கே ராஜவம்ச நாற்காலிகள் போடப்பட்டிருந்தன. விதானத்திலிருந்து தொங்கும் வெண்ணிறத் திரைச் சீலைகள் காற்றிலாடிக்கொண்டிருந்தன. வீட்டின் வெளியே வந்தது போல் குளிர்காற்று வீசிக்கொண்டிருந்தது. அங்கே நான் கண்ட காட்சி என்னை லேசான அதிர்ச்சியில் ஆட்படுத்தியது. அந்நாற்காலிகளில் இரண்டு நபர்கள் அமர்ந்திருந்தார்கள். நான் கிழவரை மட்டுமே எதிர்பார்த்திருந்தேன். இன்னொரு நபர் பூட்டிய வீட்டுக்குள் எப்படி என்று யோசித்துக்கொண் டிருந்தேன். அந்த உருவங்களை உற்றுப் பார்த்தேன். அது கிழவர் இல்லை. இரண்டு பேருமே வேறு நபர்கள். அவர்கள் என் வருகை தெரியாமல் பேசிக்கொண்டிருந்தார்கள். எனக்கு அவர்கள் அருகிலிருக்கும் பெரிய தூணிற்குச் சென்றால் துல்லியமாகக் கேட்க முடியும் என்றிருந்தது. இனிமேல் எனது ஒரு அடி நகர்வுகூட என்னைக் காட்டிக்கொடுத்து விடும் என்ற பயமும் இருந்தது. காற்று வாக்கில் அவர்கள் குரல்கள் என் திசையில் வரும்போது கூடியும் குறைந்தும் ஒலித்தன.

இந்தச் சந்திப்பில் அவர்களது முதல் சந்திப்பின் உற்சாகம் இருப்பதாகக் கூறுகிறார்கள். எதிரில் உள்ள உருவம் வெண்கலத் தன்மையிலான குரலில் ஒலித்தது.

"உங்கள் வாழ்வில் இன்னும் என்ன குறை இருக்கிறது"

"நான் எல்லாமும் பெற்றவனாகத் தெரிகிறேன். எதுவும் இல்லாதவனாக உணர்கிறேன். ஓவிய உலகத்தின் சரித்திரத்தில் என் இறப்புக்குப் பிறகு நான் எவ்வாறு அறியப்படுவேன் என்ற கேள்வி என்னை அலைக்கழித்துக்கொண்டுருக்கிறது?"

முதல் தனிமை

அந்த ஒரு நொடிதான். மெழுகுகள் உருகி வழிகின்றன. அவரது முகம் மீளாத தத்தளிப்பில் இருக்கிறது. அவர் கண்கள் நிலவொளியில் பனித்திருப்பது துல்லியமான கண்ணாடிச் சில்லின் மினுக்கல்போல மின்னி மறைகிறது.

அந்த வயதானவர் என் பாதத்தை மிதித்துச் சென்றார். நான் கனவிலிருந்து விடுபட்டு எழுந்து அப்படியே அமர்ந் திருந்தேன். அவர் கதவைச் சத்தமிடாமல் மூடி விட்டுச் சென்றார். எதற்காக நிகழ்த்தபட்டது என்று அறியமுடியாத அக்கனவின் பூர்த்தியின்மை என்னைக் குழப்பியது.

விடிந்தபோது எனக்கு அக்கனவு ஞாபகத்தில் இல்லை. நீளமான அந்த சாவியையும் லாந்தர் விளக்கையும் நான் யதேச்சையாகக் கதவுக்கும் பின்னே சுவரில் பார்த்தபோது தான் நினைவுக்கு வந்தன. இரவு முழுக்கப் பெய்த மழை நின்றிருந்தது. குளிர்ச்சி வெளியெங்கும் புத்துணர்ச்சியுடன் பரவியிருந்தது. காலைச் சாப்பாடாக மரவள்ளிக்கிழங்கு குழம்புக் குறித்து நான் யதேச்சையாகச் சொன்னேன். (அந்நேரத்தில் அந்த உணவு வகை எவ்வாறு எனக்கு ஞாபத்திற்கு வந்தது என்பது தெரியவில்லை.) ‘இதை உங்கள் பகுதியில் செய்கிறார் களா?’ என்று கேட்டார். ‘இல்லை; எனது ஆசிரியர் ஒருவர் இதேபோல ஒரு வீட்டுக்கு வந்திருந்தபோது ராமானுஜம் என்ற சமையல்காரர் செய்து கொடுத்தாராம்’ என்றேன். அவர் ஒருகணம் ஆர்வமாகப் பார்த்தவர், ‘எந்த ராமானுஜம்?’ என்றார். நான் எவ்வாறு விளக்குவதென்று தெரியாமல் நிதானமாக அனைத்தையும் சொன்னேன். அவர் என் கைகளைப் பிரியத்துடன் பிடித்துக்கொண்டார்.

அந்த வயதானவர் ராமானுஜத்தின் பெரியப்பா மகன். எனது தேடலுக்கான முற்றுப் புள்ளியை நோக்கி என்னை நகர்வைத்தவர் அவர்தான். சுற்றுலாவுக்கு வந்த இடத்தில் நான் தேடிக்கொண்டிருந்த ஒன்றிற்கு தொடர்பு கிடைக்கு மென்று எதிர்ப்பார்த்திருக்கவில்லை. அவருக்குக் கல்லூரி மூடப்பட்டதற்கான காரணம் தெரிந்திருக்கவில்லை. ஆனால் ராமானுஜத்திற்குத் தெரிய வாய்ப்பிருக்கிறது என்றார்.

காலை உணவாக புட்டும் கொண்டைக்கடலையும் நேந்திரம் வாழைப்பழமும் கொடுத்தார்கள். கிளம்புமுன் வீட்டைச் சுற்றிப்பார்க்க முடியுமா என்று நண்பர்கள் கேட்ட போது வயதானவர், ‘ஒரு மனிதனுக்கு முழுமையான விசுவாசம் இல்லையென்றாலும் ஓரளவுக்காவது இருக்க வேண்டும்’ என்றார். அவர் ராமானுஜம் குறித்துதான் அவ்வாறு சொன்னார்

என்பதை அவரைச் சென்னையில் சந்தித்தப் பிறகுதான் உணர்ந்தேன்.

சென்னையில் இன்று பிரபலமாக இருக்கும் அந்தச் சங்கிலித் தொடர் ஓட்டலின் தலைமை சமையல்காரரில் ஒருவராக ராமானுஜம் இருந்தார். நான் அவரைத் தேடிக் கொண்டு சென்றபோது உண்மையில் ஒரு மேலிடத்து மனிதரைச் சந்திப்பதற்கான கெடுபிடிகளைச் சந்தித்தேன். ஒரு சமையல் காரரை இவ்வாறான அந்தஸ்தில் சந்தித்தது அதுவே முதல் முறை. மதியத்திற்குப் பிறகே அவரை சந்திக்க முடியும் என்று சொன்னார்கள். வெவ்வேறு பிராஞ்சுகளுக்கு (மூன்று முறை தேடிக்கொண்டு சென்றேன்.) வரச்சொன்னார்கள். சொன்னபடி அல்லாமல் இரவு ஏழுமணிக்கு அவர் ஆழ்வார்பேட்டை பிராஞ்சிலிருந்து கடைசியாக வெளியே வந்தார். அவரை விசாரித்து உறுதிசெய்துகொண்டு அவர் காரில் ஏறிக்கொண் டிருந்தபோது 'எஸ்க்யூஸ்மீ' என்று கூப்பிட்டு மந்திரத்தைப் போல் அந்தப் பெயரை உச்சரித்துக் கேட்டேன். அவர் திடுக்கிடலுடன் என்னை நம்பமுடியாமல் ஊடுருவிப் பார்த்தார். திறந்த கதவை மூடாமல், 'யார் நீங்கள்?' என்றார். (நான் ஓவியர் கருணாகரன் பெயரைத்தான் உச்சரித்திருந்தேன்.)

நாங்கள் அவரது அலுவலக அறைக்குள் இருந்தோம். முன்பக்கம் முழு வழுக்கை. தோரணம் கட்டியதுபோல் தலையைச் சுற்றிலும் நீளமான முடி. பழுத்தக் கிளிமூக்கு. வெற்றிலைப்பாக்கில் ஊறிய வாய். அகன்றக் கழுத்து. பெரிய தொந்தி. எட்டுமுழ பட்டைக்கரை வேட்டி. சந்தனக்கலர் ஜிப்பா. சங்கீதக்காரர்கள்போல உடைகள் பளபளவென் றிருந்தன. அவரது உடல் பெரிய நாற்காலியில் தளும்பி நிறைந்திருந்தது. அவர் நன்கு அறிந்திருந்த ஒருவரைக்கூறும் அவர் அறிந்திராத என்னை, ஆர்வமேலீட்டால் பரஸ்பர விசாரிப்புகளை, அவசர அவசரமாகக் கேட்டார்.

பிறகு அவர் எனது தொழில் குறித்து விரிவாகப் பேசி விட்டு இனிப்பும் காஃபியும் வரவழைத்தார். பின்பு இறுக்கம் தளர்ந்தவர்போல் மிக சகஜமாக பேசினார்: 'மாஸ்டர் கேரளா சென்றுவிட்ட பிறகு எனக்குத் தனிமையான ஒரு வாழ்க்கை இருந்தது. திருமணம் செய்துகொள்ளவில்லை. மூன்று வருடங் களுக்கு ஒருமுறை ஏ.ஜி.ஆர். அந்த வீட்டுக்கு வந்துவிட்டுச் சென்றுகொண்டிருந்தார். அவர்களைப் பொருத்தவரை புதிதாகச் சொத்துக்களைச் சம்பாதிக்கவில்லை என்றாலும் இருக்கும் சொத்தைப் பராமரிக்க வேண்டும். அந்த வீட்டை நான் சுற்றுலாப் பயணிகளுக்கு வாடகைக்கு விட்டு சம்பாதித்துக்

கொண்டிருந்தேன். இது செட்டியாருக்குத் தெரிந்த ஒரு நாளில் நான் வெளியேற்றப்பட்டேன். சென்னைக்கு என் அண்ணன்தான் என்னை அனுப்பி வைத்தார்" என்றார்.

நான் ஆர்வத்தைக் கட்டுப்படுத்திக்கொண்டு கல்லூரி மூடப்பட்டதற்குக் காரணம் ஏதாவது தெரியுமா என்றேன்?

சொல்லக்கூடாத மர்மத்தைப் பாதுகாப்பதா வேண்டாமா என்பதுபோல் அவர் அப்படியே அமர்ந்திருந்தார். எதற்குக் கேட்கிறீர்கள்? என்றார். ஒரு கதை எழுதுவதற்கு என்றேன். அவர் மெல்லியதாகப் புன்னகைத்தார். காலத்தால் மறக்கப் பட்ட அவ்விஷயங்களுக்குள் பிரவேசித்த மௌனத்தால் அவர் நீண்ட யோசனையுடன் இருந்தார். இனி சொல்வதால் ஆகப்போவது எதுவுமில்லை என்ற முடிவுக்கு அவர் வந்திருக்க வேண்டும். முன்பு அது ரகசியம். தற்போது அது செய்தி. பிறகு அவர் சொன்னார் :

"அது ஒன்றும் பெரிய விஷயமாகச் செட்டியாருக்கு இருக்கவில்லை. கருணாகரன் மாஸ்டர் அந்த வருட விடுமுறை யில் பேலஸுக்கு வந்து தங்கியிருந்தார். இத்தோடு கல்லூரியை விட்டு கேரளாவுக்குப் போய்விடப்போவதாகச் சொன்னார். அவர் வேலையை விட்டுப் போவதாகத்தான் நான் நினைத் திருந்தேன். ஆனால் முதலாளி வந்தபிறகுதான் இவர் என்ன திட்டம் வைத்திருந்தார் என்று தெரிந்தது. ஒரு மாதம் கழித்துத் தான் ஓவியக்கல்லூரியையே மூடிவிட்டார்கள் தெரிந்தது. எனக்கும்கூட அது அப்போது பெரிய விஷயமாக இருக்க வில்லை. என்னை எங்குத் தூக்கிப்போடுவார்கள் என்றுதான் நான் குழம்பிக்கொண்டிருந்தேன்.

அன்று மதிய சாப்பாட்டை நான் மட்டுமே அவர்களுக்குப் பரிமாறினேன். முதலாளியிடம் அப்போதுதான் அவர் சொன்னார். முதலாளி இதை எதிர்பார்க்கவில்லை என்றாலும் மிகவும் மரியாதையுடன் சொன்னார், 'உங்களுக்கு அதுவே விருப்பமாக இருந்தால் சந்தோஷமாகச் செய்து விடலாம். நீங்கள் ஓய்வு பெறும் பொருட்டு உங்களுக்கு என்னுடையப் பரிசாக என்ன வேண்டும்?" என்று கேட்டார்.

அவர் பதிலே சொல்லாதவர்போல அமைதியாக சாப்பிட்டுக்கொண்டிருந்தார். நான் அவர் இறக்கும்வரை இந்த பேலஸில் இருப்பதற்குக் கேட்பார் என்றும் நினைத்தேன்; அல்லது அந்த இடத்தைச் சொந்தமாகக் கேட்பார் என்றும் நினைத்தேன். பின்பு அவர் தட்டிலே கை கழுவியபடி சொன்னார்:

“எனக்குப் பிறகு அந்த நாற்காலியில் யாரும் உட்காரக் கூடாது.”

என்னால் அதை உடனே அதைப் புரிந்துகொள்ள முடிய வில்லை. அவர் கிளம்பிச் சென்றபிறகு அன்றிரவு முதலாளி கல்லூரியை மூடுவது குறித்து தொலைபேசியில் யாருடனோ பேசிக்கொண்டிருந்தார். அப்போதுதான் எனக்கு அது முழுமையாகப் புரிந்தது’ என்றார்.”

ஏன் அப்படிச் சொன்னார்?

ஒரு ஓவியனுக்காகத் ஒரு ஓவியக் கல்லூரியே திறக்கப் பட்டதும் மூடப்பட்டதும் இவர் ஒருவருக்காகத்தான் இருக்க வேண்டும் என்று அவர் விரும்பினார். முதலாளியின் முகத்தில் என்ன இருந்தது என்று எனக்குத் தெரியாது. ஆனால் அவர் ஒத்துக்கொண்டார்.

‘பலபேர் படிக்கிற இடமில்லியா? ஒருத்தருக்காக அதை இப்படிச் செய்யலாமா?’ என்றேன்.

ராமானுஜம் சத்தமிட்டுச் சிரித்தார். அது அவர்கள் குறித்து அவருக்கு நன்கு தெரிந்த விமர்சன சிரிப்பு. நான் அவரைப் புரியாமல் பார்த்துக்கொண்டிருந்தேன். ‘தம்பி; அவர்கள் ராசாக்களைப் போல; அவரும் அதைக் கேட்டார். இவரும் அதைச் செய்தார்.’ என்றார்.

நான் ராமானுஜத்திடமிருந்து விடைபெற்று வந்தபோது அவர் எனது தொடர்பை விரும்புவதுபோல் ஓய்வு கிடைக்கும் போது அவரை வந்து பார்க்கச் சொன்னார். அது ஒப்புக்காக இல்லை என்பதை நான் உணர்ந்தேன். எதையோ இழந்தவன் போல இரவு நேர நகரச் சாலையில் நடந்துகொண்டிருந்தேன்.

ஓவியத்துறையைத் தவிர, ஏ.ஜி.ஆரின் பல்கலைக்கழகத்தில் இல்லாத கல்வித் துறைகளே இல்லை எனும்படி இன்று அது இயங்கிக்கொண்டிருக்கிறது. கருணாகரன் அவ்வாறு கேட்காவிடில் இன்றும் அது ஒரு நுண்கலைத் துறையாக இயங்கிக்கொண்டிருந்திருக்கும். எத்தனையோ ஓவியக் கலைஞர்கள் வெளிவந்திருப்பார்கள். சிலர் கருணாகரனை விடப் புகழ்பெற்றும் இருந்திருக்க வாய்ப்புகளும் உண்டு. புகழ்பெற்றத் தோட்டத்தில் அபூர்வ வகை மரம் அழிக்கப்பட்டது போலச் சங்கடமாக இருந்தது. இது குறித்து யாரிடமும் புகார் சொல்ல முடியாத வலி அழுத்திக்கொண்டு வந்தது.

ஓவியத்தின் தன்னெழுச்சியை நுட்பமாகவும் ஆழமாகவும் தனித்துவமாகவும் செய்ததில் கருணாகரன் மிக முக்கியமான

கலைஞராகவே என்னுள் இருந்தார். ஆனால் சுயநலத்துடன் திணிக்கப்பட்ட அவரது தன் வரலாறு; அவருடைய கலைத் தன்மைக்கு எதிராகவே முடிந்திருந்தது.

இடப்பட்டக் கட்டளையின் பெயரில் ஒரு வேலையாள் ஓவியக்கல்லூரியின் அந்தச் சன்னல் கதவுகளைச் சாதாரணமாக மூடியிருப்பார். ஓவியத்தின் அதிர்வலைகளால் நிரம்பிய அக்கூடம் மௌனமாக இருண்டிருக்கும். ஓவியம் படிப்பதற்கு முயற்சித்த மாணவர்கள் பூட்டியக் கதவையும் விசாரித்து அறிய முடியாத ரகசியத்தையும் விடை தெரியாமல் கடந்திருப்பார்கள்.

கேட்கப்பட்டது ஒரு சுயநலமான வரம். வழங்கப்பட்டது பெருமையின் உச்சத்தால் ஆன ஒரு ஆசி.

காலச்சுவடு, அக்டோபர் - 2006

ஜே.பி. சாணக்யா

ஆசிரியரின் பிற காலச்சுவடு வெளியீடுகள்

என் வீட்டின் வரைபடம்
(சிறுகதைகள்)
ரூ. 220

மொழியைச் சோதித்துக்கொண்டிருக்கும் புதுவகை எழுத்துகளில் காணக்கிடைக்காத நேசத்தை, தன்னெழுச்சியை, நுட்பத்தை முன்வைக்கின்றன சாணக்யாவின் கதைகள். சமூகத்தின் ஆதிக்க மதிப்பீடுகளால் தமது கௌரவத்தைப் பறிகொடுத்த மனிதர்கள் இவர் கதைகளின் ஊடாக மீண்டும் அதைக் கண்டடைகிறார்கள்.

கனவுப் புத்தகம்
(சிறுகதைகள்)
ரூ. 225

தீவிரமான பாலியல் பிரக்ஞை கொண்ட பெண், ஆண்மை உணர்வு அவமானப்படுத்தப் படுவதன் விளைவாகக் கொலை வெறிகொள்ளும் சிலம்பாட்டக் கலைஞன், வேலைவாய்ப்பின் பொருட்டு அவமானத்தை வலிந்து ஏற்கும் இளம் கணவன், சக்களத்திகளாகி மோதிக்கொள்ளும் தாயும் மகளும் என வாழ்வின் அனைத்து விளிம்புகளிலிருந்தும் வெளிப்படுகிறார்கள் கதைமாந்தர்கள். படைப்பாளியின் எழுதுகோல் சிலம்பாட்டக் கலைஞனின் கைச் சிலம்பாக மாறி வாழ்வின் சொற்களை வெளியெங்கும் நிறைக்கிறது. கவித்துவமும் செறிவும் நிரம்பிய சொற்கள் உருவாக்கும் வாழ்க்கைச் சித்திரங்கள் தமிழின் பரந்த புனைவு வெளிப்பரப்பில் பிரத்யேக அடையாளத்துடன் உயிர் பெறுகின்றன.

சிறந்த சிறுகதைக்கான 'கதா' விருது பெற்ற சாணக்யாவின் இரண்டாம் தொகுப்பு இது.